கேளிக்கை மனிதர்கள்

கேளிக்கை மனிதர்கள்
திரை, நிகழ்த்துகலை குறித்த கட்டுரைகள்

அரவிந்தன் (பி.1964)

இதழாளர், எழுத்தாளர், மொழிபெயர்ப்பாளர்.

இதழியல் துறையில் முப்பதாண்டுக் கால அனுபவம்கொண்டவர். *இந்தியா டுடே, காலச்சுவடு, சென்னை நம்ம சென்னை, நம் தோழி* ஆகிய இதழ்களில் பணியாற்றியுள்ளார். *தி இந்து* தமிழ் நாளிதழின் இணைப்பிதழ்களின் ஆசிரியராகப் பணியாற்றினார்.

இலக்கியம், தத்துவம், பெண்ணுரிமை, அரசியல், மொழி, திரைப்படம், கிரிக்கெட் ஆகியவற்றைக் குறித்த கட்டுரைகளை எழுதிவருகிறார்.

சிறுகதைகள், நாவல், இலக்கிய விமர்சனக் கட்டுரைகள், அரசியல் விமர்சனம், மொழிபெயர்ப்பு, மகாபாரதச் சுருக்கம், திரைப்படம், கிரிக்கெட் குறித்தவையென இதுவரை பதினைந்துக்கும் மேற்பட்ட நூல்கள் வெளியாகியுள்ளன. தற்போது டைம்ஸ் ஆஃப் இந்தியா குழுமத்தின் சமயம் தமிழ் என்னும் இணையதளத்தின் ஆசிரியராகப் பணியாற்றிவருகிறார்.

இதழியல் பயிற்சி வகுப்பு நடத்திய அனுபவமும் இவருக்கு உண்டு. தற்போது லயோலா கல்லூரியில் வருகைதரு விரிவுரையாளராக இதழியல் மாணவர்களுக்குப் பாடம் எடுத்துவருகிறார்.

விருதுகள்

- தமிழ்ப் புத்தக நண்பர்கள் நடத்தும் மாதாந்தர விமர்சனக் கூட்டத்தில் இமையத்தின் படைப்புகள் குறித்து ஆற்றிய உரைக்கு 2016–17ஆம் ஆண்டுக்கான 'ஆண்டின் சிறந்த உரை' விருது.
- பால சரஸ்வதி மொழியாக்க நூலுக்கு 'கனடா இலக்கியத் தோட்டம்' வழங்கும் 'சிறந்த மொழிபெயர்ப்பு நூலுக்கான விருது (2017).'

ஆசிரியரின் பிற நூல்கள்

- வானப்பிரஸ்தம்: சிறுகதைகள் (2001)
- குளியலறைக்கு வெளியே சத்தம் கேட்டுக்கொண்டிருக்கிறது: சிறுகதைகள் (2006)
- சுட்டி மகாபாரதம் (2006)
- தாமரை இலைமீது ததும்பும் சொற்கள்: இலக்கிய விமர்சனம் (2006)
- ராணியுடன் ஒரு தேநீர் விருந்து: மொழிபெயர்ப்பு (வெல்ஷ் மொழிச் சிறுகதைகள், 2011)
- கனவின் யதார்த்தப் புத்தகம் (2011)
- பயணம் நாவல் (2014)
- பொன்னகரம் நாவல் (2015)
- கடைசியாக ஒருமுறை சிறுகதைகள் (2016)
- இதுதான் உங்கள் அடையாளமா? (2018)
- நெகிழும் வரையறைகள் விரியும் எல்லைகள் (2019)
- ஒரு சொல் கேளீர்! (2019)

அரவிந்தன்

கேளிக்கை மனிதர்கள்

திரை, நிகழ்த்துகலை குறித்த
கட்டுரைகள்

காலச்சுவடு பதிப்பகம்

அன்பார்ந்த வாசகருக்கு,

வணக்கம்.

காலச்சுவடு நூலை வாங்கியமைக்கு நன்றி.

நூலின் உள்ளடக்கம், உருவாக்கம், அட்டைப்படம் இன்ன பிற அம்சங்கள் பற்றிய உங்கள் கருத்துகளையும் ஆலோசனைகளையும் காலச்சுவடு வரவேற்கிறது. தகவல், எழுத்து, வாக்கியப் பிழைகள் தென்பட்டால் கட்டாயம் தெரிவித்து உதவுங்கள். நூல் தயாரிப்பில் கடும் குறைபாடு இருப்பின் மாற்றுப் பிரதி உங்களுக்குக் கிடைக்கக் காலச்சுவடு ஏற்பாடு செய்யும்.

மின்னஞ்சல்: *publisher@kalachuvadu.com*

காலச்சுவடு நாகர்கோவில் தலைமையகத்துக்கும் கடிதம் அனுப்பலாம்.

தங்கள்
எஸ்.ஆர். சுந்தரம் (கண்ணன்)
பதிப்பாளர் – நிர்வாக இயக்குநர்

கேளிக்கை மனிதர்கள் ◆ திரை, நிகழ்த்துகலை குறித்த கட்டுரைகள் ◆ ஆசிரியர்: அரவிந்தன் ◆ © D.I. அரவிந்தன் ◆ முதல் பதிப்பு: டிசம்பர் 2013, ஐந்தாம் (குறும்) பதிப்பு: டிசம்பர் 2022 ◆ வெளியீடு: காலச்சுவடு பப்ளிகேஷன்ஸ் (பி) லிட்., 669, கே.பி. சாலை, நாகர்கோவில் 629001

keeLikkai manitarkaL ◆ Essays on Cinema and Performing arts ◆ Author: Aravindan ◆ © D.I. Aravindan ◆ Language: Tamil ◆ First Edition: December 2013, Fifth (Short) Edition: December 2022 ◆ Size: Demy 1 x 8 ◆ Paper: 18.6 kg maplitho ◆ Pages: 176

Published by Kalachuvadu Publications Pvt. Ltd., 669, K.P. Road, Nagercoil 629001, India ◆ Phone: 91- 4652-278525 ◆ e-mail: publications@kalachuvadu.com ◆ Printed at Clicto Print, Jaleel Towers, 42 KB Dasan Road, Teynampet Chennai 600018

ISBN: 978-93-82033-11-0

12/2022/S.No. 546, kcp 4163, 18.6 (5) 1k

ப்ரஸன்னா ராமஸ்வாமிக்கு

நன்றி

காலச்சுவடு
நாழிகை
தமிழ் ஆழி
திரைக்கூத்து
அந்திமழை

பொருளடக்கம்

முன்னுரை	11
என்னுரை: சினிமாவும் நானும்	17
இந்திய வறுமையும் இந்தியப் பெருமையும்	21
யாருடைய கதையைச் சொல்கிறார் ப்ரியதர்ஷன்?	29
களம் புதிது, காட்சி புதிது, பார்வை பழையது.	34
எதைச் சாதிக்க விரும்புகிறார் மணி?	38
தமிழ்த் திரையில் வித்தியாசமான சலனங்கள்	44
மண் வாசனையும் யதார்த்தமும்	51
அடர்த்தியான ஆரண்ய காண்டம்	55
நம்பிக்கையும் ஏமாற்றங்களும்	59
நம்பிக்கை அளித்த சில படங்கள்	61
ஏமாற்றமளித்த சில படங்கள்	66
இருட்டுக்குப் பிறந்தவர்களும் தங்கத் தாரகைகளும்	71
பொருளற்ற பாவனைகளின் பீறிடல்	79
மிஷ்கினின் நந்தலாலா	87
எழுத்துப் பிரதியும் திரைப் பிரதியும்	92
நெகிழ்ச்சியின் அழகியல்	102
தயாரிப்பும் படைப்பும்	109
அனுபவமாக மாறாத பதிவுகள்	112

நூறாண்டுப் பயணத்தில் பதித்த தடங்கள்	115
காலம் காத்திருக்காது	132
ஒரு சிக்கலை எப்படி அணுகக் கூடாது?	138
ஒற்றைப் பரிமாணத்தின் வீச்சு	146
கட்டுடையும் பிம்பங்கள்	151
பிளவுகளை அதிகரிக்கும் பிம்பங்கள்	155
ஒரு குரல்கூட எழவில்லையே...	159
சாதனைகளும் போதாமைகளும்	163
கட்டுக்கோப்பும் கட்டுடைப்பும்	170

முன்னுரை

இலக்கியக் கட்டுரை எழுதுபவராக அரவிந்தன் எனக்குச் சிற்றிதழ்களில் அறிமுகமானார். அவரை அவ்வாறு அறிந்துகொண்ட சிறிது காலத்திலேயே அவரது சினிமா கட்டுரைகளையும் படிக்க நேர்ந்தது. இலக்கிய அக்கறை மிகுந்தவர்கள் பலரும் திரைப்படம் பற்றி எழுதுவதும் இங்கு ஒரு மரபின் நீட்சியாகவே கருதப்படுகிறது. ஆனால் தமிழ் இலக்கியப் படைப்பிற்கு விமர்சனம் எழுதுவது என்பதும், தமிழ்த் திரைப்படத்திற்கு விமர்சனம் எழுதுவது என்பதும் பொதுவான தர அளவுகோல்களின் வெவ்வேறு பரிமாணங்கள் என்று கொண்டுவிட முடியாது. விமர்சன இலக்கியப் படைப்பைத் தீவிரத்துடன் அணுகாவிட்டால் அது சிறந்த வாசக/விமர்சக அனுபவமாகாது. ஆனால் அதே தீவிரத்துடன் பெருவழக்குத் திரைப்படங்களை அணுகுவதில்லை அல்லது அவ்வாறு அணுக முடிவதில்லை. பெரு வழக்குப் படங்கள் எத்தகைய சமரசங்களை ஏற்றுக் கொண்டிருக்கின்றனவோ அதே சமரசங்களைப் பரிவுடன் ஏற்கிற அல்லது அவற்றை அறிந்துகொண்டுள்ள மனோ பாவத்தைத் திரைப்படப் பார்வையாளர்/விமர்சகர் கொண்டிருப்பது தவிர்க்கவியலாததாகிறது. அரவிந்தனின் இலக்கியம் மற்றும் திரைப்படம் பற்றிய கட்டுரைகளில் இவ்வித நிலைப்பாடுகள் தெளிவாகக் கிடைக்கின்றன. கலைப் படங்கள் என்று சொல்லப்படுகிற பெருவழக்குப் படங்களுக்கு மாற்றான படங்களைப் பற்றி உறுதியான கட்டமைக்கப்பட்ட கோட்பாடுகள் வாயிலாக விமர்சனங் களை எழுப்ப முடியும் என்பதையும் அரவிந்தன் அறிந்துள்ளார். ஆனால் தொடர்ந்து ஒரு நிர்ப்பந்தப் படுத்தலுடன் வெகுஜனத்திற்காக எடுக்கப்படும் படங்களை

விமர்சிக்கும்போது அவ்வாறெல்லாம் அவரால் இயங்க முடியவில்லை.

மக்களிடையே பிரபலமான சமீபத்திய படங்களைப் பற்றிய அவரது கட்டுரைகளின் தொகுப்பு இந்நூல். அப்படங்களைப் பற்றிய அவரது இறுக்கத் தளர்வான கருத்துகள் யாவை? கறாரான கருத்துகள் யாவை? என்பதை உற்று நோக்குவதன் மூலம் அவரது திரைப்பட விமர்சனக் கண்ணோட்டம் எத்தகையது என்பதைப் புரிந்துகொள்ளலாம். இலக்கியத்தின் கூறுகள் பலவற்றையும் கொண்டுள்ளது திரைப்படம். எனவே யதார்த்தங்கள், அவற்றின் நம்பகத் தன்மையான வெளிப்பாடுகள், கதாபாத்திரங்களின் உளவியல் அறம் ஆகியன சார்ந்த நடத்தைகள் மற்றும் வணிகப் போக்குக்கு இடங்கொடாமை போன்ற பொதுவான இலக்கிய விமர்சனத்திற்குரிய கோட்பாடுகள் வாயிலாகத் திரைப்படத்தை அவர் அணுகுவது தெரிகிறது. திரைப்பட மொழி என்பதை அவர் திரைக்கதை எவ்வாறு திரையில் சொல்லப்படுகிறது என்பதன் வாயிலாக நிறுவ முயல்கிறார்.

மிஷ்கினின் 'நந்தலாலா' படத்தைப் பற்றி அவர் முக நூலில் தந்துள்ள விளக்கங்களும் அதற்கான எதிர்வினைகளும் ஒரு கட்டுரையில் தரப்பட்டுள்ளன. படங்களில் வரும் செயற்கைத் தன்மைகள் தவிர்க்கவியலாதவை என்றும், அவை நீக்கப்பட்ட இலக்கியப் படைப்புகள் உண்டா என்று அப்பாவித்தனத்துடன் வினாக்களை எழுப்பும் ஒரு நண்பருக்கு அரவிந்தன் மென்மையான ஆனால் உறுதியான முறையில் விளக்கங்களைத் தருகிறார். இயல்பானதும் இலக்கியத் தரமானதுமான படைப்புகளுக்கு அசோகமித்திரன் கதைகளை உதாரணம் காட்டுகிறார்.

திரைப்படங்களைப் பற்றி விமர்சிக்கும்போது அவற்றின் கதை பாடல்களின் தாக்கம் பற்றிய விவாதங்களுக்கு அழைத்துச் சென்று வாசகர்களைத் தாங்களாகவே புரிதலை மேற்கொள்ளுமாறு செய்கிறார். இன உணர்வைச் சித்திரிப்பதென்பது ஒரு யதார்த்த நிலைப்பாடு என்னும் வகையில் சரி. ஆனால் அது சித்திரிப்பு என்பதற்கு மேலாக இன உணர்வைத் தூண்டுவதாக இருப்பது தவறானது என்கிறார். வித்தியாசமான படங்கள் என்று பாராட்டப்படும் படங்களின் மீது படிந்துள்ள திரையை விலக்கி அவற்றில் செயல்படும் வழக்கமான கூறுகளை வெளிக்கொணர்கிறார். 'நான் கடவுள்' பற்றிய அவரது விமர்சனத்தில் பாலாவின் படைப்புத் திறனை வெகுவாகச் சிலாகிக்கிறார். ஆனால் கொடியவர்களை

வீழ்த்தும் மாமூல் கதாநாயகர்களைப் போலவே பாலாவின் அகோரி சாமியாரும் சம்ஹாரம் புரிகிற அவதார புருஷனாகவே வார்க்கப்பட்டிருப்பதை ஒரு பெருங்குறையாகச் சுட்டுகிறார். கலைப் படைப்பு என்பது கலைஞனுக்கு நினைத்த நேரத்தில் வாய்க்கக்கூடிய எளிதான காரியம் இல்லை என்பதையும் அவர் 'காஞ்சிவரம்' விமர்சனத்தின் மூலம் வெளிப்படுத்து கிறார். ஒரு இயக்குநர் தான் இதுவரை எடுத்த படங்களிலிருந்து முற்றிலும் வேறான ஒரு படத்தை எடுக்க நினைத்தாலும் அவர் சென்ற தடங்களைவிட்டு முற்றாக வெளிவர இயலாது போவது பற்றியும் அவர் எழுதுகிறார். ஆனால் அதே சமயம் அப்படத்தில் தான் ரசித்த காட்சிகளையும் குறிப்பிடுகிறார். சொல்லப்போனால் எவ்வளவு கடுமையாக விமர்சனங்களை வைத்தாலும் ரசிக்கத்தகுந்த அம்சங்கள் அவற்றினூடே தென்படின் அவற்றைக் கொண்டாடுகிற விதமாகக் குறிப்பிடு கிறார். இயக்குநர் பணி செவ்வனே நடைபெறவில்லை என்பதற்காகப் படத்தில் பணிபுரிந்த பிற கலைஞர்களை அவர் உதாசீனம் செய்வதில்லை. மணிரத்னத்தின் 'ராவணன்' படத்தில் இயக்குநரின் குறைபாடுகளை விமர்சிக்கும் அரவிந்தன் ஒளிப்பதிவாளர், நடிகர்கள், பின்னணிப் பாடகர்கள் ஆகியோரின் பங்களிப்பைத் தவறாது பாராட்டுகிறார். அதே சமயம் இயக்குநர்கள் தங்கள் படைப்புகளைப் பற்றி உயர்வு நவிற்சியுடன் பேசுவதைத் தீவிரமாக ஆராய்கிறார். அவ்வாறான தம்பட்டங்கள் படங்களுக்குப் பொருந்தி வருகின்றனவா என்று பார்க்கிறார். செயற்கைத் தன்மைகளையும் வியாபார நோக்கங் களையும் பழமைப் பார்வைகளையும் படங்கள் தங்கள் கதை சொல்லலின் மூலம் எவ்வாறெல்லாம் சாமர்த்தியமாக ஒளித்துக் கொண்டுள்ளன என்பதை அவர் திறமையுடன் வெளிக்கொணர் கிறார். ஆஸ்கர் விருதுகள் பெற்ற 'ஸ்லம்டாக் மில்லியனர்' பற்றிய அவரது விமர்சனத்தை இதற்கு ஒரு எடுத்துக்காட்டாகக் கூறலாம். எல்லோராலும் புகழப்படும் படங்கள் பற்றிய தனது தனித்த பார்வையையும் அவரது கட்டுரைகளில் காண முடிகிறது.

கலைப் படங்களைப் பற்றி இதில் கட்டுரைகள் இல்லை. எடுத்த எடுப்பில் அவற்றைப் பற்றி அவர் நினைவுபடுத்துவதும் இல்லை. ஆனால் கலைப்படங்களை மனத்தளவில் உச்சங் களாகக் கொண்டிருப்பதால் அத்யாவசியத் தேவை ஏற்படும் போது அவற்றைப் பற்றித் தீவிரத்துடன் எழுதுகிறார். சற்றுக் கூடுதலாகத் தன் பார்வையில் நம்பிக்கை அளிப்பவர்களாகத் தோன்றும் இயக்குநர்கள் வருங்காலத்தில் சமரசங்களற்ற தீவிரமான படத்தை உருவாக்க இயலும் என்று நம்புகிறார்.

இத்தகைய பரிவான விமர்சனம் கலைப்படங்களை நோக்கி அவர்கள் பயணிக்கக்கூடும் என்கிற எதிர்பார்ப்பிலிருந்து எழுகிறது.

'ஆரண்ய காண்டம்', 'ஆடுகளம்' ஆகிய படங்கள் விமர்சனத்திற்குட்பட்டவை என்றாலும் அவற்றை இயக்கிய இயக்குநர்கள் நம்பிக்கைக்குரியவர்களாக அவருக்குத் தென்படுகிறார்கள். உன்னதப் படங்கள் என்று அவர் சொல்லவரும் பொழுது அகிரா குரோசவா, சத்யஜித் ராய், அடூர் கோபால கிருஷ்ணன் போன்ற இயக்குநர்களின் பெயர்கள் வெளியே வந்து விழுகின்றன. ஆனால் அவ்வாறான இயக்குநர்களின் படைப்புகள் பற்றி மேலதிகமான தகவல்கள் எதுவும் இந்நூலில் இல்லை என்றாலும் மறைமுகமான தீவிரத்துடன் பல கட்டுரைகளிலும் அவரது ஆதர்ச நோக்கு வெளிப்படுகிறது. நூறாண்டு பயணத்தில் பதித்த 'தடங்கள்' கட்டுரையில் தமிழ் சினிமாவின் மொத்தப் பரப்பினையும் அவர் இந்தப் பின்னணியில் பார்க்கிறார். தமிழ் சினிமாவின் மைல் கற்கள், சாதனையாளர்கள் என்பனவற்றையெல்லாம் விரைவுடனும் சுருக்கமாகவும் அவர் பட்டியலிடும்போது அதன் போதாமைகள் பற்றியும் பல கோணங்களில் ஆராய்வது தெரிகிறது.

தமிழ்த் திரைப்பட விமர்சகர்கள், சாதனைகள் நிகழ்த்தப் படாமல் போவதற்குச் சாதிக்கத் தவறியதாக அவர்கள் நினைக்கும் தனிநபர்கள் மீதே குற்றம் சாட்டிக்கொண்டிருப்பது மரபு. ஆனால் அரவிந்தன் இங்கு நிலவுகிற சூழலை அவற்றிற்குப் பொறுப்பாக்குகிறார். சூழல் என்பது பொதுவான ஒரு ஜனத்திரள் அல்ல. சரித்திர வரையறைக்குட்பட்ட ஒரு காலத்துச் சமூகமே சூழல் என்று குறிக்கப்படுகிறது. தவறுகளுக்கும் சறுக்கல்களுக்கும் விபரீதங்களுக்கும் தனிமனிதர்களும் அவற்றை முன்னிறுத்தும் அமைப்புகளுமே விமர்சனத்திற்கு இலக்காகின்றன. காசு வாங்கிக்கொண்டு ஓட்டுப் போட்டாலும் மக்கள்மீது குற்றம்சாட்டக் கூடாது. கலை பற்றிய விழிப்புணர்வு மக்களுக்கு ஏற்படவில்லை என்பது மக்களைப் பற்றிய விமர்சனமும்தானே. தகவல் தொடர்புகள் பெருகியுள்ள இக்காலத்தில் தாமாகவே பலவற்றையும் அறிந்துள்ள மக்கள் கலை பற்றிய அறிவு மட்டும் தங்களுக்கு மறுக்கப்படுகிறது என்று இனிமேலும் சொல்வதில் எந்த அளவிற்கு நியாயம் உள்ளது? இந்தியாவின் பிற மாநிலங்களில் ஏற்பட்டுள்ள விழிப்புணர்வு இங்கே ஏற்படவில்லை என்பது எதைக் காட்டுகிறது? ஆனாலும் ரசிகர்கள் புதுமையை ஏற்கும் மனோபாவத்திற்குத் தடையாக இருக்கிறவர்கள் என்று

அரவிந்தன் நம்பவில்லை. பெருவழக்குப் படங்களின் வித்தியாச மான போக்குகள் மக்களால் வரவேற்கப்படுவதை அவர் நூல் நெடுகக் குறித்துள்ளார்.

திரைப்படங்கள் தவிர நிகழ்த்துகலை பற்றிய சில கட்டுரைகளும் நூலின் இறுதியில் இடம்பெற்றுள்ளன. சென்னைச் சங்கமம் பற்றி ஒரு நீண்ட கட்டுரை உள்ளது. நாட்டுப்புறக் கலைகள் பற்றி நகர் வாழ் மனிதர்களுக்கு ஏதோ ஒரு வகையில் சிறு பரிச்சயம் ஏற்பட அந்நிகழ்ச்சிகள் உதவின என்று கூறலாம். கூடவே விமர்சனங்களும் எழுந்தன. சங்கமம் நிகழ்ச்சிகள் அரசாங்க ஆதரவுடன் கோலாகலமாகப் பூங்காக் களிலும் கடற்கரைகளிலும் மைதானங்களிலும் நடைபெற்றன. சென்னையில் எந்த ஒரு கலைக் குழுவும் பொது இடம் ஒன்றில் சுலபமாக ஒரு நாடகத்தையோ நடனத்தையோ நிகழ்த்திவிட முடியாது என்கிற யதார்த்தச் சூழலில் சாதாரணக் குடிமக்களுக்கு மறுக்கப்படும் ஜனநாயக உரிமைகள் பற்றிச் சங்கமம் நிகழ்ச்சிகள் வாயிலாக விவாதங்கள் எழுந்தன.

அரவிந்தனின் கட்டுரைகள் எதுவும் ஏற்கெனவே எழுதப் படாத பொருள்கள் பற்றியன அல்ல. இதில் விமர்சிக்கப் பட்டுள்ள திரைப்படங்கள் நிகழ்த்துகலை நிகழ்வுகள் ஆகியன பற்றிப் பலரும் எழுதியுள்ளனர். அவற்றிலிருந்தெல்லாம் அவரது விமர்சனங்கள் வேறுபட்டு நிற்கக் காரணம் தற்சார் புடையதும் மிகையானதுமான கருத்துகள் அவ்விமர்சனங் களில் இல்லை என்பதே. கலை உன்னதங்கள் பற்றி அவர் கொண்டிருக்கும் புரிதலை முன்வைத்துப் படைப்புகளை விவாதத்திற்குட்படுத்தி அவற்றிக்கான இடம் என்ன என்பதைத் தீர்க்கமாக நிறுவுவதில்தான் அவரது தனித்த விமர்சனக் கண்ணோட்டம் வெளிப்படுகிறது.

சென்னை
ஜூன் *25, 2013*

அம்ஷன் குமார்

என்னுரை

சினிமாவும் நானும்

சினிமாவுக்கும் எனக்கும் இடையேயான உறவு இயல்பானதல்ல. இலக்கியமே என்னுடைய மனதுக்கு நெருக்கமான கலை வடிவம். சிறு வயது முதலே சினிமா பார்க்கும் ஆர்வம் இருந்தது என்றாலும் சினிமா என் வாழ்வின் தவிர்க்க முடியாத அங்கமாக இருந்ததில்லை. தமிழ் சினிமாவைப் பொறுத்தவரை அது கேளிக்கை அம்சமாக மட்டுமே மனத்தில் பதிவாகியிருக்கிறது. இலக்கிய ரசனை கூர்மை பெற்ற பிறகு தமிழ் சினிமாவின் மீதான ஒவ்வாமையும் வளர்ந்து வந்தது. ஒரு கட்டத்தில் சில படங்களைப் பார்த்த அனுபவம் சில ஆண்டுகள் சினிமாவின் பக்கமே போகாத அளவுக்கும் ஆக்கியிருக் கிறது. கலை வடிவங்கள் மூலம் தீவிரமான அனுபவங் களைப் பெற விழையும் ஒருவருக்குத் தர தமிழ் சினிமா வில் பெரிதாக ஏதும் இல்லை என்பதாலும், என் கவனம் அதிகம் இலக்கியத்தின் பக்கமே இருந்ததாலும் தமிழ் சினிமாவைப் பார்க்காமல் இருந்ததை நஷ்டமாகக் கருத மனம் இடம் கொடுக்கவில்லை. தமிழ் சினிமாவை இவ்வளவு தீவிரமாக எடுத்துக்கொள்ள வேண்டாம் என்னும் நெகிழ்வு பின்னாளில் ஏற்பட்டதன் விளைவாகத் தொண்ணூறுகளின் இறுதியில் மீண்டும் தமிழ் சினிமா வின் பக்கம் கவனம் திரும்பியது. அப்போதும் முக்கிய மானது என்று சொல்லப்படும் படங்களை மட்டும் தேர்ந்தெடுத்துப் பார்ப்பது என்னும் வழக்கமே இருந்து வந்தது. 2007இல் திரைப்படம் தொடர்பான இணைய தளங்களில் பணிபுரியக் கிடைத்த வாய்ப்பே எல்லாப் படங்களையும் பார்த்தாக வேண்டிய தேவையை ஏற்படுத்தியது. அந்தத் தேவையின் பக்க விளைவே இந்தத் தொகுப்பிலுள்ள பெரும்பாலான கட்டுரைகள்.

என்றாலும் சினிமாவைப் பற்றிய கட்டுரைகளை 2001 இலேயே எழுத ஆரம்பித்துவிட்டேன். சுந்தர ராமசாமியின் வீட்டுக்குச் சென்றிருந்த ஒரு சமயத்தில் தங்கர் பச்சானின் ‘அழகி’ திரைப்படம் வெளிவந்திருந்தது. அந்தப் படத்தைப் பார்த்துவிட்டீர்களா என்று கண்ணன் கேட்டார். நான் தலை யாட்டினேன். அது பற்றிக் *காலச்சுவடுக்கு* ஒரு கட்டுரை எழுதித் தர முடியுமா என்று கேட்டார். ஒப்புக்கொண்டேன். அதுதான் சினிமா பற்றிய என் முதல் கட்டுரை. அது பரவலாகப் பாராட்டுப் பெற்றது சிறிது உற்சாகத்தை அளித்தது. அதன் பிறகு ‘அன்பே சிவம்’ பற்றி எழுதினேன். அதுவும் பலரால் பாராட்டப்பெற்றது. அதன் பிறகு அவ்வப்போது சினிமா குறித்த கட்டுரைகளை எழுதத் தொடங்கினேன். 2007க்குப் பிறகு இது அதிகமாயிற்று.

‘அன்பே சிவம்’ பற்றிய கட்டுரையைப் பலரும் பாராட்டிய அதே நேரத்தில் நவீன நாடக ஆளுமையாகவும் இலக்கிய ஆர்வலராகவும் எனக்கு அறிமுகமாகியிருந்த ப்ரஸன்னா ராமஸ்வாமி தெரிவித்த ஒரு கருத்து என்னை மிகவும் சிந்திக்க வைத்தது. திரைப்படம் என்பது அடிப்படையில் காட்சி ஊடகம்; அதை ஏன் நீங்கள் கதையாகவே பார்க்கிறீர்கள் என்று அவர் கேட்டார். இதே போன்ற கருத்தைத் திரைப்பட விமர்சகர் தியடோர் பாஸ்கரனும் வேறொரு இடத்தில் குறிப்பிட்டிருந்த தாக நினைவு. தமிழில் எழுதப்படும் பெரும்பாலான திரை விமர்சனங்கள் திரைக்கதை விமர்சனங்கள்தாம் என்று எழுத்தாளர் ரவிக்குமாரும் சொல்லியிருந்தார். இலக்கியப் பிரதிகளை மதிப்பிடும் கட்டுரைகளையே அதிகம் எழுதியிருக்கும் நான் அதே பாணியில் திரைப்படங்களையும் அணுகுகிறேன் என்றும், இது அடிப்படையிலேயே பிழையானது என்றும் உணர்ந்தேன். திரைப்படங்களைக் காட்சி ஊடகமாகக் கண்டு மதிப்பிட முடியுமா என்பதை அதன் பிறகு பரிசோதித்துப் பார்க்கத் தொடங்கினேன். இந்தக் கட்டுரைகளில் அதற்கான தடயங்களைக் காணலாம். அதில் எந்த அளவுக்கு வெற்றி பெற்றிருக்கிறேன் என்று சொல்ல முடியாவிட்டாலும் அதற்கான தீவிரமான முயற்சியில் இருக்கிறேன் என்று சொல்ல முடியும். ‘காஞ்சிவரம்’, ‘வழக்கு எண் 18/9’ ஆகிய படங்களுக்கு நான் எழுதிய விமர்சனக் கட்டுரைகளை தியடோர் பாஸ்கரனும் ப்ரஸன்னா ராமஸ்வாமியும் பாராட்டினார்கள் என்பதை வைத்து இந்த முயற்சியில் ஓரளவேனும் நான் தேறியிருப்பதாகக் கருதிக்கொள்ள வாய்ப்புக் கிடைத்தது.

உலகளாவிய தளத்தில் திரைப்படம் எட்டியிருக்கும் உயரமும் அதன் வீச்சும் மிக அதிகம். தமிழ் சினிமா அதன் பக்கத்தில்கூட இன்னமும் நெருங்கவில்லை. இங்கே திரைப்

படம் என்பது வெகுஜனக் கேளிக்கை சாதனமாகவே பார்க்கப் படுகிறது. மாறுபட்ட முயற்சிகளையும் இந்தச் சட்டகத்துக் குட்பட்டே நிகழ்த்த வேண்டியிருக்கிறது. மாபெரும் சாதனைகள் நிகழ்த்திய இத்தாலிய, இரானிய, பிரெஞ்ச் மொழிப் படங் களோடு ஒப்பிடக்கூடிய அளவில்கூட இங்கு முயற்சிகள் நடப்பதில்லை. சினிமாவைக் கலை வடிவமாகக் காணும் பழக்கம் தமிழ் வெகுஜனத் தளத்தில் இல்லை என்பதில் ஆச்சரியம் இல்லை. சிறிய அளவில்கூட அதற்கான முயற்சி கள் நடப்பதற்கான சூழல் இங்கே இல்லை என்பதுதான் ஆச்சரியத்தையும் வருத்தத்தையும் ஏற்படுத்தக்கூடிய அம்சம். வெகுஜனத் திரைப்படங்களுக்குள் மிக அரிதாக நிகழும் சிறு சலனமாகவே கலை முயற்சிகள் இங்கே இருக்கின்றன. இந்நிலையில் சினிமாவைக் கலை வடிவமாகப் பார்க்கும் பார்வையாளருக்கோ விமர்சகருக்கோ தமிழ் சினிமாவில் ஆர்வம் எழ வாய்ப்பில்லை.

என்றாலும் கலைச் சாதனங்களில் கலையம்சங்களையும் படைப்புத் திறனையும் நேர்மையையும் செறிவான பார்வையை யும் தொடர்ந்து வலியுறுத்த வேண்டியது இவற்றில் அக்கறை உள்ளவர்களின் கடமை என்பதால் தமிழ் சினிமாவைப் பற்றிப் பேச வேண்டியிருக்கிறது. வெகுஜனப் பண்பாட்டைப் பிரதிபலிப் பதாகவும் அதன் மீது தாக்கம் செலுத்துவதாகவும் தமிழ் சினிமா விளங்குவதாலும் அதைப் பற்றிப் பேச வேண்டியிருக் கிறது. இதன் அடிப்படையில்தான் தீவிர எழுத்தாளர்கள் பலர் தமிழ் சினிமாவை அணுகுகிறார்கள் என்று தோன்று கிறது. இதே அடிப்படையில்தான் இந்தக் கட்டுரைகளும் எழுதப்பட்டுள்ளன.

இந்தக் கட்டுரைகள் *காலச்சுவடு, நாழிகை, திரைக்கூத்து, தமிழ் ஆழி, அகநாழிகை, பொங்குதமிழ்* ஆகியவற்றில் வெளியானவை. இந்த ஊடகங்கள் அனைத்திற்கும் என் மனமார்ந்த நன்றி.

திரைப்படங்களை நான் அணுகும் முறையில் முக்கியமான தாக்கத்தை ஏற்படுத்திய ப்ரஸன்னா ராமஸ்வாமிக்கு இந் நூலைக் காணிக்கையாக்குவதில் மன நிறைவு அடைகிறேன்.

சென்னை **அரவிந்தன்**
ஜூலை 23, 2013

ஸ்லம்டாக் மில்லியனர்: ஒரு பார்வை

இந்திய வறுமையும் இந்தியப் பெருமையும்

ஸ்லம்டாக் மில்லியனர் பற்றிப் பக்கம் பக்கமாக எழுதப்பட்டுவிட்டது. ஸ்லம்டாக் என்னும் தலைப்பிலிருந்து தொடங்கி அது பெற்ற விருதுகள் வரை அது பல விதங்களிலும் சர்ச்சைக்குள்ளாகி வருகிறது. முதலில் கோல்டன் குளோப், பிறகு பாஃப்டா, அதன் பிறகு மைய நீரோட்டப் படங்களின் கனவுக் கிரீடமான ஆஸ்கர். இப்படி எல்லா விருதுகளையும் அள்ளிய இந்தப் படம் ஒரு சுமாரான படம் என்பதைச் சொல்ல ஒருவர் தேர்ந்த திரைப்பட விமர்சகராக இருக்க வேண்டுமென்பதில்லை. இந்தியாவில் பாலிவுட், டோலிவுட் கோலிவுட் என்றெல்லாம் ஹாலிவுட்டைப் பார்த்துப் பச்சை குத்திக்கொண்ட திரைப்படப் பிரிவுகள் ஆண்டு தோறும் ஸ்லம்டாக் போன்ற படங்கள் பலவற்றைப் பல தர நிலைகளில் உருவாக்கித் தள்ளுகின்றன.

உதிரிகளும் பலவீனர்களும் ஏற்றம் பெறுவது சார்ந்த ரொமான்டிக் கற்பனைகள் இந்தியத் திரைக்குப் புதிதல்ல. லகான், சக் தே இந்தியா முதல் பல்வேறு படங்களை இதற்கு உதாரணமாகச் சொல்லலாம். சமீபத்தில் வெளியான வெண்ணிலா கபடிக் குழு படத்தை இத்தகைய படத்துக்கான சிறந்த உதாரணமாகச் சொல்லலாம். ஏழைக் கதாநாயகன் விண்ணைத் தொடும் அளவுக்கு உயரும் மசாலாப் படங்களையும் சற்றே தாராளப் போக்குடன் இந்தப் பட்டியலில் சேர்த்து விடலாம்.

இத்தகைய படங்களில் ஸ்லம்டாக் பெறக்கூடிய இடம் என்ன? கறாரான விமர்சன அளவுகோல்களின்படி பார்த்தால் அதற்கு முதலிடம் தர முடியாது என்பதே நிதர்சனம். திரைக் கதைத் தர்க்கத்திலும் காட்சியமைப்பிலும், லகான், சக் தே இந்தியா, வெண்ணிலா ஆகிய படங்கள் ஸ்லம்டாகைவிடச் சிறந்தவை. தவிர, சக் தே இந்தியாவும் வெண்ணிலாவும் ஸ்லம்டாகை விடவும் யதார்த்தத்துடன் அர்த்தபூர்வமாக உறவு கொண்டுள்ளன. இந்தப் படங்களும் நாடகீயத்தன்மை கொண்டிருந்தாலும் அந்த நாடகீயத்தின் சாரத்தில் பொய்மையோ சில்லறைத்தனமோ இல்லை.

ஸ்லம்டாக் படம் இந்தியச் சேரிகளின் யதார்த்தத்தை முகத்தில் அறைந்தது போலச் சொல்கிறது என்று சொல்லப் படுகிறது. முகத்தில் அறைவது என்னமோ உண்மைதான். ஆனால் சொல்லப்படுவது யதார்த்தம்தானா என்பதில் சந்தேகம் இருக்கிறது. இந்தியச் சேரிகள், குறிப்பாக மும்பையின் தாராவிப் பகுதி, மிகவும் மோசமான வாழ்நிலையைக் கொண்டிருக்கிறது என்பதில் எந்தச் சந்தேகமும் இல்லை. ஒரு வெள்ளைக்காரர் இதைக் காட்டியதற்காக நாம் கூடுதலாக வருத்தப்பட வேண்டிய அவசியமும் இல்லை. இவரை விடவும் வலுவாகவும் யதார்த்த மாகவும் இந்திய வறுமையைச் சத்யஜித் ராயின் படங்களும் ஒருசில வெகுஜனத் திரைப்படங்களும் சித்திரித்துள்ளன. யதார்த்தத்தை யார் சொல்கிறார்கள், ஏன் சொல்கிறார்கள் என்பது முக்கியம்தான் எனினும் அதையெல்லாம் மீறி அந்த யதார்த்தத்துக்கு முகம் கொடுக்க வேண்டியதும் அவசியம்.

ஆனால் இயக்குநர் டேனி பாயல் காட்டும் யதார்த்தம் பொழுதுபோக்குத் திரைப்பட ரசிகர்களின் நுகர்வுக்கேற்பத் திறமையாக வடிவமைக்கப்பட்ட யதார்த்தம். குறிப்பாக, இந்திய யதார்த்தம் குறித்த மேற்கத்திய மனங்களின் முன் தீர்மானங்களுக்கு ஏற்ப வடிவமைக்கப்பட்ட கச்சிதமான சித்திரம். படைப்பாளியின் தேவைக்கு ஏற்ப உருக்கொள்ளும் யதார்த்தம் அது. உதாரணமாக, அமிதாப் பச்சனைப் பார்ப் பதற்காக மலக்குழிக்குள் இறங்கி ஓடும் சிறுவனின் சித்திரம். இப்படிப்பட்ட கழிவறைகள் (?) இருப்பது குறித்து ஒவ்வொரு இந்தியரும் வெட்கப்பட வேண்டும் என்பது ஒரு புறம் இருக்க, அந்தச் சிறுவன் ஓடும் காட்சியைச் சற்றே ஆராய்ந்து பார்த்தால் அது யதார்த்தத்தின் மீது கட்டப்பட்ட புனைவு என்பது புரியும். ஒரு சிறுவன் கழிவறையின் குழியில் இறங்கி, பூமிக்கு அடியில் ஓடும் மல நீரோட்டத்தினூடே நீந்தியோ நடந்தோ சென்று, தான் போக வேண்டிய இடத்துக்கு அருகில் உள்ள இன்னொரு மலக்குழியின் வழியே வெளியே வருகிறான்.

இது கிட்டத்தட்ட அமிதாப், ரஜினி, விஜய் போன்ற அசாத்திய மான நாயகர்களுக்கு மட்டுமே சாத்தியப்படும் சாகசம். இந்தச் செயலின் நடைமுறை சாத்தியம் பற்றிய கேள்விகளை எழ விடாமல் செய்வது அந்தக் காட்சியின் அதிர்ச்சியூட்டும் தன்மை.

இதுபோலவே பல காட்சிகளைக் குறிப்பிட முடியும். வறுமையில் வாடும் சிறுவர்கள் பிச்சைக்காரர்களாக்கப்படும் குரூரமான நடைமுறை பற்றிய சித்திரிப்பு நன்றாக இருக்கிறது. இந்தியா போன்ற நாடுகளில் பிச்சைக்காரர்களை உருவாக்கி அவர்களை வைத்துப் பிழைக்கும் ஈனத் தொழில் பல விதங் களில் நடப்பதால் ஒவ்வொரு பகுதியிலும் ஒவ்வொரு விதமான யதார்த்தம் நிலவுகிறது. இந்நிலையில் திரையில் காட்சிப்படுத் தப்படும் யதார்த்தம் நாம் கண்ட யதார்த்தம் போல இருக்கிறதா என்று பார்க்காமல் அதற்கான நம்பகத்தன்மையுடன் முன் வைக்கப்பட்டிருக்கிறதா என்பதை மட்டும்தான் நாம் பார்க்க முடியும். அந்த வகையில் இது யதார்த்தமான சித்திரிப்பு என்று சொல்வதில் தவறில்லை. ஆனால் அடுத்தடுத்த கட்டங் களில் அந்தச் சித்திரிப்பு வகைமாதிரித் தன்மைக்குள் புகுந்து வெகுஜனத் திரைப்படங்களுக்கே உரிய சுவாரஸ்யத்துடன் மனதைத் தொட முயல்கிறது. முக்கியப் பாத்திரங்களாக வரும் சிறுவர்கள் தப்பிச் செல்லும் காட்சியை இதற்கு உதாரண மாகச் சொல்லலாம். அந்தப் பெண் ஒரு விபச்சார விடுதியில் காணப்படுவதும் அத்தகையதே. நாயகன் கோடீஸ்வரன் நிகழ்ச்சியைப் பற்றி அறிந்துகொள்வதும் அதில் கலந்து கொள்வதும்கூட இந்தப் பட்டியலில் கட்டாயம் இடம்பெற்றாக வேண்டிய வெகுஜன ரசனைக்குரிய நாடகங்கள்தாம். போட்டியின்போது தொலைபேசி மூலம் நண்பரை அழைத்து உதவி கோரும் கட்டத்தில் அந்தத் தொலைபேசியை நாயகனின் காதலி எடுப்பதற்கான முஸ்தீபுகளின் நாடகீயத் தன்மைகளும் அந்தப் பெண்ணின் கை அந்தக் கைபேசியைப் பற்றும் தருணத்தின் பரவசமும் வெகுஜனத் திரைப்படங்களின் அச்சு அசலான உத்தி.

சுவாரஸ்யமான இந்த நாடகங்களில் மறைந்துபோகும் யதார்த்தம் ஒருபுறம் இருக்க, நாடகத் தன்மை குறைவான இடங்களிலும் யதார்த்தம் அடி வாங்குகிறது. பார்வை இழந்த சிறுவன் அமெரிக்கக் கரன்ஸியில் அச்சிடப்பட்டுள்ள பெஞ்சமின் ஃப்ராங்க்ளின் பற்றி எப்படித் தெரிந்துகொண்டான் என்பதைப் படம் தெளிவுபடுத்தவில்லை. அந்தக் காட்சியின் உணர்வுபூர்வமான சித்திரிப்பு இந்தக் கேள்வியை விலக்கக்கூடிய தன்மை படைத்தது. மலக்குழியில் யதார்த்தத்தைப் பற்றிய

கேள்வியை எழவிடாமல் செய்வது அதன் அதிர்ச்சியூட்டும் தன்மை என்றால் இங்கு அதற்குப் பயன்படுத்தப்படுவது கழிவிரக்கம்.

கோடீஸ்வரனாவதற்கான வினா விடைப் போட்டியில் நாயகன் எதிர்கொள்ளும் கேள்விகளுக்கான விடைகள் அவன் வாழ்வனுபவங்களிலிருந்தே கிடைப்பதாகக் காட்டியிருப்பது ஒரு புனைவு உத்தி என்னும் வகையில் சிறப்பானதுதான். ஆனால் கேள்விகள் பெரும்பாலும் அவன் வாழ்க்கையின் கால ஓட்டத்திற்கேற்ப – பின்னோட்டத்தில் அவன் கதையைச் சொல்வதற்கு வசதியாக – வந்து விழும் அதிசயத்தை என்ன வென்று சொல்ல!

❍

இந்த இடத்தில் ஒரு விஷயத்தைச் சொல்ல வேண்டும். இந்தப் படம் இந்தியாவின் வறுமையைக் கடைச் சரக்காகப் பயன்படுத்திக்கொண்டிருக்கிறது என்னும் விமர்சனம் தன்னளவில் வலுவானதல்ல. சித்திரிப்பின் நோக்கம் சார்ந்து அதன் மதிப்பு உருவாவதைப் போலவே அது சார்ந்த விமர்சனமும் அதன் நோக்கம் சார்ந்தே மதிக்கப்பட வேண்டும். இந்தியாவின் அவலங்களை ஆவணப்படுத்திய மதர் இந்தியா நூலை எழுதிய டாக்டர் மேயோவைக் காந்தியடிகள் சாக்கடை மேஸ்திரி என்று சொன்னார். அவரது கண்ணோட்டம் இந்திய யதார்த்தத்துக்கு முகம் கொடுக்காத மேட்டுக்குடி மனப்பான்மையின் போலிப் பெருமிதத்திலிருந்து உருவானதல்ல. இந்தியக் கிராமங்களிலும் சேரிகளிலும் முறையான கழிவறைகள் இருக்க வேண்டியதன் அவசியம் உள்ளிட்ட பல சீர்திருத்தங்கள் பற்றி முதலில் பேசியவர் காந்தி. அவற்றை நடைமுறைப்படுத்த செயல்திட்டம் வகுத்தும் அவர் செயல்பட்டார். கழிவறைகள் அமைப்பது மற்றும் அவற்றைத் தூய்மையாகப் பராமரிப்பது குறித்துக் கிராமத்து மக்களுக்குப் பயிற்சி அளித்தவர் அவர். மேயோவின் நூல் மீதான அவரது கோபம் நிஜமான அக்கறையிலிருந்தும் விமர்சனம் செய்பவரின் நோக்கம் குறித்த கூர்மையான மதிப்பீட்டிலிருந்தும் உருவானது. டேனி பாயல் காட்டும் அவலம் கண்டு மானம் போகிறது என்று கொதிப்பவர்களில் பலர் தங்கள் கண்ணெதிரில் வாழும் அவலங்கள் குறித்த சலனம் எதுவும் இன்றி அன்றாடம் அவற்றைக் கடந்து செல்லும் போலிகள். அரசியல்வாதிகளைத் திட்டுவதோடு அவர்களது சமூகப் பொறுப்புணர்வு முடிந்துபோகிறது. உண்மையிலேயே அவ்வளவு அவமானமாக இருந்தால் காந்தியைப் போலக் களத்தில் இறங்கி இவர்கள் ஒரு நாளாவது வேலை செய்யட்டும்.

பொருட்படுத்த தகுதியற்ற போலி ரோஷங்கள் இரு புறம் இருக்க, டேனி பாயலின் நோக்கம் குறித்து அவரது சித்திரிப்பின் தன்மை சார்ந்து பேசுவதற்குச் சில விஷயங்கள் இருக்கின்றன. சமூகத்தின் கடை நிலையில் இருப்பவன் உயரத்திற்கு வரும் கதை என்பதால் கடைநிலை வாழ்வின் யதார்த்தங்களை அவர் காட்ட வேண்டியிருக்கிறது என்பதை ஏற்றுக்கொள்ளலாம். அதே சமயம், எந்த மும்பையில் இந்தச் சேரி அமைந்திருக்கிறதோ அதே மும்பையில் இந்தியாவின் பொருளாதார, உள்கட்டமைப்பு வளர்ச்சி சார்ந்த தடயங்களும் காணக் கிடைக்கின்றன. இவை டேனி பாயலின் கண்களில் படவில்லை. மும்பைச் சேரிப் பகுதியின் அழுக்கை அடிக் கோடிட்டுக் காட்டுவதற்காகவாவது மும்பையின் அழகிய முகத்தையும் அவர் காட்டியிருக்கலாம். எல்லாமே சேர்ந்தது தான் மும்பை. இயக்குநர் ப்ரியதர்ஷன் ஒரு பேட்டியில் சொன்னதுபோல, 'மும்பையின் அழகைக் காட்டும் ஒரு 'ஷாட்'டைக்கூடப்' படத்தில் பார்க்க முடியவில்லை. சேரியிலேயே மையம் கொண்டு அங்கேயே இயங்கும் படமாக இருந்தாலும் இதை ஏற்றுக்கொள்ளலாம். ஆனால் பல காரணங் களுக்காகப் பல இடங்களுக்குப் பயணிக்கும் திரைக்கதையில் மும்பையின் சாதகமான எந்த அம்சத்திற்கும் அநேகமாக இடமில்லை. நான் கடவுள் படத்தில் பிச்சைக்காரர்களை வைத்துப் பிழைப்பு நடத்தும் ஈன வியாபாரிகளையும் அவர் களிடம் அடி வாங்கி நாளும் செத்துக்கொண்டிருக்கும் பிச்சைக் காரர்களையும் காட்டும் காமிரா, அங்கிருந்து வெளியே வரும்போது நிலவொளியில் மின்னும் மலையடிவாரத்துச் சிற்றோடையின் அழகை இயல்பாகப் பதிவு செய்கிறது. அதுபோன்ற ஒரு காட்சியைக்கூட ஸ்லம்டாக் படத்தில் காண முடியவில்லை என்பது தற்செயலான விஷயமாக இருக்க முடியாது. படத்தை உருவாக்கியவர்கள் எத்தகைய யதார்த்தத்தை யாருக்கான நுகர்பொருளாகச் சித்திரிக்க விரும்புகிறார்கள் என்பது குறித்த கேள்விகள் எழுவதையும் தவிர்க்க முடியாது. இந்தியா பற்றிய ஒற்றைப் பரிமாணப் புரிதலைப் போற்றிப் பாதுகாக்கும் மேற்கத்திய மனங்களைத் திருப்திப்படுத்தும் வகைமாதிரிச் சித்திரிப்பு இது என்று சொல்வது மிகையானதாக இருக்க முடியாது.

○

வெகுஜனத் திரைப்படங்களின் வெற்றிச் சூத்திரத்தின் எல்லைகளுக்குள் திணிக்கப்படும் யதார்த்தம், தர்க்கத்தைவிட சுவாரஸ்யத்துக்கும் நாடகீயத் தன்மைக்கும் முக்கியத்துவம் கொடுக்கும் திரைக்கதை, மனித வாழ்வின் அகம் சார்ந்த அவதானிப்பைக் காட்டிலும் புறத்தோற்றம் சார்ந்த எளிமைப்

படுத்தப்பட்ட சித்திரிப்பில் கவனம் செலுத்தும் மேம்போக்கான படைப்பு மனம் ஆகிய தன்மைகள் கொண்ட படம்தான் ஸ்லம்டாக். சுவையான திரைக்கதை அமைப்பு, பொருத்தமான பின்னணி இசை, நேர்த்தியான ஒளிப்பதிவு, யதார்த்தத்தின் ஒரு முகத்தை அப்பட்டமாகக் காட்டும் முயற்சி, நம்பகமான நடிப்பு ஆகிய சாதகமான அம்சங்கள் இருந்தும் மேலே சொன்ன குறைகளால் இது ஒரு சராசரி மைய நீரோட்டப் படமாகவே தேங்கிவிடுகிறது.

இப்போது, இத்தகைய ஒரு படம் இத்தனை விருதுகளைப் பெற்றது எப்படி என்ற கேள்வி எழுகிறது. இந்தச் சமயத்தில் தாரே ஜமீன் பர், ஜோதா அக்பர் போன்ற படங்களோடு ஒப்பிட்டு, இந்தப் படங்களுக்கு விருது கொடுத்திருக்கலாமே என்னும் குரல்கள் எழுவதையும் கேட்க முடிகிறது. இந்தப் படம் ஆங்கிலத்தில் எடுக்கப்பட்டது என்பதை மறந்துவிடக் கூடாது. தாரே ஜமீன் பர் போன்ற இந்திப் படங்கள் வெளி மொழிப் படங்கள் என்னும் பிரிவில்தான் போட்டிக்குச் செல்ல முடியும். அந்தப் படங்களுக்கும் வேறு பிரிவின்கீழ் வரும் ஸ்லம்டாகுக்கும் போட்டி இல்லை என்பதால் இத்தகைய ஒப்பீடுகள் அர்த்தமற்றவை. ஆனால் ஸ்லம்டாகின் பிரிவில் இடம்பெற்ற த க்யூரியஸ் கேஸ் ஆஃப் பெஞ்மின் பட்டன், த ரீடர் முதலான படங்களைப் பார்க்கையில் இந்தத் தேர்வு நியாயப்படுத்தக்கூடியதாக இல்லை என்றே பல விமர்சகர்களும் கருதுகிறார்கள்.

அப்படியானால் இந்தப் படத்திற்கு விருதுகள் எப்படிக் கிடைத்தன? இந்தப் படத்தின் தரத்தை வைத்துப் பார்க்கையில் விருதுக்குப் பின்னால் செயல்பட்டிருக்கக்கூடிய மனோ பாவங்கள் குறித்த சில சந்தேகங்கள் தவிர்க்க முடியாமல் எழுகின்றன.

சமீப காலமாக இந்தியப் படங்களுக்கான சர்வதேச மதிப்பு கூடியிருக்கிறது. சென்ற ஆண்டு வெற்றி பெற்ற சிங் ஈஸ் கிங், கஜினி போன்ற படங்களின் வசூலில் கணிசமான பகுதி வெளிநாட்டுச் சந்தையிலிருந்து கிடைத்தது. அதிலும் கஜினி, திட்டமிட்டு உருவாக்கப்பட்ட கவனத்தினாலும் திறமை யான சந்தைப்படுத்தலாலும், வெளியான இரண்டே வாரங் களுக்குள் 200 கோடி ரூபாய் வசூல் செய்தது. அதன் பட்ஜெட் சுமார் 60 கோடி. இப்போதெல்லாம் இந்திய மொழிகளில் வெளியாகும் பெரிய நட்சத்திரங்களின் படங்கள் வெளிநாடு களின் வசூலையும் முக்கிய இலக்காகக் கொண்டிருக்கின்றன. உலகமெங்கும் இந்தியர்கள் பரவிக் கிடப்பதும் அவர்கள் பொருளாதார ரீதியில் ஓரளவு வசதி படைத்தவர்களாக

இருப்பதும் இதற்குக் காரணம். தவிர, வெளிநாட்டு இந்தியர்களின் பொதுவான ஆர்வங்களாகக் கோவில் சார்ந்த நடவடிக்கைகளும் சினிமாவும் இருக்கின்றன. எனவே இவர்களைக் குறிவைத்துப் படம் எடுப்பது பொருளாதார ரீதியில் புத்திசாலித்தனமான உத்தி என்பது நிதர்சனமான உண்மை.

75 கோடி பட்ஜெட்டில் உருவான ஸ்லம்டாக் இதுவரை 800 கோடி ரூபாய் வசூல் செய்திருக்கிறது. அதில் கிட்டத்தட்ட 700 கோடி வெளிநாட்டுச் சந்தைகளிலிருந்து கிடைத்தது. இந்தியர்கள் பெருமளவில் இடம்பெற்ற ஒரு இந்தியப் படத்துக்கு எக்கச்சக்கமான விருதுகளும் வரலாறு காணாத உலகளாவிய கவனமும் கிடைத்திருக்கின்றன. இதன் விளைவாக இதன் வசூல் சாதனை அளவைத் தொட்டிருக்கிறது. நாளைக்கு இன்னொரு ஆங்கிலேய அல்லது அமெரிக்க இயக்குநர் இந்தியாவுக்கு வந்து ஷாரூக்கான், ஆமீர்கான், ஐஸ்வர்யா ராய், காத்ரீனா கைஃப், ரஜினிகாந்த் ஆகிய யாரையேனும் வைத்து ஆங்கிலப் படம் எடுத்தால் அதற்கு இந்தியாவிலும் வெளிநாடுகளிலும் அமோக ஆதரவு கிடைக்கும் என்று நம்ப இடம் இருக்கிறது. அதற்கான களத்தை ஸ்லம்டாகுக்குக் கிடைத்த மிகப் பெரிய கவனமும் வெற்றியும் ஏற்படுத்தியிருக்கின்றன என்று சொல்லலாம். இந்தியச் சந்தையை அல்லது இந்தியத் திறமைகளைப் பயன்படுத்திப் பன்னாட்டு நிறுவனங்கள் பணம் சம்பாதிக்க முயல்வதற்கு வழிவகுக்கக்கூடிய நிகழ்வாகவும் இதைப் பார்க்கலாம்.

❍

இந்த நேரத்தில் ஒரு பின்னோட்டம். தொண்ணூறுகளில் இந்தியாவிலிருந்து வரிசையாக உலக அழகிகள் வந்த வண்ணம் இருந்தார்கள். ஐஸ்வர்யா ராய், சுஷ்மிதா சென், ப்ரியங்கா சோப்ரா, டயானா ஹைடன், யுக்தா முகி ஆகியோர் உலக அழகிப் பட்டங்களை வென்று இந்தியாவுக்குப் பெருமை சேர்த்தார்கள். திடீரென்று உலகம் இந்திய அழகை மதிக்கத் தொடங்கியது. இந்தியர்கள் பலர் இது குறித்துப் பெருமித உணர்வை அடைந்தார்கள். ஐஸ்வர்யா ராய் போல, ப்ரியங்கா சோப்ரா போல, சுஷ்மிதா சென் போல நாமும் வர வேண்டும் என்னும் ஆசை இந்திய இளம் பெண்கள் பலருக்கும் ஏற்பட்டது. வர முடியும் என்னும் நம்பிக்கையும் அவர்களுக்கு ஏற்பட்டது.

பணமும் முயற்சியும் இருந்தால் யாரும் அழகியாகலாம் என்ற நம்பிக்கை பெண்கள் மனத்தில் இந்த வெற்றிகளின் மூலமாகவும் அதையொட்டிய ஊடகக் கொண்டாட்டங்களின் மூலமாகவும் விதைக்கப்பட்டது. அழகு என்பது தன்னம்பிக்கைக்கான புதிய மந்திரமாக, முயன்றால் அடையக்கூடிய இலக்காக

உணரப்பட்டது. ஐந்து இந்தியப் பெண்கள் உலக அழகிகளாகத் தேர்வுபெற்றதை ஒட்டி இத்தனை கோடிப் பேர் மனத்தில் அழகுக் கனவுகளை விதைக்க முடியும் என்பது கேட்பதற்குக் கற்பனை போலத் தெரியும். ஆனால் அது ஒரு யதார்த்தம் என்பது இந்தியாவின் சிறு நகரங்களிலும் பெரு நகரங்களிலும் சுற்றிப் பார்த்தால் தெரியும். ஊடகங்களும் பெருமளவில் இந்தப் போக்கிற்குச் சாட்சியாக விளங்குகின்றன.

தேவைக்கு ஏற்ப சேவை *(demand according to the supply)* என்பதுதானே சந்தையின் நிரந்தர விதி. அழகை 'உருவாக்க'வும் மெருகேற்றவும் உத்தரவாதம் அளிக்கும் அழகு நிலையங்கள் நாடு முழுவதும் ஆயிரக்கணக்கில் தோன்ற ஆரம்பித்தன. மேற்கு உலகம் எதை அழகு – குறிப்பாகப் பெண்ணழகு – என்று நினைக்கிறதோ அந்த அழகை அடைவதற்கான முயற்சிகள் சந்தைப்படுத்தப்பட்டன. இடுப்பு, மார்பு, கைகள், கால்கள் என எந்தெந்த அங்கங்கள் எந்த அளவில் இருக்க வேண்டும் என்பது குறித்த தரப்படுத்தப்பட்ட அளவுகோல்கள் கோலோச்சத் தொடங்கின. திரைப்படங்களிலும் விளம்பரங்களிலும் இந்த அளவுகோல்கள் முன்னிலைப்படுத்தப்பட்டன. உடற்பயிற்சி, சிகை அலங்காரம், தோல் பராமரிப்பு, உணவுக் கட்டுப்பாடு ஆகியவை குறித்த 'விழிப்புணர்வு' பெருகியது. இந்தப் புதிய விழிப்புணர்வுக்குத் தீனி போடும் மையங்களும் கூடவே முளைத்தன. கடந்த 15 ஆண்டுகளில் இந்தியாவில் அழகு பராமரிப்புச் சந்தை அடைந்திருக்கும் வளர்ச்சி கண்கூடானது. பிரமிக்கத்தக்கது.

❍

தொண்ணூறுகளில் இந்தியாவில் அழகிகள் 'கண்டு பிடிக்க'ப்பட்டார்கள். அழகு வியாபாரம் பெருகிப் பல பன்னாட்டு உள்நாட்டு நிறுவனங்களின் கஜானாக்கள் நிரம்பின. 2009இல் இந்தியர்களை வைத்து எடுக்கப்பட்ட ஓர் ஆங்கிலப் படம் சிறந்த படமாக மகுடம் சூட்டப்பட்டுள்ளது. அடுத்தடுத்த ஆண்டுகளில் மேலும் சில விருதுகளும் பல முதலீடுகளும் இந்தியத் திரையுலகிற்கு வந்து சேரலாம். இந்தியர்களின் கலைத் திறன் மேற்கு உலகினரால் 'கண்டுபிடிக்க'ப்பட்டுக் கொண்டாடப்படலாம். பல பன்னாட்டு நிறுவனங்கள் மற்றும் உள்நாட்டு நட்சத்திரங்களின் பொருளாதார சாம்ராஜ்யங்கள் விரிவடையலாம். இதற்கும் நல்ல சினிமாவுக்கும் தொடர்பில்லை என்பதை நாம் புரிந்துகொள்ள வேண்டும். இந்தியப் பெருமையாக இதைப் பார்ப்பதில் உள்ள ஏமாளித்தனத்தையும் சேர்த்துப் புரிந்துகொள்ள முயற்சி செய்யலாம்.

காஞ்சிவரம்

யாருடைய கதையைச் சொல்கிறார் ப்ரியதர்ஷன்?

இந்திப் பட உலகில் வணிக சினிமா இயக்குநராக அறியப்பட்ட ப்ரியதர்ஷன் வணிக சினிமாவின் நிர்பந்தங் களிலிருந்து விடுபட்டு எடுத்திருக்கும் படம் காஞ்சிவரம். பட்டுத் துணி நெய்வதற்குப் பேர்போன காஞ்சிபுரத்தில் 1930களில் நடந்த கதையைச் சொல்லும் படம் இது. இரண்டாம் உலகப் போர், மகாத்மா காந்தி கொலை, காஞ்சிபுரத்தில் கம்யூனிஸ்ட் கட்சி உதயம் என்பன போன்ற வரலாற்றுரீதியான சில நிகழ்வுகள் திரைக் கதையில் இடம்பெற்றாலும் அடிப்படையில் இது ஒரு புனைவுதான். 1930களில் காஞ்சிபுரத்தில் நெசவாளர் களின் வாழ்க்கை எப்படி இருந்தது என்ற உண்மையைச் சொல்ல முனையும் புனைவு.

நெசவாளர்களின் வறுமை படத்தின் அடிநாதம். அதிகாரத்தில் இருப்பவர்களின் சுரண்டல் அந்த வறுமை யின் ஆதாரம். என் மகள் கல்யாணத்திற்குப் பட்டுச் சேலை வாங்கித் தருவேன் என்று ஒரு நெசவாளர் சொல்லும்போது ஊரே சிரிக்கிறது. இதுதான் நெசவாளர் கள் வாழ்வின் யதார்த்தம் என்பதை இந்தக் காட்சியில் அழுத்தமாகக் காட்டுகிறார் ப்ரியதர்ஷன். கலைத் திறனும் கைத்திறனும் அற்புதமாக இழையும் அவர்களது திறமைக்கு உரிய கூலியோ அங்கீகாரமோ கிடைக்காத சோகத்தையும் காட்சிப்படுத்துகிறார்.

சிறைத் தண்டனை அனுபவித்துவரும் வேங்கடத்தின் (பிரகாஷ்ராஜ்) மகள் (ஷம்மு) உயிருக்குப் போராடிக்கொண் டிருக்கிறாள். காவலர் சகிதம் அவளைப் பார்த்துவர இரண்டு நாள் பெயிலில் செல்ல அவருக்கு அனுமதி கிடைக்கிறது. கடும் மழையில் பேருந்து புறப்படுகிறது. மழையும் காற்றும் சில வேடிக்கைச் சம்பவங்களும் சேர்ந்து அந்தப் பயணத்தைத் தாமதப்படுத்துகின்றன. பயணத்தினூடே வேங்கடத்தின் நினைவுகளின் வழி விரிகிறது அவரது கதை.

சுரண்டலுக்கும் வறுமைக்கும் ஆளாகிய நெசவாளர்களில் ஒருவன் வேங்கடம். தன் மகளுக்குத் திருமணப் பரிசாகப் பட்டுப் புடவை எடுத்துத்தர வேண்டும் என்பது அவன் கனவு. அவனது சகதொழிலாளர்கள் அனைவரும் அதைக் கேட்டுச் சிரிக்கும் அளவு சாத்தியமற்ற கனவு. அதற்காக அவன் சேர்த்துவைக்கும் பணம் அவன் தங்கைக்காகச் செலவாகிவிடுகிறது. வேறு வழியில்லாமல் அவன் பட்டு நூல்களைத் தவணை முறையில் திருடி யாருக்கும் தெரியாமல் புடவை நெய்துவருகிறான். அவன் மனைவி (ஸ்ரேயா ரெட்டி) சிறிய வயதிலேயே கூட்டத்தில் மிதிபட்டு உடல் நலம் குன்றி இறந்துபோகிறாள்.

மகள் (ஷம்மு) வளர்கிறாள். புடவையும் கொஞ்சம் கொஞ்ச மாக வளர்கிறது. வேங்கடத்தின் போராட்டத்திற்கு இணை கோடாக நெசவாளர்களின் வாழ்வில் உள்ளூர் ஜமீன்தார் ஏற்படுத்தும் தாக்கம் சொல்லப்படுகிறது. சுரண்டலுக்கு எதிராகப் போர்க்கொடி தூக்கச் சொல்லித் தருகிறார் அந்த ஊருக்கு வரும் ஒரு கம்யூனிஸ்ட். போராட்டக் களத்தில் வேங்கடம் முன்னணியில் நிற்கிறான். கூலி உயர்வு கேட்டு வேலைநிறுத்தம் செய்கிறார்கள் நெசவாளர்கள். இதற்கிடையில் வேங்கடத்தின் மகளுக்கும் நண்பனின் மகனுக்கும் திருமணம் நிச்சயமாகிறது. அதற்குள் புடவையை நெய்து முடித்துவிட வேண்டும் என்னும் ஆதங்கத்தில் வேலை நிறுத்தத்தை நிறுத்திக்கொண்டு வேலைக்குத் திரும்பச் சம்மதிக்கிறான் வேங்கடம். ஆனால் காரியம் முடிவதற்குள் கையும் களவுமாகப் பிடிபட்டுவிடுகிறான். தொழிலாளர்களின் துரோகியாகவும் திருடனாகவும் அறியப் பட்டுச் சிறைக்குச் செல்கிறான்.

சுரண்டலின் கொடுமையையும் அன்பின் இதத்தையும் சமமான ஈடுபாட்டுடன் காட்ட முயல்கிறார் ப்ரியதர்ஷன். நெசவாளர்களின் வாழ்க்கை முறையை இயல்பாகக் காட்சிப் படுத்துகிறார். வறுமையையும் சுரண்டலையும் இயல்பாக

எடுத்துக்கொள்ளும் நெசவாளர்கள் விழிப்புணர்வு பெற்றுப் போராட்டத்தில் ஈடுபடுவதும் நம்பகத்தன்மையோடு சித்திரிக்கப் பட்டுள்ளது.

வேங்கடத்தின் கதையினூடே நெசவாளர்களின் வாழ்வைக் காட்ட முனைந்திருப்பதுதான் படத்தின் பலவீனம். வேங்கடத் தின் பிரச்சினை சராசரி நெசவாளர்களின் பிரச்சினை அல்ல. நெசவாளர்களின் வாழ்வாதாரப் பிரச்சினையிலிருந்து பிறப்பதும் அல்ல. நடைமுறை சாத்தியமற்ற ஒரு கனவு, அதற்கு முறை தவறிய ஒரு தீர்வு என்பதுதான் அவன் பிரச்சினை. அதோடும் அதை ஒட்டிய சோகங்களோடும் பார்வையாளர்கள் உறவு கொள்வது இயலாததாகிறது. நெசவாளர்களின் கஷ்டம்தான் வேங்கடத்தைத் திருடனாக்கியது என்று சொல்ல முடியாது. இந்தக் கஷ்டம் எந்தத் தொழிலிலும் எந்தச் சூழலிலும் ஏற்படக் கூடியது. சுரண்டலும் வறுமையும் மூன்றாம் உலக நாடுகளின் யதார்த்தம். வேங்கடம் படும் கஷ்டங்கள் நெசவாளர் என்ற குறிப்பான நிலையிலிருந்து எழுபவை அல்ல.

ப்ரியதர்ஷன் யாருடைய கதையைக் கூற முயல்கிறார்? நெசவாளர்களின் கதையையா அல்லது வேங்கடம் என்னும் தனிமனிதனின் கதையையா? இரண்டும் ஊடுபாவாக இழையும் ஒரு கதையைக் கூறுவது அவரது நோக்கமாக இருக்கலாம். ஆனால் இரண்டையும் அவர் சித்திரிக்கும் விதம் அந்த நோக்கத்தைப் பலவீனப்படுத்துகிறது. நெசவாளர்களின் சுரண்டலைச் சொல்லும் காட்சிகள் தட்டையான வணிக சினிமாவின் சூத்திரங்களுக்கு உட்பட்டவை. வேங்கடத்தின் பிரச்சினைகளும் வழமையான மிகு உணர்ச்சிப் படங்களின் கட்டமைப்பைக் கொண்டவை. 'வாழாவெட்டி'யாக வரும் தங்கை, மனைவிக்கு ஏற்படும் பிரச்சினை என்று அவன் வாழ்வில் ஏற்படும் திருப்பங்கள் பல படங்களில் நாம் பார்த்துச் சலித்தவைதாம். ப்ரியதர்ஷன் புளித்துப்போன வகைமாதிரிப் பிம்பங்களின் மூலம் ஒரு காலகட்டத்து வாழ்க்கையையும் ஒரு தொழில் சமூகத்தையும் சித்திரிக்க முயல்கிறார். பேராசைக் காகத் திருட முனையும் ஒரு மனிதனின் பாத்திரத்தை அதில் மையமாக அமைக்கிறார். படம் நெசவாளர்களைப் பற்றிய தாகவும் இல்லாமல் வேங்கடத்தைப் பற்றியதாகவும் இல்லாமல் வலுவிழந்து நிற்கிறது. நெசவாளர்களின் பிரச்சினையோ வேங்கடத்தின் பிரச்சினையோ மனத்தைத் தொடத் தவறுகிறது. மாறாக, கொட்டும் மழையினூடே நிகழும் பேருந்துப் பயணம் மனத்தில் நிற்கிறது.

வேங்கடத்தின் வாழ்வைச் சித்திரிக்க முனையும் பிரகாஷ் ராஜின் முயற்சியைக் குறை சொல்ல முடியாது. தொடக்கக் காட்சிகளில் உழைப்பு, வறுமை, பதற்றம், அப்பாவித்தனம், திருடும்போது ஏற்படும் பயம் ஆகியவற்றை நன்றாகவே வெளிப்படுத்துகிறார். ஆனால் அடுத்தடுத்த காட்சிகளில் பாத்திரத்தைவிடப் பிரகாஷ்ராஜ் என்னும் நடிகனின் பிம்பமே நம் கவனத்தில் அழுத்தம் பெறுகிறது. அந்தப் பாத்திரம் வகைமாதிரித் தன்மைக்குள் விழுவதால் இப்படி நேர்கிறதா அல்லது பாத்திர வார்ப்புக்குள் நடிகனின் உருமாற்றம் முழுமை பெறாமல்போவதால் இப்படி நேர்கிறதா என்பதைத் தெளிவாகச் சொல்ல முடியவில்லை.

பிற நடிகர்களில், பாத்திரத்தோடு ஒன்றிப்போகும் ஸ்ரேயா ரெட்டியின் பேசும் விழிகளும் துள்ளாட்டமாய்த் தொடங்கிப் பிறகு முடங்கிப்போகும் ஷம்முவின் உடல் மொழியும் மனத்தில் நிற்கின்றன. வேங்கடத்தின் நண்பனாக வரும் நடிகரும் தொப்பியின் இலச்சினை அறுந்துவிடுவதால் பதற்றமடையும் போலீஸ்காரரும் நம்பகத்தன்மையோடு வெளிப்படுகிறார்கள்.

திருவின் ஒளிப்பதிவு படத்தின் நம்பகத்தன்மையைக் கூட்டுகிறது. யதார்த்தமான வண்ணங்கள், அழகான கோணங்கள் என்று பொருத்தமாக அமைந்திருக்கிறது ஒளிப்பதிவு. அர்த்த முள்ள மௌனங்கள் கொண்ட ஸ்ரீகுமாரின் பொருத்தமான பின்னணி இசையும் படத்திற்கு வலுச் சேர்க்கிறது. சாபு சிரிலின் கலை வண்ணம் அந்தக் காலத்து உணர்வை இயல்பாக உருவாக்குகிறது.

ஒளியையும் இருளையும் பயன்படுத்தும் விதம், சற்றே மெதுவான கதை கூறல் முறை, காட்சிப் படிமங்கள் மூலம் கதையை நகர்த்தும் முயற்சி முதலான சில அம்சங்களைக் காஞ்சிவரம் கொண்டிருந்தாலும் அது கலைப் படைப்புக்கான ஆழத்தையோ தீவிரத்தையோ கொண்டிருக்கவில்லை. வணிகச் சமன்பாடுகளுக்குட்பட்டுப் படம் எடுத்துப் பழக்கப்பட்ட வர்கள் அதைத் தாண்டிப் படம் எடுக்கும்போது, கலை சார்ந்த அடையாளங்களையே கலை என்று எண்ணி மயங்குவது ஆச்சரியமானதல்ல. ப்ரியதர்ஷனின் காஞ்சிவரத் துக்கு நேர்ந்திருப்பது இத்தகைய விபத்துதான். தீவிரமான ஒரு விஷயத்தை வணிக சினிமாவின் எல்லைகளைத் தாண்டிக் கையாள முனையும் ப்ரியதர்ஷனின் படம், அவருக்குப் பழக்க மானதும் ஆகிவந்ததுமான பாதையைவிட்டு அவர் பெரிதாக முன்னகர முடியாமல் இருப்பதைக் காட்டுகிறது.

சமூக அக்கறை சார்ந்த கலைப் படைப்புகள் அசலான கலை வேட்கையிலிருந்தும் ஆழமான அக்கறையிலிருந்தும் தீர்க்கமான புரிதலிலிருந்தும் பிறப்பவை. இதற்கு அப்பாற்பட்ட அம்சங்களிலிருந்து முளைவிடும் முயற்சிகள் மேலான கலைப் படைப்புகளின் அடையாளங்களை மட்டுமே கொண்டிருக்கும். ப்ரியதர்ஷனின் படத்தில் உள்ள வகைமாதிரிப் படிமங்களையும் எரிச்சலூட்டும் மிகு உணர்ச்சிச் சித்திரங்களையும் பார்க்கும் போது காஞ்சிவரம் படத்திற்கான அவரது உத்வேகம் எது என்பது குறித்த கேள்விகள் எழுகின்றன.

நான் கடவுள்

களம் புதிது, காட்சி புதிது, பார்வை பழையது

பாதாள அறை போன்ற அந்தக் கட்டிடத்தினுள் காணப்படும் காட்சிகள் ரத்தத்தை உறைய வைப்பவை. உடல் ஊனமுற்றோர், பார்வையிழந்தோர், உடல் வளர்ச்சி குன்றியவர்கள், மூளை வளர்ச்சி குன்றியவர்கள் என்று எத்தனை விதமான குறைபாடுள்ள மனிதர்கள் இருக்க முடியுமோ அத்தனை விதமான மனிதர்கள் காணப்படு கிறார்கள். அவர்கள் கஷ்டப்பட்டு நடமாடுவதையும் தவழ்ந்து செல்வதையும் பார்க்க மனத்தை உலுக்குகிறது. அவர்களை அங்கு வைத்திருப்பவர்கள் அவர்களைப் பிச்சை எடுக்க வைத்துப் பிழைப்பு நடத்தும் குரூரமான வியாபாரிகள்.

தென் தமிழ்நாட்டின் கிராமம் ஒன்றில் நடக்கும் இந்த அவல வியாபாரம் அங்குள்ள காவல்துறையின் துணையோடு நடக்கிறது. இந்த ஊருக்கு வந்து சேரு கிறான் ருத்ரன் (ஆர்யா). சிறு வயதில் தன் தந்தையால் காசியில் கைவிடப்பட்ட ருத்ரன் அகோரி சன்யாசியாக வளர்கிறான். கடுமையான யோகப் பயிற்சிகளும் கஞ்சா பழக்கமும் கொண்ட அவன் காட்டுத்தனமான பலமும் வேகமும் கொண்டவன். சுடுகாட்டில் சாம்பலைப் பூசிக்கொண்டு திரிபவன். நானே கடவுள் (அஹம் ப்ரம்மாஸ்மி) என்ற நம்பிக்கையோடு வாழ்பவன். தீமை செய்பவர்களுக்கு நீ தரும் முடிவு அவர்களுக்குச் சாபம். வாழ கதியற்றவர்களின் வாழ்வுக்கு நீ தரும் முடிவு

அவர்களுக்கு நீ தரும் வரம் என்ற அவன் குருநாதரின் போதனை அவனுக்குள் ஆழமாக வேரூன்றி விடுகிறது.

பல ஆண்டுகள் கழித்துத் தேடி வரும் தந்தையுடன் செல்லும்படி அவன் குருநாதர் அனுப்பி வைக்கிறார். வீட்டுக்கு வரும் துறவிக்கு வெகு சீக்கிரத்திலேயே வீடு கசந்துபோகிறது. யோகப் பயிற்சிக்கும் கஞ்சாவுக்கும் வசதியாக, பக்கத்தில் உள்ள மலைக்குக் குடிபெயர்கிறான். இந்த மலைக்குப் பக்கத்தில் தான் அந்தப் பிச்சைக்காரர்களின் இருப்பிடம் இருக்கிறது. இந்த ருத்ரன் அந்தப் பிச்சைக்காரர்களுக்கு விடிவைத் தருவானா என்பதுதான் கதை.

'ஒரு கொடுமை – அந்தக் கொடுமையை ஒழிக்கும் ஒரு வீரன்' என்னும் சூத்திரத்திற்குள் இந்தக் கதையை எளிதில் அடக்கிவிடலாம். ஆனால் என்ன கொடுமை, அது எப்படி நடக்கிறது, அதை அவன் எப்படி ஒழிக்கிறான், அவன் யார் என்பதில்தான் இயக்குநர் பாலாவின் பலம் அடங்கியிருக்கிறது.

ஆயிரக்கணக்கான கொடுமைகளையும் அவற்றை ஒழிக்கும் நாயகர்களையும் யதார்த்தத்திற்குத் தொடர்பற்ற சித்திரிப்புகள் மூலம் தமிழ் சினிமா நாள்தோறும் நம் கண் முன் நிறுத்துகிறது. சமூக உணர்வு என்னும் பெயரால் ஆபாசத்தையும் அசட்டுத் தனத்தையும் நாயக வழிபாட்டையும் கடைபரப்புகிறது. இத்தகைய படங்களுக்கு மத்தியில் அசலான ஒரு பிரச்சினையை அழுத்தமாக நம் கண் முன் காட்டியிருக்கும் பாலா பாராட்டுக் குரியவர். சிறு அனுதாபம் என்னும் இடறலுக்கு மேல் எந்தச் சலனமும் கொள்ளாமல் எத்தனையோ பிச்சைக்காரர்களை நாம் அன்றாடம் கடந்து செல்கிறோம். பாலாவின் படத்தைப் பார்த்த பிறகு ஒருபோதும் அப்படிச் செல்ல முடியாது. இதுவே ஒரு படைப்பாளி என்ற முறையில் பாலாவின் வெற்றி.

இந்த வெற்றியை அவர் எப்படிச் சாதிக்கிறார் என்பது தான் முக்கியம். பிச்சைக்காரர்களின் உலகம் அவர்களைச் சுரண்டிப் பிழைக்கும் குரூரமான வியாபாரிகளின் நடவடிக்கைகள் ஆகியவற்றை அவர் காட்சிப்படுத்தும் விதத்தில் அந்த வெற்றி அடங்கியிருக்கிறது. கை கால்கள் சூம்பிப் போன குழந்தையைப் பார்க்கும் பிச்சைக்காரர்களின் முதலாளி, நல்ல வேளை, கை கால் சூம்பியிருக்கு டாக்டர்க்கு செலவு மிச்சம் என்கிறான். கை கால்கள் நன்றாக இருந்தால் உடைத்துப் பிச்சை எடுக்க வைப்பது அவன் வழக்கம். கத்திக் கூப்பாடு போட்டுப் பிச்சை எடுக்க மறுக்கும் குழந்தைகளை அடித்து ரத்த காயம் ஏற்படுத்தி, அந்தக் காயத்தில் உப்பைத்

தடவி அலற வைத்துப் பிச்சை எடுக்க வைக்கிறார்கள். ரத்தத்தை உறைய வைக்கும் இதுபோன்ற காட்சிகள் தமிழ்த் திரையில் மிக அரிதானவை. பார்வையாளர்களை அதிர வைப்பதற்காக அல்லாமல் யதார்த்தத்தை அதன் வீரியத்துடன் சொல்வதற்கு இதைப் பயன்படுத்துவதில் இருக்கிறது பாலாவின் வெற்றி.

கதாபாத்திரங்களை வடிவமைப்பதிலும் பாலா சிறப்பாகச் செயல்பட்டிருக்கிறார். கண்களில் தீவிரம் கொப்புளிக்க நடமாடும் ருத்ரன், குரூரமும் பணவெறியும் தாண்டவமாடும் தாண்டவன், பார்வை இழந்தாலும் இனிய குரலால் சூழலை ரம்யமாக்கும் அம்சவல்லி, பிச்சைக்காரர்களை நிர்வகித்துப் பிழைப்பு நடத்தினாலும் மனசாட்சியின் உறுத்தலை முற்றாகப் புறக்கணிக்க முடியாத முருகன் என்று பல பாத்திரங்களை நம் கண் முன் நிறுத்துகிறார்.

காட்சிகளை வடிவமைப்பதில் கவனமும் வித்தியாசமும் தெரிகின்றன. தாய்ப்பாசத்தைக் கொட்டும் அன்னையை ருத்ரன் வித்தியாசமாகப் பார்க்கும் அந்தக் காட்சியிலேயே இவன் வழக்கமான ஹீரோ அல்ல என்பது தெரிந்துவிடுகிறது. இந்த உலகின் சட்ட திட்டங்கள், சம்பிரதாயங்கள், நம்பிக்கைகள் என்ற எதற்கும் கட்டுப்படாத ஒரு அதீத மனிதனாக வலம் வரும் ருத்ரனை வைத்து ‘துஷ்ட நிக்ரஹம்’ செய்யும்போது அதற்கு நம்பகத்தன்மை கிடைத்துவிடுகிறது. புழுவினும் கேவல மான வாழ்க்கை வாழ நிர்ப்பந்திக்கப்படும் பிச்சைக்காரர்களின் உலகிலும் வேடிக்கை, கேளிக்கை ஆகியவற்றுக்கு இடம் உண்டு என்பதைக் காட்டியிருக்கும் பாலாவும் இந்தக் காட்சிகளின் நம்பகத்தன்மையைத் தன் வசனத்தின் மூலம் மிளிரச் செய்யும் ஜெயமோகனும் பாராட்டுக்குரியவர்கள். அம்சவல்லி கடத்தப் படும் விதம், அவளை விலை பேசும் குரூரம், அவளை அடித்துக் கொல்லத் துணியும் மிருகத்தனம் ஆகியவை வலுவாகச் சித்திரிக்கப்பட்டிருக்கின்றன. புகை மண்டலமும் உடுக்கை ஒலியும் பரவியிருக்கும் காசி நகரத்துக் காட்சிகளும் மனத்தில் ஆழமாகப் பதிகின்றன.

இளையராஜாவின் பாடல்களும் பின்னணி இசையும் அபாரம். வலுவான காட்சிப் படிமங்களுக்குப் பொருத்தமான இசைப் பரிமாணத்தைச் சேர்த்திருக்கிறார் ராஜா. ஆர்தர் வில்சனின் காமிரா படத்தின் காட்சிப் பதிவுகளை உயர்ந்த தரத்தில் நிறுத்துகிறது. ஜெயமோகனின் வசனங்கள் படத்திற்கு மெருகூட்டுகின்றன.

உடலில் சாம்பலைப் பூசிக்கொண்டு, கண்களில் கனல் தெறிக்க, வித்தியாசமான உடல் மொழியுடன் நடமாடும்

ஆர்யா தடம் பதிக்கிறார். சம்ஹாரத்தை முடித்துவிட்டு சிரசாசனம் செய்யும் காட்சிகள் கண்களைவிட்டு அகல மறுக்கின்றன. கண் பார்வையற்றவராக நடித்திருக்கும் பூஜா சிறப்பாகச் செய்திருக்கிறார். தாண்டவனாக நடித்திருக்கும் ராஜேந்திரன் அற்புதமான தேர்வு.

காட்சிப்படுத்தல்கள், பாத்திர வார்ப்புகள் ஆகியவை வலுவாக அமைந்திருக்கும் இந்தப் படத்தின் முக்கியமான பிரச்சினை அது வெளிப்படுத்தும் பார்வையில் உள்ளது. அதர்மத்தை ஒழிக்கவும் மாற்ற முடியாத வேதனைகளை முடிவுக்குக் கொண்டுவரவும் அவதார மூர்த்தி நிகழ்த்தும் சம்ஹாரம் ஒன்றுதான் தீர்வு என்று பாலா சொல்ல வருகிறாரா? இதைத்தானே புராணங்களும் சொல்கின்றன? கிட்டத்தட்ட அவதார புருஷனுக்கு ஒப்பான திறமைகள் படைத்தவர்களாகத் தானே நம் கதாநாயகர்கள் சித்திரிக்கப்படுகிறார்கள்? யாராலும் முடியாததை ஒண்டி ஆளாக முடிப்பதுதானே அவர்கள் ஆளுமை? எல்லா மசாலாப் படங்களிலும் கவர்ச்சி முலாம் பூசப்பட்டு முன்வைக்கப்படுவது இந்தப் பார்வைதானே? இதைத்தானே பாலாவும் தன்னுடைய பாணியில் முன் வைக்கிறார்? ரஜினி, விஜய் போன்றவர்கள் நம்ப இயலாத ஹீரோயிச சாகசத்தன்மையுடன் செய்யும் காரியத்தை, கிட்டத் தட்டக் கடவுள்போல இருக்கும் ஒருவன் செய்தால் அது வித்தியாசமானதாகிவிடுமா? சமூகப் பிரச்சினைகளை யதார்த்த தளத்தில் வைத்துத் தீர்வு காணும் முனைப்பை அவர் ஒருபோதும் வெளிப்படுத்துவதில்லையே? கதைக் களத்தைத் தேர்ந்தெடுப்பதிலும் கதாபாத்திரங்களைச் செதுக்குவதிலும் காட்சிப்படுத்துவதிலும் இவ்வளவு சிரத்தை எடுத்துக்கொள்ளும் பாலா அநீதியை எதிர்கொள்வதில் நடைமுறைக்குப் பொருத்த மான ஒரு வழியைப் பற்றி யோசிக்க மாட்டாரா?

பாலா தேர்வுசெய்யும் களம் புதிது, காட்சி புதிது. ஆனால் பார்வை பழையது. பாலாவின் இந்தப் பார்வை எப்போது புதுமை பெறும்?

ராவணன்

எதைச் சாதிக்க விரும்புகிறார் மணி?

அந்தி நேரத்தின் சாம்பல் போர்த்திய திரையில் மெல்ல உருப்பெறும் அருவியின் வசீகரமும் பிரமிக்க வைக்கும் அதன் பாய்ச்சலும் வித்தியாசமான காட்சி அனுபவத்துக்கு நம்மைத் தயார்ப்படுத்திவிடுகின்றன. மலையின் விளிம்பில் நிற்கும் ஒரு மனிதன் நம்மை நோக்கித் திரும்பும்போது உள்ளத்தை ஊடுருவும் குரல் ஒன்று திரையைக் கிழித்தபடி வெளிவந்து நம் கவனத்தைக் கூர்மையாக்குகிறது. காவல் துறையின் வாகனமும் காவலர்களும் கொளுத்தப்படுவது, ஓடத்தில் வரும் பெண்ணொருத்தி கடத்தப்படுவது என்று சட்டென்று பற்றிக்கொள்கிறது கதையின் ஈர்ப்பு.

அழகும் நளினமும் கூடிய ஐஸ்வர்யா ராயின் திரை ஆளுமையும், நுட்பமும் தீவிரமும் இணைந்த விக்ரமின் நடிப்பும் சந்தோஷ் சிவனின் அபாரமான ஒளிப்பதிவும் ஏ.ஆர். ரஹ்மானின் கற்பனை வளம் மிகுந்த இசையும் சேர்ந்து படத்தை முன்னகர்த்திச் செல்கின்றன. ஆனால் மணித் துளிகள் கரையக் கரைய இந்த நான்கு அம்சங்களைத் தவிர வேறு எதுவும் படத்தைப் பார்க்க வைக்க நம்மைத் தூண்டவில்லை என்பது புரிகிறது. கடத்தப்பட்ட பெண் தன்னைக் கொல்லும் உரிமையைக் கடத்தியவனுக்கு வழங்க விரும்பாமல் உயிரை மாய்த்துக்கொள்ள முயல, அதை எதிர்பார்க்காத வீரா அவளைக் காப்பாற்றும்போது அவள் மீது தன்னையும் அறியாமல் ஈர்ப்புக்கொள்ளும் இடத்தில் கதையின்

கனம் கூடுவதற்கான வாய்ப்பு உருவாகிறது. இந்த முடிச்சை மேலும் இறுக்கமாகப் போடும் இயக்குநர், படத்தின் மற்ற விஷயங்களைப் பலவீனமாக விட்டுவிட்டதால் படம் அதன் விஷயம் சார்ந்து நம்மைக் கவரத் தவறுகிறது.

காவல் துறையால் தேடப்படும் குற்றவாளியான வீரய்யா என்கிற வீரா (விக்ரம்) காட்டுக்குள் தனி ராஜ்ஜியம் நடத்தும் மக்கள் தலைவன். இவனைக் கொல்ல முனையும் எஸ்.பி. தேவின் (பிருத்விராஜ்) போலீஸ், இவன் தங்கை வெண்ணிலாவின் (பிரியாமணி) மானத்தையும் வாழ்வையும் அழிக்கிறது. இதற்குப் பழிவாங்குவதற்காக தேவின் மனைவி ராகினியை (ஐஸ்வர்யா ராய் பச்சன்) வீரா கடத்துகிறான். வீராவைக் கொன்று ராகினியை மீட்க தேவும் அவன் போலீஸ் படையும் கானகம் வருகிறார்கள். இதற்கிடையில் ராகினியின் அழகில் தடுமாறு வதில் வீராவின் ஆளுமை நிறம் மாறுகிறது. வெல்வது வீராவா, தேவா? ராகினியின் நிலை என்ன?

இந்தக் கேள்விகளுக்கு விடை தரும் திரைக்கதை நிறைய ஓட்டைகளுடனும் நெஞ்சை அள்ளும் காட்சிப் படிமங் களுடனும் முன்னகருகிறது. மௌன ராகம், நாயகன் ஆகிய ஓரிரு படங்களைத் தவிர, மணிரத்னத்தின் பெரும்பாலான படங்களில் வலுவான கதையைப் பார்க்க முடியாது. திரைக் கதையும் காட்சி அமைப்புகளும் இசையும் தொழில்நுட்ப நேர்த்தியும் நடிகர்களின் திறமையும்தான் அவரது படங்களைப் பார்க்க வைக்கின்றன. ராவணனையும் இதே ரகத்தில் சேர்க்கலாம் என்றாலும் பாத்திர வார்ப்பின் பிழைகளும் திரைக்கதையின் பலவீனமும் சேர்ந்து இப்படத்தை மேலும் பலவீனமாகக் காட்டுகின்றன.

திரைக்கதையில் பல கேள்விகளை எழுப்பலாம். முதல் பாதியில் ராகினியும் வீராவும் வேறு வேறு இடங்களில் நின்று அவரவர் நியாயங்களைப் பேசிக்கொண்டிருக்கிறார்கள். அப்போதெல்லாம் வீரா தன் தங்கை போலீஸால் பாலியல் பலாத்காரம் செய்யப்பட்டு உயிரிழந்ததை ஏன் அவளிடம் சொல்லவில்லை? தூதனாகச் சென்ற தம்பி கொல்லப்பட்டதில் ஆவேசம் கொண்டு போலீஸ் படையை அழிக்கும் வீரா அதுவரை ஏன் சும்மா இருக்கிறான்? தங்கையை இழந்தது உள்ளிட்ட பல்வேறு காரணங்களால் காவல் துறைக்கும் அவனுக்கும் ஏற்கெனவே ஜென்மப் பகை இருக்கும் நிலையில் தம்பியும் சாகட்டுமே என்று காத்திருக்கிறதா அவன் ஆவேசம்?

பெரும் முஸ்தீபுகளுடன் வந்து இறங்கும் காவல் படையின் தேடுதல் வேட்டையை அழுத்தமாகக் காட்டத் தவறிவிட்டார்

இயக்குநர். இதுபோன்ற வேட்டையில் வீரத்தைவிட மக்களைத் துன்புறுத்துவதையே பிரதான உத்தியாகக் கையாளும் போலீஸின் போக்கையும் காட்டத் தவறிவிட்டார். ஒரு காட்சியில் பழங்குடி மக்களை தேவ் விசாரிக்கிறான். அத்தனை அன்பாக விசாரிக்கும் போலீஸ் அதிகாரியைப் பார்க்க மிகவும் ஆவலாக இருக்கிறது. மணிரத்னம் ஒரு நடை சத்தியமங்கலம் போய் அங்குள்ள மக்களிடம் வீரப்பனைத் தேடிய போலீஸ் உங்களை எப்படி விசாரித்தது என்று கேட்டிருக்கலாம். குறிப்பாகப் பெண்களை.

இதையெல்லாம் மீறி, தேவ்வை வீரா தப்பிக்கவிடும் காட்சிக்கான நியாயமும் ராகினியின் தடுமாற்றமும் ஓரளவு வலுவாகவே சொல்லப்பட்டிருக்கின்றன. போர்க்குணமும் பழிவாங்கும் உணர்வும் கொண்ட வீராவின் உணர்வுகளை அவன் மனத்தில் முகிழ்க்கும் காதல் மழுங்கடிப்பதை இயக்குநர் தெளிவாகக் காட்டுகிறார். சுட்டுத் தள்ள வேண்டிய ஆட்கள் என்று தான் நினைத்த மனிதர்களின் பிரச்சினைகளையும் உணர்வுகளையும் தான் மதிப்பு வைத்திருக்கும் காவல் துறையின் கயமைத்தனங்களையும் உணரும் ராகினியின் மனத்தில் ஏற்படும் சலனங்களும் உணர்த்தப்படுகின்றன.

காட்டுப் பகுதியில் நடப்பதாகக் காட்டப்படும் கதையில் காடுகள் மாறிக்கொண்டே இருப்பது அப்பட்டமாகத் தெரிகிறது. இது களம் சார்ந்த நம்பகத்தன்மையைப் பாதிக்கிறது. தவிர, மலைவாழ் மக்கள் குடும்பத்தில் நடைபெறும் திருமணத்தில் மலைவாழ் மக்களின் கலாச்சார அடையாளங்கள் எதையும் காண முடியவில்லை.

வீராவின் பின்னணி, காவலர்களின் தேடுதல் ஆகியவை போதிய அளவு சித்திரிக்கப்படாததால் பாத்திரங்களோடு ஒன்ற முடியவில்லை. வீராவும் அவன் காப்பாற்றுவதாகக் காட்டப்படும் மக்களும் அரசாங்கத்தோடும் போலீஸோடும் ஏன் மோதுகிறார்கள்? வீரா மக்கள் தலைவனானது எப்படி? இவை எதற்கும் பதில் இல்லை. வீராவின் கதையும் வனப் பகுதி மக்களின் போராட்டமும் இப்போது பற்றி எரியும் நக்சலைட் பிரச்சினையோடு அல்லது வீரப்பன் வாழ்வோடு இணைத்துப் புரிந்துகொள்ளப்படுமோ என்ற தயக்கம் இதற்குக் காரணமாக இருக்கலாம். ஆனால் பழங்குடி இன அல்லது மலை வனப் பகுதி மக்களின் வாழ்வின் அடையாளங்கள் எதுவும் வெளிப்படாததற்குக் காரணம் இயக்குநருக்கு அவர்கள் வாழ்வைப் பற்றிய அனுபவமோ அறிதலோ இல்லை என்பது தான் என்ற முடிவுக்குத்தான் நாம் வர வேண்டியிருக்கிறது. படத்தில் தமிழ் அடையாளமும் இல்லை, வனப் பகுதி மக்களின்

அடையாளமும் இல்லை. பின் எதற்காக வனப் பகுதி என்ற பாவனையும் அரைகுறைத் திருநெல்வேலித் தமிழும்?

மணிரத்னம் வழக்கம் போலவே தீவிரமான சில பிரச்சினை களைத் தொடுகிறார். ஆனால் நெரிசலான பேருந்துகளில் திருட்டுத்தனமாகப் பெண்களைத் தொடும் ஆண்கள் போலத் தொடுகிறார். நக்ஸலைட் பிரச்சினைகள், வீரப்பன் கதை ஆகியவற்றையெல்லாம் இப்படம் நினைவுபடுத்தும் விதம் இப்படித்தான் இருக்கிறது. இப்படித் தொட்டுப் பார்த்து எதைச் சாதிக்க மணி விரும்புகிறார்? நானும் இதையெல்லாம் தொட்டுவிட்டேன் என்ற அற்ப திருப்தியையா? அல்லது அவர் சொல்ல வரும் சாதாரணக் காதல் கதைக்கு வித்தியாச முலாம் பூசிப் பெரிதாக்கிக் காட்டும் உத்தியா இது?

○

வீரா, தேவ், ராகினி ஆகிய மூவரின் பாத்திரங்களை மையமாகக்கொண்டே கதை நகர்வதால் இவர்களின் பாத்திரப் படைப்பில் இயக்குநர் அதிக கவனம் செலுத்தியிருக்கிறார். இதர பாத்திரங்களில் கவனமே செலுத்தவில்லை என்று சொல்லிவிடலாம். ராமாயணக் கதையின் ஆதார முடிச்சையும் அதன் அசோக வனப் பகுதியையும் பெருமளவில் பயன் படுத்திக்கொள்ளும் இந்தக் கதையில் ஹனுமார், விபீஷணன், சூர்ப்பனகை ஆகிய பாத்திரங்களை நினைவுறுத்தும் பாத்திரங்கள் உண்டு. ஆனால் இந்தப் பாத்திரம் எதுவும் ராமாயணத்துக்கு நியாயம் செய்யும் விதத்திலோ திரைக்கதைக்கு வலுச் சேர்க்கும் விதத்திலோ அமையவில்லை. குறிப்பாக ஹனுமாரை நினை வுறுத்தும் கார்த்திக்கின் வேடம் பரிதாபம். ஹனுமார் வானரம் தான் என்றாலும் எப்போதும் குதித்துக்கொண்டே இருப்பாரா என்ன? ஹனுமாரின் ஆளுமை அவரது வலிமையிலும் ஆழமான பக்தியிலும் உள்ளது. கார்த்திக்கின் வேடம் பலவீன மான நகைச்சுவைப் பாத்திரம். இந்த வேடத்தில் வடிவேலுவைப் போட்டிருந்தால் படத்திற்குக் கலகலப்பாவது கூடியிருக்கும்.

ராமாயணத்தின் பலவீனமான பிரதிபலிப்புகள் ஒரு புறம் இருக்க, ராமாயணத்திலிருந்து விலகும் இடங்களில் சில, முக்கியமானவை. ராமனை நினைவுபடுத்தும் தேவ் பாத்திரம் பெரும்பாலும் எதிர்மறையான குணங்கள் கொண்ட தாகச் சித்திரிக்கப்படுவது ஓர் உதாரணம். ராமன் நேர்மையின் வடிவம். வாலியைக் கொன்றது, சீதையை அக்கினிப் பிரவேசம் செய்யச் சொன்னது ஆகியவற்றைத் தவிர எந்தக் களங்கமும் இல்லாத ஆளுமை. தேவ் ஒரு முழுமையான போலீஸ்காரன். குற்றம் சாட்டப்பட்டவர்களைப் பற்றிய அனுதாபம் எதுவும்

இல்லாதவன். நிராயுதபாணியாக வரும் தூதுவனைக் கொல்பவன். மனைவியைப் பொறியாக வைத்து எதிரியைக் கொல்பவன். போலீஸின் அட்டூழியங்கள் பற்றிக் கவலைப் படாதவன். மாறாக ராவணன் என்று சொல்லப்படும் வீரா தான் கடத்தி வந்த பெண்ணைக் காதலித்தாலும் அவளைக் கண்ணியமாக நடத்துபவன். தன்னை நம்பும் மக்களுக்காக உழைப்பவன். தூதுவனைப் பத்திரமாகத் திருப்பி அனுப்புபவன். சீதையாகச் சித்திரிக்கப்படும் ராகினி ராமன் மீது கிட்டத்தட்டக் கண்மூடித்தனமான அன்பும் நம்பிக்கையும் வைத்திருக்கிறாள். ஆனால் ராவணன் மீதும் அவளுக்கு அனுதாபம் ஏற்படுகிறது. இந்த அம்சங்கள் படத்தின் மதிப்பைக் கூட்டுகின்றன.

தண்ணீரில் விழுந்து கிடக்கும் ராகினியைப் பார்த்த மாத்திரத்தில் வீராவின் மனதுக்குள் எழும் சலனம், விக்ரமின் நடிப்பும் இயக்குநரின் காட்சிப்படுத்தலுமாகச் சேர்ந்து சிறப்பாகச் சித்திரிக்கப்பட்டுள்ளது. சுஹாசினியின் வசனங்கள் சில இடங்களில் நன்றாக இருந்தாலும் பல இடங்களில் பலவீனமாகவே இருக்கின்றன. ஆனால் வசனத்தை அதிகம் நம்பாத மணி, தன் வலுவான காட்சியமைப்புகளால் இந்தப் பலவீனத்தை ஈடுகட்டிவிடுகிறார்.

வீரா, தேவ் பாத்திர வார்ப்புக்கள் சிதைந்த சித்திரங்களாக இருந்தாலும் கணவன் மீதான காதலுக்கும் கடத்தியவன் மீதான அனுதாபத்துக்கும் இடையில் தவிக்கும் ராகினியின் பாத்திரத்தோடு பார்வையாளர்கள் ஒன்ற முடிகிறது. உச்சக் காட்சியில் ராகினிக்காக அவள் கணவனுக்கு உயிர்ப் பிச்சை தரும் வீரா, கணவனைக் காப்பாற்றுவதற்காக வீராவுடன் தங்கிவிடத் தயாராகும் ராகினி, மனைவியைப் பொறியாக்கி வீராவைச் சிக்கவைக்கும் தேவ் என்று மூவரும் தத்தமக்கான நியாயங்களுடனும் ஆளுமைச் சிக்கல்களுடனும் வெளிப்படுவது கவனிப்புக்குரியது.

❍

பணயப் பொருளாக மாற்றப்படுவது குறித்த வேதனையையும் கோபத்தையும் நன்றாகவே வெளிப்படுத்துகிறார் ஐஸ்வர்யா ராய். கடத்தி வந்தவன் மீதான கோபம் அனுதாபமாக மாறும் விதத்தையும் நுட்பமாக வெளிப்படுத்துகிறார் ஐஸ்வர்யா. மலை ஏறுவது, அருவியில் குதிப்பது, பள்ளத்திலிருந்து விழுதைப் பிடித்துக்கொண்டு ஏறுவது என்று ஆண் நடிகர்களுக்குச் சளைக்காமல் தன் முயற்சியின் எல்லைகளை விஸ்தரிக்கிறார் இந்த அழகி. கள்வரே பாடலில் இவரது நளினமான அசைவுகளும் பாவங்களும் வசீகரிக்கின்றன.

கண்களில் கோபமும் முறுக்கேறியிருக்கும் நரம்புகளில் ஆவேசமும் தெறிக்கும் வேடத்தில் விக்ரம் மிளிர்கிறார். சீற்றம், குமுறல், ஈர்ப்பு, குழப்பம் என்று பலவித பாவங்களையும் அழுத்தமாக, நம்பகத்தன்மையுடன் வெளிப்படுத்துகிறார். பாத்திரப் படைப்பில் இருக்கும் குறையை ஈடுகட்டுமளவுக்கு இவரது உடல் மொழியும் பார்வையும் உள்ளன. நீரில் மயங்கி விழுந்திருக்கும் ராகினியின் அழகு வீராவின் மனத்தில் ஏற்படுத்தும் சலனம் இவர் கண்களில் வெளிப்படும் இடம் அற்புதம்.

என்னதான் விறைப்புக் காட்டினாலும் பிருத்விராஜின் தட்டையான முகம் தேவின் பாத்திரத்துக்கு ஒத்துழைக்கவில்லை. கண்களின் சிறு சிறு சலனங்களிலும் உயிர்ப்புக் காட்டும் ஐஸ்வர்யாவுக்குப் பக்கத்தில் இவரது உடல் மொழியும் முக பாவனைகளும் மிகவும் பலவீனமாகத் தெரிகின்றன.

கார்த்திக், பிரபு, முன்னா ஆகியோர் முழுமை கூடாத பாத்திரத்தில் தங்கள் முத்திரையைப் பதிக்க முடியாமல் தடுமாறுகிறார்கள். பிரியாமணியின் நடிப்பு மனதில் நிற்கிறது. மசாலா படங்களில் நாம் பார்த்துச் சலித்த 'கெட்ட' போலீஸ் வேடத்தில் ஜான் விஜய் நன்றாகச் செய்திருக்கிறார்.

சந்தோஷ் சிவனின் கேமரா, அருவியின் அழகு, ஆவேசம், காட்டின் அச்சமூட்டும் வசீகரம், ஆகியவற்றை நிஜம் போலவே நம் கண் முன் நிறுத்துகிறது. ஐஸ்வர்யா ராயைப் படம்பிடித் திருக்கும் விதம் அவரது அழகுக்கு மேலும் அழகு சேர்க்கிறது. பல காட்சிகள் தேர்ந்த ஓவியக் காட்சிகள் போல உள்ளன.

ஏ.ஆர். ரஹ்மானின் இசையில் எல்லாப் பாடல்களும் நன்றாக உள்ளன. பின்னணி இசையில் படத்தின் மதிப்பைக் கணிசமாகக் கூட்டுகிறார். ஆனால் தமிழ்நாட்டு வனப் பகுதியில் நடப்பதாகச் சொல்லப்படும் கதையில் அந்த மண் சார்ந்த இசையின் கூறுகளைப் படத்தில் உணர முடியவில்லை. உசுரே போகுதே பாடலைக் கார்த்திக் மிக நன்றாகப் பாடியுள்ளார்.

அரசியல் பிரச்சினையின் பின்புலத்தில் காதலை அல்லது உறவுச் சிக்கலைச் சொல்லும் பழக்கம் கொண்ட மணி இந்தப் படத்திலும் அதையே செய்திருக்கிறார். வழக்கம்போலவே இரண்டிலும் முழுமை கூடாமல் செய்திருக்கிறார். காதல் சார்ந்த உணர்ச்சி, அல்லது அரசியல் சார்ந்த நெருக்கடி ஆகிய இரண்டில் ஒன்றை வலுவாகக் காட்டியிருந்தால் மனதாரப் பாராட்டியிருக்கலாம். இப்போதைக்கு, சந்தோஷ் சிவன், ரஹ்மான், விக்ரம், ஐஸ்வர்யா ஆகியோர் படத்தைப் பார்க்க வைக்கிறார்கள் என்றுதான் சொல்ல முடிகிறது.

தமிழ்த் திரையில் வித்தியாசமான சலனங்கள்

ஆடுகளம் படத்தை முன்வைத்துச் சில எண்ணங்கள்

தமிழ்த் திரையுலகில் அகிரோ குரோசவாக்களோ சத்யஜித் ராய்களோ அடூர் கோபாலகிருஷ்ணன்களோ என்றுமே இருந்ததில்லை. அத்தகைய கலைஞர் ஒருவர் இங்கே தோன்றினாலும் அவர் செயல்படுவதற்கான களம் இங்கு இல்லை. அந்த அளவு வணிக விதிகளால் கட்டமைக்கப்பட்ட திரையுலகம் இது. விதிவிலக்காகச் சில முயற்சிகள் (உதாரணம்: ஜெயகாந்தனின் உன்னைப் போல் ஒருவன், யாருக்காக அழுதான்) ஒரு காலத்தில் வந்ததுண்டு. ஆனால் இன்று அதெல்லாம் சாத்தியமே இல்லை என்பதுதான் யதார்த்தம். வித்தியாசமான முயற்சிகளை மேற்கொள்ள விரும்பும் ஒரு கலைஞர் குறைந்தது ஒரு கோடி ரூபாயை இழக்கத் தயாராக இருந்தால்தான் அவரால் அந்த முயற்சியில் இறங்க முடியும். அல்லது அவருக்குப் பதில் புரவலர் யாரேனும் அந்தக் கைங்கர்யத்தைச் செய்ய வேண்டும். அந்தப் படம் தற்செயலாக வெற்றியடைவதுகூடச் சாத்தியம்தான். ஆனால் அந்த முயற்சியில் இறங்கும் துணிச்சல்தான் இங்குச் சாத்தியமாகாமலேயே இருக்கிறது. திரை விமர்சகர்கள் தமிழ் என்று வரும்போது மட்டும் தங்கள் எதிர்பார்ப்புகளைச் சுருக்கிக்கொள்ள வேண்டிய நிர்ப்பந்தம் உருவாவதற்குக் காரணம் இந்தச் சூழல்தான். கலைப் பெறுமானம் கொண்ட படங்கள் வந்தால்தான் அதைப் பற்றி எழுதுவேன் என்று ஒருவர் முடிவு

அரவிந்தன்

செய்தால் அவரால் வாழ்நாள் முழுவதும் தமிழ்ப் படங்களைப் பற்றி எழுத முடியாமலேயே போகலாம். இந்நிலையில் தமிழின் வணிக விதிகளுக்குட்பட்டு மேற்கொள்ளப்படும் சில வித்தியாசமான முயற்சிகள் (அல்லது அப்படியான பாவனைகள்) பற்றித் தான் எழுத வேண்டியிருக்கிறது. இலக்கியம் பற்றி எழுதும் போது கறாரான அளவுகோல்களைப் பிரயோகிப்பதற்கான வாய்ப்பு இருக்கிறது. தமிழ்த் திரைப்படங்கள் விஷயத்தில் அது இல்லை.

வெகுஜன வணிக சூத்திரத்துக்குள் செயல்படும் படமாக இருந்தாலும் திரைப்படம் என்பது அடிப்படையில் இயக்குநரின் ஊடகம் என்ற பிரக்ஞையுடன் தன் முதல் அடியை எடுத்து வைத்த மிகச் சில இயக்குநர்களில் ஒருவர் வெற்றி மாறன். பாலு மகேந்திராவின் மாணவர்களில் ஒருவரான இவர் தன் முதல் படமான பொல்லாதவனை பாவனைகள் அற்ற நேர்த்தியான வணிகப் படமாக உருவாக்கியிருந்தார். நேர்த்தியான வணிகப் படங்களே அருகிவிட்ட சூழலில் இவரது முயற்சி பெரிதும் பாராட்டப்பட்டதில் ஆச்சரியம் இல்லை. வட சென்னையில் நிலவும் ரவுடிகளின் வலைப்பின்னல், மோட்டார் சைக்கிள் திருட்டின் சிக்கலான வரைபடம் ஆகியவற்றின் பின்னணியில் அசலான சில பாத்திரங்களைப் படைத்து அவர்களது இணக்கங்களையும் முரண்பாடுகளையும் வைத்து நேர்த்தியான திரைக்கதையை அமைத்திருந்தார் வெற்றி மாறன். அந்தப் படத்தின் வெற்றி தந்த தெம்பு புதிய களத்தினுள் பிரவேசிக்கும் துணிச்சலை அவருக்குத் தந்திருக்கிறது. வட தமிழ்நாட்டைச் சேர்ந்த இவர் தென் தமிழகத்தில் சில இடங்களில் காணப்படும் ஓர் அம்சத்தை மையமாக வைத்துத் தன் இரண்டாம் படத்தை எடுத்துள்ளார்.

மதுரையில் சேவல் சண்டையில் ஈடுபடும் குழுக்களின் பின்னணியில் அமைந்த படம் 'ஆடுகளம்'. சேவல்களைச் சண்டைக்குப் பழக்குவதன் வழிமுறைகளையும் அதில் ஊடாடும் மனித இயல்புகளையும் விரிவாகவும் நுட்பமாகவும் சொல்கிறது படம். எந்தச் சண்டையையும்போலவே இந்தச் சண்டையும் எப்படி மனிதர்களின் சுய படிமம் சார்ந்த அதிகாரப் போட்டியாக உருவெடுக்கிறது என்பதும் நம்பகத்தன்மையுடன் காட்டப்படுகிறது. பேட்டைக்காரன் என்று அழைக்கப்படும் ஒரு பெரியவரின் குழு சேவல் சண்டையில் எப்போதும் வெல்வதையும் காவல்துறை அதிகாரி ரத்னத்தின் குழு தொடர்ந்து தோற்பதையும் வைத்து பெரும் மோதலுக்கான

களத்தை அமைக்கிறார் வெற்றி மாறன். ரத்னத்தின் அம்மா படுத்த படுக்கையாகக் கிடக்கிறார். ஆனாலும் அவருக்குத் தான் கண்ணை மூடுவதற்குள் ஒரு முறையாவது தன் குடும்பம் சேவல் சண்டையில் வென்றுவிட வேண்டும் என்ற ஆதங்கம். கை நழுவிப்போகும் அந்த வெற்றியைக் குடும்பத்தின் மானத் தோடும் குடும்பத் தலைவன் ரத்தினத்தின் ஆண்மையோடும் இணைத்து அந்த அம்மா பேசுவது ரத்தினத்தின் மிருக வெறியைத் தூண்டிவிடுகிறது. ஆட்டத்தின் விதிமுறைகளை மீறியேனும் இந்த முறை வெல்ல வேண்டும் என்ற தீர்மானத் தோடு களம் இறங்குகிறார் ரத்னம்.

விதிமுறைகளுக்குட்பட்ட ஆட்டத்துக்குப் பழக்கப்பட்ட பேட்டைக்காரருக்கு இது அதிர்ச்சிகரமாக இருக்கிறது. அவரது குழுவில் இருக்கும் கறுப்பு தன் சேவல் சண்டையில் வெல்லும் என்று கூறி அவரைத் தேற்ற முயல்கிறான். ஆனால் அவனிடம் இருக்கும் சேவல், சண்டைக்கு உதவாது என்று சொல்லிப் பேட்டைக்காரரால் நிராகரிக்கப்பட்ட சேவல். சண்டைக்குப் பயனற்ற சேவலை அறுத்துவிடுவது அந்தக் குழுவின் மரபு. ஆனால் பேட்டைக்காரரின் கட்டளையைச் சேவல் மீதுள்ள கறுப்புவின் பாசம் வெல்கிறது. அந்தச் சேவலைக் களம் இறக்க முனைகிறான். பேட்டைக்காரர் ஒப்புக்கொள்ளவில்லை. அவர் பேச்சை மீறிக் கறுப்பு செயல்படுகிறான். போட்டியில் வென்று தன் குருவின் மானத்தைக் காப்பாற்றுகிறான். கிடைக்கும் பரிசுப் பணத்தைக் கொண்டுவந்து அவர் காலடியில் சமர்ப்பிக்கிறான். ஆனால் தன் பேச்சை மீறிய சிஷ்யனை மன்னிக்க அவர் தயாராக இல்லை.

இந்த முரண்பாடு வளர்ந்து, தன் முனைப்பு, ஆங்காரம், பொறாமை, துரோகம் எனப் பல்வேறு பரிமாணங்களை எடுக்கும் விபரீதமே மீதிக் கதை. தான் என்னும் உணர்வு சார்ந்த கற்பிதங்கள் சீண்டப்பட்ட ஒரு மனிதனின் இயல்பு எதிர்பாராத மாற்றங்களுக்குள்ளாகும் இயற்கையை வெற்றி மாறன் சித்திரிக்கிறார். விசுவாசத்துக்கும் மன்னிப்பை ஏற்கத் தயாராக இல்லாத அவமான உணர்வுக்கும் இடையிலுள்ள முரண்கள் புதிய முரண்களையும் பிளவுகளையும் ஏற்படுத்திய படி செல்வதில் மனித இயல்பின் விபரீதங்கள் அம்பலப் படுகின்றன. நட்பு, அன்பு, பாசம் ஆகிய ஓடுகள் கழன்று தெறிக்கின்றன. தன் முனைப்பின் ஆங்காரமும் பிழைத்திருத் தலுக்கான வேட்கையும் வேட்டையின் ஆவேசமாக மாறி மனித உறவுகளைப் பரிகசிக்கின்றன. சேவலை வளர்த்து

அவற்றுக்கு ரத்த வெறி ஊட்டும் மனிதர்களுக்குள் ஒளிந்திருக்கும் விலங்குத் தன்மைகள் வெளிப்படுகின்றன. அன்பைப் போலவே வெறுப்பும் யார் மீதும் செலுத்தப்படக்கூடியதுதான் என்ற உண்மை தன் முகத்தைக் காட்டும்போதே அதற்கு விதிவிலக்கான தூய அன்பின் கீற்றும் வெளிப்படுவதைக் காட்டி ஆடுகளத்தின் கோர ஆட்டத்தை முடிக்கிறார் இயக்குநர்.

சேவல் சண்டையின் விவரணைகளையும் மனித உறவு களின் ஊடு பாவுகளையும் துல்லியமாகவும் சுவாரஸ்யமாகவும் சொல்கிறார் வெற்றி மாறன். சேவல்களைத் தயார்ப்படுத்தும் விதம் இதுவரை தமிழ்த் திரையில் காட்டப்படாதது. சேவல் களைச் சண்டைக்காகவே வளர்க்கும் மனிதர்கள் அந்தச் சேவல்களுடன் வெவ்வேறு தருணங்களில் வெவ்வேறு விதமாகக் கொள்ளும் உறவைக் காட்சிப்படுத்தும் விதம் சேவல் என்பதை மனிதர்களின் சுயம் சார்ந்த புறப் படிமமாக உணரவைக்கிறது. கதைப் போக்கில் நாடகீயத் தன்மை இருந்தாலும் செயற்கையான திருப்பங்கள் அதிகம் இல்லை.

சேவல் சண்டை என்று வரும்போது அந்தச் சண்டையின் தன்மைகளை ஆவணப்படுத்துவதற்கான மெனக்கெடலைப் பாராட்டலாம். ஆனால் களத்தில் நடக்கும் சேவல் சண்டையின் சித்திரிப்பை வணிகப் படத்துக்கான நாடகமாகவே பார்க்க முடிகிறது. எதிரணியினர் எத்தனையோ தகிடுதத்தங்களைச் செய்தும், தர்க்கப்படி வெல்ல முடியாத கதாநாயகனின் சேவல் திரும்பத் திரும்ப வெல்வது தமிழ்த் திரையின் மிகை நாயக பிம்பத்தின் அஃறிணைப் படிமமாகவே தெரிகிறது. படத்தின் ஆகப் பலவீனமான பகுதியான காதல் அத்தியாயமும் வெகுஜன சூத்திரத்துக்குட்பட்ட செயற்கை நாடகம்தான்.

வணிகப் படம் என்னும் வரையறையை மனத்தில் கொண்டு இத்தகைய சமரசங்களை மன்னிக்கலாம். தமிழில் காமிரா இல்லாமல்கூடப் படம் எடுக்கலாம். காதல் இல்லாமல் படம் எடுக்க முடியாது என்பதால் படத்தோடு அதிகம் ஒட்டாத காதல் நாடகத்தையும் பொறுத்துக்கொள்ளலாம். பொறுத்துக்கொள்ள முடியாத விஷயம், படத்தை 'வித்தியாச மான' படமாகக் காட்ட இயக்குநர் மேற்கொள்ளும் முயற்சிகள். உதாரணமாக, ஐரினைக் கூட்டிக்கொண்டு கறுப்பு இரவில் ஊர் சுற்றும் காட்சிகள். வேல் ராஜின் ஒளிப்பதிவில் ஒரு கவிதை போலத் திரையில் விரியும் அந்தக் காட்சி தன்னளவில் நன்றாக வந்திருக்கிறது. ஆனால் படத்தின் ஒட்டுமொத்த

பின்புலத்தில் நம்பகத்தன்மையோ தேவையோ இல்லாமல் துருத்திக்கொண்டிருக்கிறது. படம் முடிந்த பிறகு திரையில் ஓடும் நீண்ட பட்டியலில் ஃபில்மோகிராஃபி என்னும் தலைப்பில் இயக்குநர் பல படங்களைக் குறிப்பிடுகிறார். அந்தப் படங்களிலிருந்து உத்வேகம் பெற்ற காட்சிப் படிமங்களுக்கான நன்றியறிதல் என்னும் வகையில் இயக்குநரின் நேர்மையைப் பாராட்டலாம். ஆனால் காட்சிப் படிமங்களைக் கதைக்களம், கதைமாந்தரின் போக்குச் சார்ந்த உத்வேகத்திலிருந்து பெறுவதுதானே பொருத்தமானதாக இருக்க முடியும் என்னும் கேள்வியை எழுப்பாமல் இருக்க முடியவில்லை. வெகுஜனத் தளத்தில் நேர்த்தியான வணிகப் படங்களை எடுப்பதில் பாசாங்கற்று வெளிப்பட்ட ஒரு இயக்குநருக்கு இது தேவையா என்ற கேள்வியும் இதை ஒட்டி எழுகிறது.

பேட்டைக்காரர், அவரது குழுவினர், கறுப்புவின் அம்மா, பேட்டைக்காரரின் மனைவி முதலான பாத்திரங்களைக் கவனமாக வடிவமைத்திருக்கிறார் வெற்றி மாறன். கறுப்புவின் அம்மா சாகும் தருணம், பெரியவரின் மன மாற்றம் ஆகியவையும் நன்றாகவே சொல்லப்பட்டிருக்கின்றன. பெரியவரின் நற்பெயருக்குக் களங்கம் ஏற்படக் கூடாது என்பதால் கொலைப் பழியைச் சுமந்துகொண்டு கறுப்பு கிளம்பிச் செல்லும் இடம் கனமாக உள்ளது. கறுப்புவும் அவன் அம்மாவும் பேசும் இடங்களில் அவர்களது ஆளுமைகள் சார்ந்த வித்தியாசங்கள் வசனங்களிலும் பாவனைகளிலும் கச்சிதமாகப் பிரதிபலிக்கப் படுகின்றன. துரைக்கும் (கிஷோர்) கறுப்புவுக்கும் இடையில் உள்ள நட்பு இயல்பாகச் சித்திரிக்கப்பட்டுள்ளது. அவர்களுக் கிடையே வரும் சண்டை அவ்வளவு இயல்பாக இல்லை. அதுபோலவே இரண்டாம் பாதியில் கதையின் மீதான இயக்குநரின் பிடி நழுவிப் போவதாகவே தோன்றுகிறது. ஒரு கட்டத்துக்கு மேல் எல்லாமே எதிர்பார்க்கக்கூடிய தடத்தில் பயணிப்பது ஆயாசமூட்டுகிறது.

வசனங்களில் கூர்மையும் கச்சிதமும் உள்ளது. பல விஷயங் களை வசனத்தின் துணையின்றிச் சொல்வதும் வெற்றி மாறனுக்குச் சாத்தியப்பட்டிருக்கிறது. உதாரணமாகக் காவல் நிலையக் காட்சி. தனக்கு உதவிய ரத்னத்தின் தந்திரத்தைத் துரை புரிந்துகொள்ளும் இடத்தையும் குறிப்பிட்டுச் சொல்ல லாம். முன் பகுதியில் சேவல்களின் சீற்றத்தைக் காட்டும் இயக்குநர், பின் பகுதியில் சேவல்களை வளர்க்கும் மனிதர்களின் உக்கிரங்களிலும் பாய்ச்சல்களிலும் சேவல்களின் தன்மைகளைப்

பிரதிபலிக்க வைத்திருப்பது நுட்பமான உத்தி. உச்சக் காட்சியில் குருவின் துரோகத்தை நேருக்கு நேர் எதிர்கொள்ளும் இடத்தில் தனுஷின் பேச்சும் ஜெயபாலனின் அமைதியும் வலுவாக அமைந்துள்ளன.

இசையும் (ஜி.வி. பிரகாஷ் குமார்) ஒளிப்பதிவும் படத்தின் மதிப்பைக் கூட்டுகின்றன. பாடல்களில் மட்டுமின்றிப் பின்னணி இசையிலும் பிரகாஷ் குமார் சிறப்பாகவே செயல் பட்டிருக்கிறார். ஒளிப்பதிவாளர் வேல்ராஜ் காட்சிகளின் காலப் பின்னணியைக் கச்சிதமாகப் புலப்படுத்தியுள்ளார். இரவுக் காட்சிகளும் மதுரையின் சந்து பொந்துகளைக் காட்சிப் படுத்தியுள்ள விதமும் அருமை.

பேட்டைக்காரனாக நடித்திருக்கும் ஈழக் கவிஞர் வ.ஐ.ச. ஜெயபாலன் வியக்கத்தக்க நடிப்பை வெளிப்படுத்துகிறார். பல களம் கண்ட அனுபவஸ்தரின் அனாயாசம், தன் வித்தை யிலும் நேர்மையிலும் நம்பிக்கை கொண்ட கம்பீரம், கர்வ பங்கமுற்ற பின் ஏற்படும் பொறாமை, அவமானம், சந்தேகம், வன்மம் ஆகிய எல்லா உணர்ச்சிகளும் அவரது முகத்தில் துல்லியமாக வெளிப்படுகின்றன.

தனுஷ் மிகவும் உழைத்திருக்கிறார். சென்னைத் தமிழுக்குப் பழகிய நாக்கை மதுரை வழக்குக்கேற்ப மாற்றுவதில் பெருமளவு வெற்றி கண்டிருக்கிறார். குருவிடம் காட்டும் கண்மூடித்தனமான விசுவாசம், அப்பாவித்தனம், தேவதை போன்ற பெண்ணைப் பார்த்ததும் அவள் அழகில் கரைந்து உருகும் விதம், சண்டைக் களத்தில் வெளிப்படும் எகத்தாளம், சண்டையில் ஆக்ரோஷம் என்று பாத்திரத்துக்கேற்ற நடிப்பை வழங்கியிருக்கிறார். சேவலைத் தூக்கிக்கொண்டு போகும்போது தனுஷின் உடல் மொழியில் ஏற்படும் மாற்றங்கள் குறிப்பிடத்தகுந்தவை. சேவல் வெல்லும்போதும் அது அடிவாங்கும்போதும் அதை அவரது முக பாவங்களும் உடல் மொழியும் துல்லியமாகப் பிரதிபலிக் கின்றன. அம்மாவின் மரணம், குருவின் துரோகம் ஆகிய தருணங்களில் உணர்ச்சி நடிப்பு வலுவாக வெளிப்பட்டிருக் கிறது. பாடல்களுக்கு அவர் ஆடும் ஆட்டம் பார்வையாளர் களைப் பெரிதும் கவர்கிறது. நடனத் திறனுக்குப் பெயர்போன நாயகர்களின் நடனங்களுக்கு இல்லாத அளவில் இவரது நடனங்களுக்குத் திரையரங்குகளில் வரவேற்பு இருப்பதற்குக் காரணம், இவரது நடனம் திறமையின் பிரகடனமாக அல்லாமல் காட்சிக்கேற்ற உணர்ச்சியின் வெளிப்பாடாக இருப்பதுதான் என்று தோன்றுகிறது.

தப்ஸியின் தோற்றத்தையே இயக்குநர் பெரிதும் நம்பி யிருப்பது அவரது பாத்திரப் படைப்பிலிருந்து தெரிகிறது. தப்ஸியும் தன் பொலிவான தோற்றத்தால் காட்சிகளுக்கு அழகு சேர்க்கிறார். அதற்குமேல் அவருக்குச் செய்வதற்கு ஒன்றுமில்லை.

பார்வையாளர்களின் மூளையையும் சொரணையையும் இழிவுபடுத்தாமலேயே பொழுதுபோக்கைச் சாத்தியப்படுத்த முடியும் என்பதை நிரூபிக்கும் இயக்குநர்களின் வரிசையில் தன் அடையாளத்தை வெற்றி மாறன் அழுத்தமாகப் பதித்திருக் கிறார். கதைக் களத்துக்கும் கதை சார் வாழ்நிலைக்கும் நேர்மை யாகச் செயல்பட்டிருக்கிறார். பின்னாளில் சமரசங்கள் அதிக மற்ற தீவிரமான படத்தை உருவாக்க இவரால் இயலும் என்ற நம்பிக்கையை இந்தப் படம் ஏற்படுத்துகிறது.

மைனா

மண் வாசனையும் யதார்த்தமும்

தமிழ் மண்ணின் அடையாளம் சார்ந்த படங்கள் தமிழில் அரிதாகவே வருகின்றன. அதிலும் யதார்த்த வாழ்வுக்கு நெருக்கமான படங்கள் மிக அரிதாகவே வருகின்றன. இந்த இரண்டும் சேர்ந்து அமைந்த அரிய தொரு நிகழ்வாக வந்திருக்கிறது மைனா. கதையில் புதுமை இல்லை என்றாலும் அதைத் திரையில் காட்சிப் படுத்தியிருக்கும் விதம் கவனிக்க வைக்கிறது. யதார்த்த மான பாத்திரப் படைப்புகள், அழுத்தமான நடிப்பு, நம்பகத்தன்மை கொண்ட திருப்பங்கள், மனதில் நிற்கும் காட்சிகள் ஆகியவற்றால் பிரபு சாலமனின் மைனா முக்கியமான படமாக அடையாளம் காட்டப்படக் கூடியதாக உள்ளது.

சுருளி (வித்யார்த்) பன்னிரண்டு வயதிலேயே உழைக்கக் கிளம்பியவன். அனாதைகளாக நடுத்தெருவுக்கு வரும் சிறுமியையும் (மைனா) அவள் அம்மாவையும் கண்டு இரங்கும் சுருளி, அவர்களுக்கு உதவி செய்கிறான். தன் ஊருக்குக் கூட்டிவந்து பக்கத்து வீட்டுப் பாட்டி யிடம் அடைக்கலமாக விடுகிறான். மைனாவுக்குத் தேவையான அனைத்தையும் செய்கிறான்.

இவர்கள் இருவரும் வளர, காதலும் வளருகிறது. இந்தக் காதலை அறியும் மைனாவின் அம்மாவால் அதைச் சகித்துக்கொள்ள முடியவில்லை. சுருளி தங்களுக்கு மறுவாழ்வு தந்தவன் என்றாலும் படிப்பு வாசனை இல்லாத, சமூகத்தில் அந்தஸ்து இல்லாத தற்குறிதானே.

தன் பெண்ணுக்கு வேறு மாப்பிள்ளை பார்க்க அம்மா முயல, சுருளி கொதித்தெழுகிறான். விவகாரம் கை மிஞ்சிப் போகும் நிலையில் சுருளி கை நீட்டிவிடுகிறான். அதன் விளைவாகத் தேனி கிளைச்சிறையில் காவலில் வைக்கப்படு கிறான். ஆனால் கடைசி நாள் சிறைக்காவலுக்கு முன்பே தப்பி, மைனாவின் திருமண நிச்சயத்தைத் தடுக்க ஓடி வருகிறான். தப்பியவனைத் தேடி சிறைக் காவலரும், ஜெயிலரும் சுருளியின் ஊருக்கு வருகிறார்கள். சுருளி நிச்சயதார்த்தத்தை நிறுத்தி விடுகிறான். ஆனால் அவனைத் தேடி வரும் காவலர்களிடம் மாட்டிக்கொள்கிறான். சுருளியுடன் மைனாவும் வருகிறாள். சுருளிக்கும் அவன் காதலுக்கும் என்ன ஆயிற்று என்பதே மீதிக் கதை.

பால்ய கால நட்பு சார்ந்த காட்சிகள் ஏற்கெனவே அழகி, பூ போன்ற படங்களில் பார்த்த காட்சிகளை நினைவுபடுத்து கின்றன. ஆனால் இதர காட்சிகள் அப்படி அல்ல. பாராட்டத் தக்க விதத்தில் திரைக்கதையை உருவாக்கியிருக்கிறார் பிரபு சாலமன். நம்பத்தக்க சம்பவங்கள், யதார்த்தமான மனிதர்கள், இயல்பான வசனங்கள் என்று திரைக்கதை நேர்த்தியாகக் கட்டமைக்கப்பட்டிருக்கிறது. இடையில் ஏற்படும் திருப்பங்கள் (சுருளி தப்பிச் செல்வது, மீண்டும் சிக்குவது, மலைப் பாதையில் நடக்கும் விபத்து, கடைசியில் நிகழும் எதிர்பாராத திருப்பம்) சுவையாகவும் நம்பும் விதத்திலும் உள்ளன. சம்பவங்களைக் காட்சிப்படுத்தியுள்ள விதம் அருமை என்றால் இடையில் வரும் உதிரிப் பாத்திரங்களின் வார்ப்பு கச்சிதம். சின்னச் சின்னக் காட்சிகளில்கூட இயக்குநரின் கவனம் தெரிகிறது. காட்டுக்குள் யானைகள் எதிர்ப்படுவது, புலியின் படத்தைப் பார்த்து பயப்படுவது என்று பலவற்றைச் சொல்லலாம். கேரளாவில் ஹோட்டலில் நடக்கும் சம்பவம் சுவாரஸ்யம்.

காடுகளிலும் மேடுகளிலும் நிகழும் பயணம் காட்சிப் படுத்தப்பட்டுள்ள விதம் அருமை. கலாச்சார அடையாளங் களுடன் நிலக்காட்சிகளைப் படமாக்கியிருக்கும் விதத்தில் இயக்குநரின் பக்குவம் தெரிகிறது. சிறைக்காவலர்களின் பதற்றமும் நன்றாகச் சித்திரிக்கப்பட்டுள்ளது.

மைனாவும் சுருளியும் ஆவேசமான காதலர்களாகவே சித்திரிக்கப்படுகிறார்கள். இருவருமே காதலை எதிர்க்கும் தங்கள் பெற்றோரை ஆங்காரத்துடன் எதிர்கொள்கிறார்கள். இந்த மோதல்களில் வெளிப்படும் குணாம்சங்களை யதார்த்த மாக நாம் ஏற்றுக்கொள்ளவைப்பதுதான் இயக்குநரின் வெற்றி.

காதலுக்காகத் தாய், தகப்பனையே அடிக்கும் அளவுக்குக் காதலோடு வாழும் ஒரு எளிய மனிதனாகச் சுருளியின் பாத்திரம். அந்தப் பாத்திரத்துக்குப் பொருந்தும் தோற்றம், உடல் மொழி, பேச்சு மொழி ஆகியவற்றில் வித்யார்த் நன்றாகச் செய்திருக்கிறார்.

காதலுக்காக அம்மாவையே எதிர்க்கத் துணியும் மைனா பாத்திரத்தில் அமலா கச்சிதம். காதலைச் சத்தமில்லாமல் வெளிப்படுத்தும் பாங்கு ரசிக்கவைக்கிறது. அமலாவின் கண்களும் முக பாவங்களும் பாத்திரத்தை நிலைநிறுத்துவதற்கு உதவுகின்றன.

துணைக் கதாபாத்திரங்களில் சிறைக்காவலராக நடித்திருக்கும் தம்பி ராமையா, ஜெயிலர் பாஸ்கர் பாத்திரங்கள் போலீஸ்காரர்கள் குறித்த பொது பிம்பத்தை உடைக்கின்றன. "நீ பண்ணின காரியத்துக்கு உன்னை கஞ்சா கேசுல ஆறு மாசம் உள்ள தள்ளுறேன். இவ தேனி பஸ் ஸ்டாண்ட்ல பிச்சை எடுத்துகிட்டு இருப்பா" என்று சொல்லும் ஜெயிலருக்குள் ஏற்படும் மாற்றம் இயல்பானதாக உள்ளது.

பொதுவாக மையப் பாத்திரங்களின் கண்ணோட்டத்திலேயே படத்தை நகர்த்திச் செல்லும் தமிழ்ப் படங்களுக்கு மத்தியில் துணைப் பாத்திரங்கள், உதிரிப் பாத்திரங்களின் நிலைகளை அவற்றுக்குரிய கோணங்களில் காட்டியிருப்பது பக்குவம்கூடிய அணுகுமுறை என்று சொல்ல வேண்டும். படத்தில் சிறை அதிகாரி முதல் சிறைப் பணியாளர்கள்வரை பலரது தன்னிலைகள் நேர்த்தியாகச் சித்திரிக்கப்பட்டிருக்கின்றன. தவிப்பு என்பது நாயக நாயகியருக்கு மட்டுமல்ல, ஒவ்வொருக்கும் உள்ளதுதான். தவிர, காதல் என்பது மட்டுமே பிரச்சினை அல்ல. இவையெல்லாம் எல்லாருக்கும் தெரிந்தது தான். ஆனால் தமிழ் சினிமாவில் பொதுவாக இவை கவனம் பெறுவதில்லை. அந்தப் பழக்கத்தை உடைத்திருப்பது 'மைனா' வின் முக்கியமான பங்களிப்பு என்று சொல்லலாம்.

உச்சக் காட்சியில் நிகழும் திருப்பங்கள் நம்பகத்தன்மை யோடு இருந்தாலும் அங்கே அரங்கேறும் வன்முறை திணிக்கப் பட்டதாகவே உள்ளது. முகத்தில் அறைவதுபோன்ற வன்முறை யோடு முடியும் படங்கள் பெற்ற வெற்றி இயக்குநரை வழிநடத்தி யிருக்கும் என்று எடுத்துக்கொள்வதைத் தவிர வேறு வழியில்லை.

கலை இயக்கத்தைக் கையாண்டுள்ள வைரபாலன், மலைக் கிராமச் சூழலை அழகாகச் சித்திரித்திருக்கிறார். சுகுமாரின் கேமரா, காடுகளின் அடர்த்தியையும் மலையின்

பசுமையையும் அற்புதமாகப் படமாக்கியிருக்கிறது. டி. இமான் இசையில் பாடல்கள் நன்றாக இருந்தாலும் பின்னணி இசையில் இரைச்சலே அதிகமாக உள்ளது.

திரைப்படத்தில் கதையைவிடவும் கதையைச் சொல்லும் விதம்தான் முக்கியம். பால்ய கால நட்பு, வெறித்தனமான காதல், அந்தக் காதலுக்குச் சமூகத்தின் எதிர்ப்பு என்று பழைய கதைக் களத்தைக் கொண்டிருக்கும் மைனா அதை முன்வைத்த திரைக்கதையின் மூலம் தனித்து நிற்கிறது. பாத்திர வார்ப்பும் நம்பகத்தன்மை கூடிய சம்பவக் கோவையும் நடிப்பும் ஒளிப்பதிவும் சேர்ந்து மைனாவை வெகுஜனப் பரப்பில் முக்கியமான படமாக ஆக்குகின்றன.

அடர்த்தியான ஆரண்ய காண்டம்

ஆரண்ய காண்டம் படம் பார்த்ததும் நண்பர்களுக்கு அதைப் பரிந்துரைக்கத் தொடங்கினேன். அவசியம் பார்க்க வேண்டும் என்று சொன்னேன். பார்த்தவர்கள் அனைவருக்கும் அந்தப் படம் பிடித்திருந்தது. பரிந்துரைத்த எனக்கும் அதை ஆமோதித்த என் நண்பர்களுக்கும் படத்தின் மீது விமர்சனமற்ற பாராட்டுணர்வு எதுவும் கிடையாது. ஆரண்ய காண்டம் பல குறைகள் கொண்ட படம்தான். குறிப்பாக அதன் திரைக்கதையில் ஏகப்பட்ட பிரச்சினைகள். இதைப் பற்றி எழுத்தாளர் ராஜன் குறை தன் முகநூலில் விரிவாக எழுதியிருக்கிறார். திரைக்கதையின் பிரச்சினைகளை அப்பதிவு விரிவாகப் பேசுவதால் அதை விட்டுவிட்டு மற்ற விஷயங்களைப் பற்றிச் சில எண்ணங்களைப் பகிர்ந்துகொள்ள விரும்புகிறேன்.

ராஜன் குறை குறிப்பிடும் குறைபாடுகளில் பெரும்பாலானவை முக்கியமானவை என்று உணர்கிறேன். ஆனாலும் இது முக்கியமான படம் என்றே கருதுகிறேன். காரணம் இந்தப் படத்தின் காட்சி மொழியும் சில்லறைத்தனங்கள் இல்லாமல் படம் எடுத்த விதமும். நிழல் உலகம், ரவுடிக் குழுக்கள் குறித்த நூற்றுக்கணக்கான படங்கள் வந்துவிட்டன. செல்வராகவனின் புதுப்பேட்டை, வெற்றி மாறனின் பொல்லாதவன் போன்ற சில படங்களில் சென்னை நகரின் ரவுடிகளின் ராஜ்ஜியம் ஓரளவு யதார்த்தமாகச் சித்திரிக்கப்பட்டிருக்கிறது என்று சொல்லலாம். ஆரண்ய காண்டத்தையும் அந்த

வரிசையில் சேர்க்கலாம். ஆனால் திரையில் காட்சிப் படுத்தப்படும் நிலக்காட்சிகளும் அவற்றின் வண்ணங்களும் சென்னைக்கு மிகவும் அந்நியமாக இருப்பதால் அதைச் சென்னையோடு தொடர்புபடுத்திக்கொள்வது கடினமாக இருக்கிறது. எனவே புவியியல் சார்ந்த அடையாளத்தை மறந்துவிட்டே படத்தைப் பார்க்க வேண்டியிருக்கிறது. அப்படிப் பார்க்கும்போது இரண்டு ரவுடிக் குழுக்கள், அவற்றுக்கிடையே நடக்கும் தொழில் போட்டி, குழுவினருக்குள் நடக்கும் உள்குத்து வேலைகள் ஆகியவற்றைப் பற்றிய படம் என்னும் அளவில் படத்தோடு ஒன்ற முடிகிறது. சீண்டப்படும் சுய படிமங்கள் சார்ந்த ஆக்ரோஷங்களும் ஒவ்வொருவரின் தனிப்பட்ட வாழ்வின் வெற்றி, தோல்விகள் அவரவரது அண்மையச் சூழலைப் பாதிக்கும் விதமும் பிழைத்திருப்பதற் கான வழியே ஆகச் சிறந்த வாழ்க்கை முறையாகக் கடைப் பிடிக்கப்படுவதையும் படம் வலுவாகவே சொல்கிறது.

திரைக்கதையில் தர்க்கரீதியான பிழைகள் உள்ளன. ஆனால் காட்சியமைப்புகளும் அவை எடுக்கப்பட்ட விதமும் வலுவாக உள்ளன. கதையின் திருப்பங்கள் பார்வையாளரின் மூளையை மதித்து, நுட்பமாகக் காட்சிப்படுத்தப்பட்டுள்ளன. அடியாட்களின் உரையாடல்கள் யதார்த்தத்துக்கு நெருக்கமாக உள்ளன. பாத்திரப் படைப்புகளில் ஜமீனின் வாரிசாக வருபவர் மற்றும் அவரது மகனின் பாத்திரங்கள் மனதில் நிற்கின்றன. அண்மையில் வந்த திரைப்படங்களில் இந்த ஜமீன் பாத்திரத்துக்கு இணையான ஒரு பாத்திரத்தைச் சட்டென்று சுட்டிக்காட்டி விட முடியவில்லை. ஆடுகளத்தில் வரும் பேட்டைக்காரரை வேண்டுமானால் சொல்லலாம். தேவையில்லாமல் வாயைக் கொடுத்து மாட்டிக்கொள்ளும் ஜமீன், வெளியே வந்ததும்தான் ஒன்றுமே செய்யாதது போலப் புலம்பும் இடம் அவரது பாத்திரத்தைக் கச்சிதமாக உணர்த்துகிறது. சப்பை, சுப்பு ஆகிய பாத்திரங்கள் அந்த அளவுக்கு வலுவானவையாகத் தோன்றவில்லை. அவற்றின் நாடகீய அம்சம் யதார்த்தத்தைக் குலைத்துவிடுகிறது.

சில காட்சிகள் மனத்தில் அழியாமல் நிற்கின்றன. படுக்கையில் தோல்வி அடையும் ஏமாற்றமும் ஆத்திரமும் கொப்பளிக்கும் ஜாக்கி ஷ்ராஃபின் முகம் அவற்றில் ஒன்று. அப்பாவின் விவஸ்தையற்ற போக்கால் சிக்கலில் மாட்டிக் கொள்வதை எண்ணிக் கோபப்படும் பையன் அழுதுகொண்டே அப்பாவைப் போட்டு அடிக்கிறான். அப்பா அடிவாங்கிக் கொண்டே பையனைக் கட்டிப்பிடித்து அழுகிறார். அடித்துக் கொண்டே இருக்கும் பையன் ஒரு கட்டத்தில் அழுகை

பொங்கிவர அப்பாவைக் கட்டிப்பிடித்துக்கொள்கிறான். இருவரும் குலுங்கி அழுகிறார்கள். இங்கே காட்சி உறைந்து நிற்கிறது. மிக அழுத்தமான காட்சிப் படிமம் இது.

காட்சி மொழி சிறப்பாக அமைந்துள்ள இந்தப் படத்தில் உரையாடல்கள் குறைவாகவும் அழுத்தமாகவும் உள்ளன. 'உங்க அப்பாவை உனக்கு ரொம்பப் பிடிக்குமோ?' என்ற கேள்விக்கு அந்தப் பையன் 'அப்படி இல்ல . . . ஆனா அவர் தான் எங்க அப்பா' என்று சாதாரணமாகச் சொல்லிவிட்டுப் போய்விடுவான்.

படம் இதே வகைமையைச் சேர்ந்த சில வெளிநாட்டுப் படங்களை நினைவுபடுத்துகிறது என்பது உண்மைதான். ஆனால் தமிழில் பெரிதாகப் பேசப்படும் பல படங்களின் மீதும் அந்த விமர்சனத்தை வைக்கலாம். தமிழில் ரவுடியிஸம் பற்றிய படங்களின் பொதுத்தன்மையிலிருந்து மேலெழும்பி நிற்பது இந்தப் படத்தின் குறிப்பிடத்தக்க அம்சம். பார்வை யாளர்களை அசத்துவதற்காக வலிந்த காட்சிகளைத் திணிக் காமல், சில்லறைத்தனங்கள் இல்லாமல், மிகை நாயக அம்சங்கள் இல்லாமல் இதைச் சாதித்திருப்பது இந்தப் படத்தின் வெற்றி. யுவன் ஷங்கர் ராஜா கற்பனை வளம் மிகுந்த ஓசைகளாலும் பொருள் பொதிந்த மௌனங்களாலும் படத்துக்கு இசைப் பரிமாணத்தைக் கூட்டியுள்ளார்.

படத்தின் முக்கியமான குறை என்று எனக்குப் படுவது, படத்தின் ஆதாரமான அம்சம் படம் தேர்ந்துகொண்ட சட்டகத்தைவிட்டு மேலெழும்பிப் பொதுத்தன்மை பெறத் தவறுவதுதான். எது தேவையோ அதுவே தர்மம் என்னும் சொற்களின் விளக்கமாக விரியும் படம், இந்தச் சொற்கள் முன்னிறுத்தும் வாழ்க்கைப் பார்வை பெரும்பாலான மக்களிடம் தொழிற்படுவதைக் கோடிகாட்டத் தவறுகிறது. ஒரு கலைப் படைப்பு அது தேர்ந்துகொண்ட களத்தில் தீவிரமாகவும் ஆழமாகவும் பயணம் செய்யும்போது அதன் உள்ளார்ந்த அம்சம் குறிப்பிட்ட களத்தைத் தாண்டி மேலெழும்பிவிடும் அற்புதம் நிகழ்கிறது. அந்த அற்புதம் ஆரண்ய காண்டத்தில் நிகழவில்லை. படத்தின் ஆதாரமான செய்தியும் அதில் பிரதிபலிக்கப்படும் வாழ்க்கையும் படத்தின் சட்டகத்துக்குள் நின்றுவிடுவது படத்தின் முக்கியமான குறை அல்லது போதாமை. ராஜன் குறை சுட்டிக்காட்டும் திரைக்கதைக் குறைகளைவிட முக்கியமானதாக எனக்கு இது படுகிறது.

இப்படிப் பல அம்சங்களைச் சொல்லிக்கொண்டே போகலாம். படத்தைக் குறை சொல்பவர்களில் சிலர் அது

குறித்த மிகையான பாராட்டுதல்களுக்கு எதிர்வினை ஆற்றும் முனைப்புடன் பேசுகிறார்கள். இந்தப் படத்தை உலகப் படம் என்றெல்லாம் கொண்டாட வேண்டியதில்லை. கறாராகச் சொல்லப்போனால் உலகப் படம் என்பதே தவறான ஒரு சொற்றொடர். உலகத் தரமான படம் அல்லது படைப்பு என்று சொல்லலாம். ஆரண்ய காண்டத்தை அப்படிச் சொல்வதில் எனக்கு உடன்பாடு இல்லை. ஆனால் தமிழ்ப் பின்னணியில் இது ஒரு முக்கியமான படம் என்பதில் எனக்குச் சந்தேகமில்லை. வாராவாரம் திரையரங்குகளின் திரையில் கடை விரிக்கப்படும் அத்தனை குப்பைகளையும் தவறாமல் பார்க்கும் நிர்ப்பந்தத்துக்கு ஆளானவன் என்ற முறையில் இதை என்னால் உறுதியாகச் சொல்ல முடியும். குப்பைகளுக்கு மத்தியில் கஷ்டப்பட்டுத்தான் குன்றிமணிகளைப் பொறுக்க வேண்டியிருக்கிறது. அப்படிப்பட்ட மணிகளில் ஒன்று ஆரண்ய காண்டம். படத்தைப் பற்றி என்ன குறை சொன்னாலும் அதை ஒரு பாசாங்கான படம் என்று சொல்ல முடியாது என்றே நினைக்கிறேன்.

தமிழில் அகிரா குரோசவாக்களோ விக்டோரியா டி சிகாக்களோ ஏஞ்சலோபோலோக்களோ சத்யஜித் ராய்களோ அடூர் கோபாலகிருஷ்ணன்களோ கிடையாது. அப்படிப்பட்ட வர்கள் உருவாவதற்கு இசைவான காலம் இருந்தபோதே யாரும் உருவாகவில்லை. இப்போதைக்கு அப்படிப்பட்ட கலைஞர்கள் உருவாவதற்கான சூழல் இங்கே இல்லை. இந்தப் பின்னணியில்தான் தமிழின் புதிய முயற்சிகளைப் பற்றிப் பேச வேண்டும். அப்படிப் பார்க்கும்போது காட்சி மொழியிலும் பாத்திர வார்ப்பிலும் உரையாடல்களிலும் காட்சிகளை எடுத்த விதத்திலும் கவனத்துக்குரிய படமாக ஆரண்ய காண்டத்தை உருவாக்கியிருப்பதற்காக இயக்குநர் குமாரராஜாவையும் தயாரிப்பாளர் சரணையும் வஞ்சனை இல்லாமல் பாராட்டலாம்.

2011ஆம் ஆண்டின் சில படங்கள்

நம்பிக்கையும் ஏமாற்றங்களும்

தமிழில் வரும் வித்தியாசமான படங்களைப் பற்றிய பேச்சு வரும்போதெல்லாம் ஒரு உண்மையை நினைவுபடுத்திக்கொண்டுதான் பேச வேண்டும். தமிழில் கலைத்தரமான படங்கள் எடுக்கும் இயக்குநர்கள் யாரும் இல்லை என்பதுதான் அந்த உண்மை. கலைத்தரம் என்பது திட்டவட்டமான வரையறைக்குள் சிக்காத அகவயமான அளவுகோல் என்பதால் எந்தப் பொருளில் அது பயன்படுத்தப்படுகிறது என்பதைத் தெளிவுபடுத்தி விடுவது நல்லது என்று நினைக்கிறேன். ஒரு சில உதாரணங்களின் மூலம் இதை விளக்கலாம். அகிரா குரோசவா, மைக்கேல் ஆஞ்சலோ போலோ, விக்டோரியா டிசிகா, சத்யஜித் ராய், அடூர் கோபால கிருஷ்ணன் ஆகியோரின் படைப்புகளை எந்தப் பொருளில் கலைத் தரமான படைப்புகள் என நாம் குறிப்பிடுகிறோமோ அந்தப் பொருளில் தமிழில் கலைத்தரமான இயக்குநர் களோ படைப்புகளோ இல்லை என்று பொதுவாகச் சொல்லிவிடலாம். தமிழில் மிகவும் போற்றப்படும் மகேந்திரன், பாலு மகேந்திரா, ருத்ரையா போன்றோரை யும் சேர்த்தேதான் இதைச் சொல்கிறேன். பீம்சிங், ஸ்ரீதர், பாலசந்தர், பாரதிராஜா, மணிரத்னம், பாலா, சேரன், அமீர், வெற்றி மாறன் போன்றவர்களை இந்தப் பட்டியலில் கணக்கில் எடுத்துக்கொள்ள முடியாது.

இப்படி நான் சொல்லும்போது தமிழில் திரைக் கலைஞர்கள் யாருமே இல்லையா என்ற கேள்வி எழலாம். வணிகக் கணக்குகளை மறந்துவிட்டுப் படம் எடுக்கும்

பண்பாடு தமிழில் இல்லாததால் ஒரு கலைஞன் முழுக்க முழுக்கத் தன் கலை வேட்கைக்கான வெளிப்பாடாகத் திரைப்படத்தைக் கொள்ளும் வாய்ப்பும் தமிழில் இல்லை. இந்தச் சூழல் தமிழில் அசலான கலைப் படைப்புகள் வர விடாமல் செய்துவிட்டது. மேலே இரண்டு பட்டியலில் குறிப்பிடப்பட்டுள்ளவர்களில் பெரும்பாலானோரால் கலைத்தரமான படங்களை எடுக்க முடியும் என்றுதான் நான் நம்ப விரும்புகிறேன். ஆனால் வணிகக் கணக்குகளைத் தாண்டி யோசிக்கும் சூழல் இங்கு இல்லாததால் இவர்களுக்கு இதற்கான வாய்ப்புக் கிடைக்கப்போவதில்லை. தீவிர சினிமா வுக்கான களமோ இணை சினிமாவுக்கான இடமோ இங்கே இல்லாத நிலையில் விமர்சகர்கள் வணிக சினிமாவைப் பற்றியே பேச வேண்டியிருக்கிறது. சற்றே வித்தியாசமான முயற்சிகள்கூடப் பெரிதும் புகழப்படுவதன் காரணம் இது தான். இந்தப் பின்னணியில்தான் தமிழ்ப் படங்களைப் பார்க்க வேண்டியிருக்கிறது.

நம்பிக்கை அளித்த
சில படங்கள்

2011இல் வெளியான படங்களிலிருந்து மிகவும் கஷ்டப்பட்டுத்தான் வித்தியாசமான படங்களைப் பொறுக்கி எடுக்க வேண்டியிருக்கிறது. ஆடுகளம், அவன் இவன், அழகர்சாமியின் குதிரை, தென்மேற்குப் பருவக் காற்று, ஆரண்ய காண்டம், வாகை சூடவா, எங்கேயும் எப்போதும் ஆகிய படங்களைச் சென்ற ஆண்டின் வித்தியாசமான முயற்சிகளாக அடையாளம் காட்டலாம். இவை காட்சியமைப்பு, பாத்திர வார்ப்பு, ஒளிப்பதிவு, பின்னணி இசை, திரைக்கதை, நேர்த்தி, யதார்த்தத்துக்கு நெருக்கமான காட்சிகள், உரையாடல்கள், நடிப்பு, கதையம்சம் முதலான அம்சங்களில் ஒரு சில அம்சங்களிலேனும் தனித்து நிற்பவை.

ஆடுகளம், வாகை சூடவா, அழகர்சாமியின் குதிரை, அவன் இவன் ஆகிய படங்கள் வித்தியாசமான களங்களைக் கொண்டவை. வெற்றி மாறனின் ஆடுகளம், தமிழகத்தின் பல இடங்களில் நடைபெற்று வரும் சேவல் சண்டையைக் களமாகக் கொண்டது. இயக்குநர் தான் தேர்ந்துகொண்ட களம் குறித்துப் பல விஷயங்களை நுட்பமாக அவதானித்து அவற்றைக் காட்சிப்படுத்தியுள்ளார். சேவல் சண்டை என்பது பின்புலம்தான். உண்மையில் இயக்குநர் சொல்ல வருவது மனிதர்களைப் பற்றி. அவர்களுக்கிடையே நிலவும் உறவுகள் பற்றி. அந்த உறவுகள் வாழ்நிலைகளையும் வாழ்நிலைகள் உறவுகளையும் பரஸ்பரம் பாதிக்கும் விதங்கள் பற்றி. சேவல் சண்டையின் பின்புலத்தில்

இவற்றைச் சொல்லும் வெற்றி மாறன் சேவல் சண்டையை மனிதச் சண்டைகளின் குறியீடாக மாற்றுவதில் வெற்றி அடைகிறார். பெருமளவில் யதார்த்தத்துக்கு நெருக்கமாக வாழ்க்கை சித்திரிக்கப்படுகிறது. பின் பகுதியில் வரும் வேகமான சில திருப்பங்களும் படத்தில் இணைகோடாக வரும் காதல் பரிமாணமும் நம்பகத்தன்மையுடன் உருப்பெற வில்லை என்பதும் படத்தின் குறைகள். முதல் பகுதியின் முற்பகுதியில் தெரியும் ஆவணத்தன்மையையும் இதில் சேர்த்துக்கொள்ளலாம். என்றாலும் தான் குருவாக ஏற்றுக் கொண்ட மனிதர் தனக்குத் துரோகம் செய்தாலும் அவரைப் பழிவாங்காமல் அவரது பழியைத் தானே ஏற்றுக்கொள்ளும் நாயகனின் செயல் படத்திற்குக் கனத்தைக் கூட்டிவிடுகிறது. தனுஷ், வ.ஐ.ச. ஜெயபாலன், கிஷோர் ஆகியோரின் நடிப்பு படத்துக்குப் பெரிய பலம். பேட்டைக்காரன் பாத்திரம் குறிப்பிட்டுச் சொல்லப்பட வேண்டியது.

களவாணி என்னும் இயல்பான பொழுதுபோக்குப் படத்தை அளித்த இயக்குநர் சற்குணம் தன் இரண்டாவது படமான வாகை சூடவா படத்தில் செய்தி சொல்ல முயன்றிருக்கிறார். செய்தியைக் கதையம்சத்துடனும் கலைத் தன்மையுடனும் சொல்வதில் அவருக்கு முழு வெற்றி கிடைக்க வில்லை. படத்தின் பல பகுதிகள் ஆவணத்தன்மை கொண்டவை யாகவும், செய்தி சொல்லும் படங்களுக்கே உரிய நாடகத்தன்மை யுடனும் வகை மாதிரித் தன்மையுடனும் உள்ளன. ஆனால் தான் தேர்ந்துகொண்ட காலத்தையும் களத்தையும் நம்பகத் தன்மையோடு காட்சிப்படுத்துவதில் இயக்குநர் வெற்றி பெறுகிறார். படத்தின் ஒளிப்பதிவும் ஜிப்ரானின் பின்னணி இசையும் பாராட்டத்தக்க விதத்தில் உள்ளன. நாயகி இனியா வின் பாத்திரப் படைப்பும் அவரது நடிப்பும் நன்றாக உள்ளன. அழகான காட்சிப் படிமங்கள், பொருத்தமான பின்னணி இசை (புதுமுகம் ஜிப்ரான்) ஆகியவை ஆவணத்தன்மையையும் தேய்படிமங்கள் கொண்ட திரைக்கதையையும் மீறி இந்தப் படத்தை நினைவில் நிறுத்துகின்றன.

வெண்ணிலா கபடிக் குழு என்னும் யதார்த்தமான படத்தை விறுவிறுப்பாகத் தந்த சுசீந்திரனின் படம் அழகர் சாமியின் குதிரை. பாஸ்கர் சக்தியின் சிறுகதையை முழுநீளத் திரைக்கதையாக்க இவர் செய்துள்ள முயற்சி வெற்றிபெற வில்லை. எண்பதுகளைச் சேர்ந்த கிராம வாழ்வின் தன்மை, அங்குள்ள மனிதர்களின் இயல்புகள், மையப் பாத்திரத்தின் அப்பாவித்தனமும் முனைப்பும் ஆகியவை நேர்த்தியாகப்

பதிவாகியிருக்கின்றன. இளையராஜாவின் பின்னணி இசை பாந்தமாக உள்ளது. ஆனால் திரைக்கதையின் போக்கும் திருப்பங்களும் பார்வையாளர்களின் கவனத்தை ஈர்க்கும் விதத்தில் இல்லை. பரிசோதனைப் படங்கள் என்று சொல்லப் படும் படங்களுக்கான தேய்படிமங்கள் இந்தப் படத்தைப் பலவீனமாக்குகின்றன. வணிகப் படமோ வித்தியாசமான படமோ, திரைக்கதையின் அமைப்பும் அதன் உள்ளார்ந்த தர்க்கமும் சரியாக அமையாவிட்டால் அது பார்வையாளர் களைக் கவர வாய்ப்பில்லை.

புதிய களங்கள், அதிகம் அறிமுகமாகியிராத பாத்திரங்கள், பண்பாட்டுக் கூறுகள் ஆகியவற்றை அழுத்தமான காட்சிப் படிமங்கள் மூலம் திரையில் கொண்டுவரும் இயக்குநரான பாலாவின் அவன் இவன் படம் அவருடைய வலுவான அம்சங்களை பலவீனமான கதையின் மீது அமைத்த முயற்சியாக வெளிப்பட்டிருக்கிறது. பார்வையாளர்களை அசர வைப்பதில் காட்டிய கவனத்தை யதார்த்தத்தைச் சித்திரிப்பதிலும் திரைக் கதை ஒழுங்கிலும் காட்டவில்லை. மனித இயல்பின் சில அம்சங்கள் அழுத்தமாக வெளிப்படும் இப்படத்தில் படத்தின் பல்வேறு கூறுகள் நோக்கமற்று இயங்குகின்றன. கிட்டத்தட்ட எல்லாமே சிதறலாக இருப்பதால் சலனம் ஏற்படுத்தாமல் கடந்து போகின்றன. கதையில் வரும் காதல்கள் அபத்தமானவை. பாத்திரங்களுக்கு வரும் நெருக்கடிகள், வில்லனின் பிரவேசம், உச்சக் காட்சியில் வரும் 'துஷ்ட சம்ஹாரம்' ஆகியவை அப்பட்ட மான வகை மாதிரித்தன்மை கொண்டவை. களம், நடிப்பு, காட்சிப்படுத்துதல், பார்வையாளர்களை அசரவைத்தல் ஆகியவற்றில் கவனம் செலுத்தியிருக்கும் பாலா மேலே குறிப்பிட்டுள்ள விஷயங்களில் அளவுக்கதிகமாகச் சலுகை எடுத்துக்கொள்கிறார். ஜமீனுக்கும் விஷாலுக்கும் இடையே உள்ள விசித்திரமான உறவு குறிப்பிடத்தக்கது. காவல்துறை தொடர்பான காட்சிகள் அபத்த நாடகம்போல உள்ளன. அழுத்தமான காட்சி மொழியைக் கொண்ட இப்படம் ஆழமோ உள்ளார்ந்த இணக்கமோ ஒருங்கிணைந்த நோக்கமோ இல்லாமல் தடுமாறுகிறது.

யதார்த்தத்துக்கு நெருக்கமான பாத்திரங்களும் காட்சி அமைப்பும் கொண்ட படம் தென்மேற்குப் பருவக்காற்று. இதிலும் கதையம்சமும் திரைக்கதையும் மொத்தப் படத்தையும் தூக்கிப் பிடிக்கும் அளவுக்கு வலுவாக இல்லை. நாயக, நாயகியின் பாத்திரங்களும் வலுவாக உருப்பெறவில்லை. நாயகனின் அம்மாவின் பாத்திரத்திலும் பண்பாட்டு, சமூகப்

பின்புலம் சார்ந்த கூறுகளிலும் கவனம் செலுத்தியிருக்கும் இயக்குநர் சீனு ராமசாமி இதர அம்சங்களில் தன் பிடியை இழந்திருக்கிறார். இதிலும் பின்னணி இசை (புதியவர் ரஹ்நந்தன்) நன்றாக உள்ளது. படத்தின் தன்மையோடு இணைந்து ஒலிக்கிறது.

புது இயக்குநர் சரவணனின் எங்கேயும் எப்போதும் ஒரு சில அம்சங்களில் குறிப்பிடத்தக்க முயற்சி. படத்தின் அடிப்படை அம்சத்தில் புதுமை இல்லை (ஒரு புள்ளியில் வந்து சேரும் பல்வேறு மனிதர்களின் கதைகளின் தொகுப்பு) என்றாலும் அந்த மனிதர்களின் சித்திரிப்புகள் கூர்ந்து கவனிக்க வைக்கின்றன. பாத்திர வார்ப்புகள் நேர்த்தியாக உள்ளன. காதல்கள் ஆகிவந்த சூத்திரங்களுக்குள் சிக்காமல் ரசிக்கும்படி உள்ளன.

இன்னொரு புதியவரான குமாரசாமி ராஜாவின் ஆரண்ய காண்டம் சென்ற ஆண்டு வெளியான படங்களுள் சிறப்பான முயற்சி என்று சொல்ல வேண்டும். கதைக் களன் சார்ந்த கவனம், பாத்திர வார்ப்புக்கள், கதையம்சம், திரைக்கதை, பெருமளவில் நம்பகத்தன்மை கூடிய திருப்பங்கள், காட்சிப் படுத்தலின் அழகியல், நுட்பமான நடிப்பு, குறியீட்டுத் தன்மை கொண்ட காட்சிப் படிமங்கள், யதார்த்தமான வசனங்கள், பின்னணி இசை (யுவன் ஷங்கர் ராஜா) ஆகியவை இந்தப் படத்தைச் சராசரியான தமிழ்ப் படங்களுக்கு மத்தியில் தனித்துக் காட்டுகின்றன. ஆண்மை தொடர்பான சிக்கல்கள், பழம் பெருமை என்னும் சுமை, பிழைத்திருத்தலுக்கான நெருக்கடி யால் தீர்மானிக்கப்படும் செயல்பாடுகள், அநீதிகள் நிறைந்த சூழலில் சுய பாதுகாப்பு மட்டுமே அறமாகக் கருதப்பட வேண்டிய கட்டாயம் ஆகியவற்றைக் காட்சிப்படுத்தும் இந்தப் படம் கலைப் படைப்பின் பல்வேறு கூறுகளை இயல்பாகக் கொண்டிருக்கிறது.

தமிழில் ரவுடியிஸம் பற்றிய படங்களின் பொதுத்தன்மை யிலிருந்து மேலெழும்பி நிற்பது இந்தப் படத்தின் குறிப்பிடத் தக்க அம்சம். பார்வையாளர்களை அசத்துவதற்காக வலிந்த காட்சிகளைத் திணிக்காமல், சில்லறைத்தனங்கள் இல்லாமல், மிகை நாயக அம்சங்கள் இல்லாமல் இதைச் சாதித்திருப்பது இந்தப் படத்தின் வெற்றி. காட்சியமைப்பு, பாத்திர வார்ப்பு, உரையாடல்கள், காட்சிகளின் வண்ணங்கள் ஆகியவற்றால் இது முக்கியமான படமாகப் பரிமளிக்கிறது.

படத்தின் ஆதாரமான அம்சம் படம் தேர்ந்துகொண்ட சட்டகத்தை விட்டு மேலெழும்பிப் பொதுத்தன்மை பெறத்

தவறுவது படத்தின் குறை. எது தேவையோ அதுவே தர்மம் என்னும் சொற்களின் விளக்கமாக விரியும் படம், இந்தச் சொற்கள் முன்னிறுத்தும் வாழ்க்கைப் பார்வை சார்ந்து விரிவுகொள்ளத் தவறுகிறது. ஒரு கலைப் படைப்பு அது தேர்ந்துகொண்ட களத்தில் தீவிரமாகவும் ஆழமாகவும் பயணம் செய்யும்போது அதன் உள்ளார்ந்த அம்சம் குறிப்பிட்ட களத்தைத் தாண்டி மேலெழும்பிவிடும் அற்புதம் நிகழ்கிறது. அந்த அற்புதம் ஆரண்ய காண்டத்தில் நிகழவில்லை. படத்தின் ஆதாரமான செய்தியும் அதில் பிரதிபலிக்கப்படும் வாழ்க்கையும் படத்தின் சட்டகத்துக்குள் நின்றுவிடுவது படத்தின் முக்கியமான குறை அல்லது போதாமை. என்றாலும் சமகாலத் தமிழ்ப் பின்னணியில் இத்தகைய குறைகளைப் பெரிதுபடுத்துவது நியாயமல்ல.

சாந்தகுமார் என்னும் புதியவர் இயக்கியுள்ள மௌன குரு படம் சற்றே மெதுவாக நகர்ந்தாலும் நேர்த்தியாக உருப்பெற்றிருக்கிறது. குற்றவியல் பின்னணியில் அமைந்த கதையைச் செயற்கைப் பூச்சுக்கள் இல்லாமல் முன்வைக்கும் விதத்தில் இது கவனம் பெறுகிறது. சில்லறைத்தனங்கள் இல்லாமல், திரைக்கதையில் அதிக ஓட்டைகள் இல்லாமல் படத்தை உருவாக்கியிருக்கிறார் சாந்தகுமார்.

ஏமாற்றமளித்த சில படங்கள்

வித்தியாசமான முயற்சிகளாக அடையாளம் காணப்பட்டு ஏமாற்றம் அளித்த சில படங்களைப் பற்றியும் பேச வேண்டியிருக்கிறது. இயக்குநர் விஜயின் தெய்வத் திருமகள் படம் செயற்கையான திருப்பங்கள் கொண்டிருந்தாலும் கதையம்சத்திற்காகக் கவனம் பெறுகிறது. மன வளர்ச்சி குன்றிய ஒரு மனிதனுக்கும் அவனுடைய குழந்தைக்கும் இடையிலான பாசமே படத்தின் மையம். சமூகத்தில் அந்த உறவு எத்தகைய நெருக்கடிகளைச் சந்திக்க வேண்டியிருக்கிறது என்பதை வைத்துப் படத்தை உருவாக்கியுள்ளார் இயக்குநர். மன வளர்ச்சி குன்றிய ஒரு மனிதனின் வாழ்வு தமிழில் முன்பே சொல்லப்பட்டிருந்தாலும் ஐந்து வயதுக் குழந்தையின் மன வளர்ச்சியே கொண்ட ஒருவன் தந்தையாக நேர்ந்து அதனால் படும் அவஸ்தைகளைச் சொல்வதால் இது தனித்து நிற்கிறது. கதையின் அடிப்படையான இந்த அம்சம் ஐ ஆம் சாம் என்னும் ஆங்கிலப் படத்திலிருந்து கடன் வாங்கப்பட்டது என்றாலும் இதைத் தமிழ்ப் பின்னணியில் பொருத்தி முற்றிலும் வித்தியாசமான படமாக ஆக்கியிருக்க முடியும். ஆனால் விஜய் தன்னைப் பாதித்த படத்துக்கு நெருக்கமாக நிற்பதன் பாதுகாப்பையே விரும்பியிருக்கிறார். கதையிலிருந்து மையப் பாத்திரத்தின் தோற்றம்வரை பெரும்பாலான விஷயங்கள் மூலத்தின் அப்பட்டமான நகல்களாக இருக்கின்றன. தேர்ந்த நடிப்புக்குப் பேர்போன விக்ரம் தன் பாத்திரத்தைக் கையாளும் விதம்கூட மூலப் படத்தின் நடிகரைப் பெருமளவில் நினைவுபடுத்துவதாகவே இருக்கிறது. விஜய் சொந்தமாக உருவாக்கிய அம்சங்களில் எந்தப் புதுமையும் இல்லை.

படத்தில் வேறு பிரச்சினைகளும் உள்ளன. மையப் பாத்திரத்தின்மீது ஒரு பெண் அனுதாபம் கொண்டு நெருங்கிப் பழகுகிறாள். அவனைக் குணப்படுத்த முயற்சி செய்வதற்குப் பதில் கல்யாணம் செய்துகொண்டு குழந்தை பெற்றுக்கொள் கிறாள். பிறகு, குழந்தையைப் பிரிந்து அவன் தவிக்கும்போது அவனுக்கு உதவும் ஒரு பெண் தற்செயலாக அவன்மீது தன் உடல் பட்டதும் காதல் வயப்படுகிறாள். ஐந்து வயதுக் கான மன முதிர்ச்சி உள்ளவன் கடைசியில் தன் குழந்தை தொடர்பாக மிகவும் பக்குவமான, விவரமான முடிவை எடுக்கிறான்.

மாறுபட்ட ஆளுமைகள், மாறுபட்ட பின்னணிகள், மாறுபட்ட அணுகுமுறைகள் ஆகிய முரண்களிடமிருந்து பிறக்கும் சலனங்களை மையப்படுத்தும் முரண் படம் கதை அம்சத்திலும் எடுக்கப்பட்டுள்ள விதத்திலும் வித்தியாசமாக உள்ளது. ஆனால் இதுவும் ஸ்ட்ரேஞ்சர்ஸ் ஆன் தி ரோட் என்னும் படத்தின் அப்பட்டமான தழுவலாக இருப்பதால் மனதாரப் பாராட்ட முடியவில்லை. இயல்பான வசனங்களும் பிரசன்னாவின் அனாயாசமான நடிப்பும் மனதில் நிற்கின்றன.

தன் அடையாளத்தைத் தேடும் ஒரு புகைப்படக் கலைஞனின் வாழ்வைக் கூற முயலும் செல்வராகவனின் மயக்கம் என்ன படம், செயற்கையான நிகழ்வுகள் மூலம் அதைச் சொல்லியிருக்கிறது. நாயகனின் கனவும் அவனது கலைத் தாகமும் இயல்பாகச் சித்திரிக்கப்பட்டுள்ளன. ஆனால் அவனுக்கு ஏற்படும் நெருக்கடிகள் செயற்கையாக உள்ளன. அவன் காதலும் அப்படியே. பின் பாதியில் அவனுக்கு ஏற்படும் பாதிப்பும் அதிலிருந்து அவன் மீள்வதும் நம்ப முடியாத விதத்திலேயே உள்ளன. தான் காட்ட விரும்பும் யதார்த்தத்தை நாடகீயமான திருப்பங்கள் மூலம் சித்திரிப்பதில் வல்லவரான இயக்குநர் செல்வராகவன், இந்தப் படத்தில் பலவீனமான திரைக்கதை, பார்த்துப் பார்த்துச் சலித்த சம்பவங்கள் ஆகிய வற்றின் மூலம் ஏமாற்றம் அளிக்கிறார்.

ஏ.ஆர்.முருகதாஸின் ஏழாம் அறிவு இலக்கை எட்டத் தவறிய முயற்சி என்றே சொல்ல வேண்டும். எதிர்பார்க்கக் கூடிய சம்பவங்களை வைத்தே திரைக்கதையை அமைத்திருக் கிறார் முருகதாஸ். திருப்பங்கள் பலவீனமாக உள்ளன. தமிழர் களின் பழம்பெருமையை முன்வைக்கும் இந்தப் படம் அதை ஒரு திரை அனுபவமாக மாற்றுவதற்குப் பதில் வெறும் கோஷமாகச் சுருக்கிவிடுகிறது.

ராதா மோகனின் பயணம், விமானக் கடத்தலை மையமாகக் கொண்டு சம கால அரசியலை விமர்சிக்கிறது. வணிக சினிமாவின் கூறுகள் பகடி செய்யப்படுவதும் வன்முறைக்கு மூல காரணமான அரசியல் கூத்துக்கள் விமர்சிக்கப்படுவதும் அரசு இயந்திரம் செயல்படும் விதம் சித்திரிக்கப்படும் விதமும் முக்கியமானவை. ஆனால் கடத்தல் நாடகத்தின் தன்மைகள், விமானத்துக்குள் நடக்கும் நிகழ்வுகள், விமானத்திற்குள் மாட்டிக்கொண்ட மனிதர்களின் வகை மாதிரிகள், மீட்பு நடவடிக்கைகள் ஆகியவை அதிருப்தியை ஏற்படுத்துகின்றன.

கௌதம் மேனனின் நடுநிசி நாய்கள் படம் துணிச்சலான முயற்சி என்ற பெயரால் நிகழ்த்தப்படும் அத்துமீறலுக்குச் சரியான உதாரணம். உளவியல் சார் குற்றவியல் கதைகள் தமிழுக்குப் புதிதல்ல. குற்றங்களில் ஈடுபடுபவரின் மனப் பிறழ்வுக்கான காரணமாக மேனன் காட்டும் அம்சமும் புதிதல்ல. மனப் பிறழ்வு கொண்ட பாத்திரத்தைக் காட்டப் பயன்படுத்தப்படும் கோணங்களும் புதியவை அல்ல. காட்சி அமைப்பில் வித்தியாசம் போன்ற தோற்றத்தை ஏற்படுத்தினால் போதாது. அவை நம்பகத்தன்மையுடன் உருப்பெற வேண்டும். அது இந்தப் படத்தில் இல்லை. படத்தில் தாய்மை என்னும் படிமம் களங்கப்படுத்தப்படுவதாகக் குற்றச்சாட்டுக்கள் எழுந்தன. எந்தப் படிமமும் தன்னளவில் புனிதமானது அல்ல. ஆகிவந்த படிமங்களைக் கட்டுடைக்கும் உரிமை படைப்பாளிக்கு இருக்கிறது. ஆனால் அதிர்ச்சி மதிப்புக்காகவோ மலினமான ஈர்ப்புக்காகவோ செய்யப்படும் திருகல்கள் கட்டுடைப்பாகாது. கட்டுடைப்பு என்பது ஒரு பார்வை. மாற்றுப் பார்வை. மலினமான உத்தி அல்ல. அனுபவம் சார்ந்த வலிமையிலும் வாழ்க்கை சார்ந்த காத்திரமான பார்வையிலும் வேர் கொண்டிராத கட்டுடைப்பு மலினமான பரபரப்பாகச் சிறுத்துப்போகும். கௌதம் மேனனின் படத்தில் நடப்பது இதுதான்.

குற்றவியலை மையமாகக் கொண்ட விறுவிறுப்பான படம் என்னும் அளவிலும் நடுநிசி நாய்கள் எடுபடாமல் போனது. விறுவிறுப்பான திரைக்கதையை அமைப்பதில் தன் திறனை நிரூபித்துள்ள இயக்குநர் பரிசோதனை என்னும் பெயரால் சூடு போட்டுக்கொண்ட பரிதாபமாகவே இப் படத்தைப் பார்க்க முடிகிறது. சுந்தர ராமசாமியின் கவித்துவப் படிமத்தை வெகுஜனத் தளத்துக்கு எடுத்துச் சென்றதைத் தவிர இப்படம் குறிப்பிடத்தக்க எதையும் சாதிக்கவில்லை.

அறிவுஜீவி இயக்குநராகப் பார்க்கப்படும் மிஷ்கினின் யுத்தம் செய் படம் மிகுதியும் பாவனைகளில் மட்டும் வித்தியாசத்தைக் கொண்ட படம். குற்றம் சார்ந்த கதையை நேர்க்கோட்டில் அமையாத வித்தியாசமான கதை கூறலிலும் அதிர்ச்சியூட்டும் காட்சிப் படிமங்களுடனும் கூறிச் செல்கிறார் மிஷ்கின். கதையின் மர்ம முடிச்சு ஓரளவுவரையிலும் காப்பாற்றப் பட்டுப் படத்தை அலுப்பின்றி நகர்த்திச் செல்கிறது. குற்றங்கள், புலனாய்வு ஆகியவற்றின் பின்னணியில் ஒரு சில மனிதர்களின் சோகத்தைச் சித்திரிக்கும் முயற்சி படத்தின் கனத்தைக் கூட்ட ஓரளவு உதவுகிறது. மர்ம முடிச்சுகள் அவிழ ஆரம்பிக்கும் போது படத்தின் கட்டுமானம் தளர்ந்து பலவீனமடைகிறது. ஊடகத்தின் மீதான இயக்குநரின் பிடி தளர்கிறது. குற்றங்களின் பின்னணி சாமானிய மக்களின் சீற்றம் என்னும் ஆகிவந்த சட்டகத்துக்குள் சிறைப்பட்டிருக்கிறது. வழக்கமான கதை முடிச்சை வித்தியாசப்படுத்திக்காட்ட இயக்குநர் முயன்றிருப்பது அம்பலமாகிறது. ஜே. கிருஷ்ணமூர்த்தியின் பெயரையும் அவரது வாசகங்களையும் துணைக்கு அழைத்துப் படத்தின் அறிவார்த்த முகத்தைக் கட்டமைக்க முயல்கிறார் மிஷ்கின்.

புது இயக்குநர் அமுதனின் தமிழ் படம் வணிக சினிமாவைப் பகடி செய்யும் போக்கில் அதே வணிக அம்சங்களைப் பயன்படுத்திக்கொள்கிறது. மேலோட்டமான பகடி என்னும் அளவில் நிற்கும் இந்தப் படம் திரைப்பட அனுபவத்தைத் தரத் தவறுகிறது.

இதழியலாளரின் வாழ்வைச் சற்றே யதார்த்தமாகச் சொல்ல முயலும் கரு. பழநியப்பனின் சதுரங்கம், ஒற்றைப்படைத் தன்மை காரணமாகப் பலவீனமடைந்திருக்கிறது.

❍

மேலே குறிப்பிட்டுள்ள இந்தப் படங்கள் பெரும்பாலான வற்றில் ஒளிப்பதிவு நன்றாக இருப்பதைக் குறிப்பிட்டுச் சொல்ல வேண்டும். செழியன் (தென்மேற்குப் பருவக்காற்று), ஓம் பிரகாஷ் (வாகை சூடவா), வேல்ராஜ் (ஆடுகளம்), நீரவ் ஷா (தெய்வத் திருமகள்), பி.எஸ். வினோத் (ஆரண்ய காண்டம்) ஆகிய ஒளிப்பதிவாளர்கள் குறிப்பிட்டுச் சொல்ல வேண்டியவர் கள். கதைக்கு ஏற்ற வண்ணங்கள், கோணங்கள், அர்த்தபூர்வ மான அண்மைக் காட்சிகள், காட்சியின் தன்மைக்கு ஏற்ப ஒளி, நிழல் பயன்படுத்தப்படுவது ஆகியவை காட்சி ஊடகத்தின் தன்மையை நம் இயக்குநர்கள் உணர்ந்திருப்பதைக் காட்டுகின்றன. கதையம்சமும் இயக்குநரின் ஆளுமையும்

அழுத்தமாக வெளிப்படும் படங்களில் இசையமைப்பாளர்களும் சிறப்பாகச் செயல்படுவதை உணர முடிகிறது. உரிய களமோ சுதந்திர வெளியோ இல்லாமல் திறமை தன்னைச் சிறப்பாக வெளிப்படுத்திக்கொள்ள முடியாது. மேலே உள்ள படங்களின் இயக்குநர்களால் முழுமையான கலை அனுபவத்தைச் சாத்தியப் படுத்த முடியாமல் போயிருக்கலாம். ஆனால் அவர்கள் ஒளிப்பதிவாளர், இசையமைப்பாளர் ஆகியோருக்கான வெளியைத் தங்கள் படங்களில் உருவாக்கியிருக்கிறார்கள். காத்திரமான இயக்குநர்களுக்கான வெளி இங்கே விரிவு படுத்தப்படும்போது இயக்குநர்களும் மேலான விதத்தில் வெளிப்படுவார்கள் என்று நம்ப இடம் இருக்கிறது.

குரூரமான வணிக விதிகளால் கட்டுப்படுத்தப்பட்டிருக்கும் தமிழ்த் திரை உலகில் நிகழும் ஆரோக்கியமான சலனங்களின் எண்ணிக்கை தமிழ்ப் படங்கள் குறித்து அதிக நம்பிக்கை அளிக்கும் விதத்தில் இல்லை என்பதே 2011ஆம் ஆண்டுப் படங்கள் தரும் ஒட்டுமொத்தமான மனப்பதிவு. சுமார் 135 படங்கள் வெளியான ஒரு ஆண்டில் பத்துப் படங்கள்கூட வணிகரீதியாகவோ தரம் சார்ந்தோ தேறவில்லை. வணிக நிர்ப்பந்தங்களில் சிக்காத படங்களுக்கான வெளி இங்கே உருவாக்கப்படும்போது தமிழிலும் கலைத் தரமான படைப்புகள் உருவாகும். அத்தகைய வெளியை எப்படி உருவாக்குவது என்பதுதான் தமிழ் சினிமா குறித்து அக்கறை கொள்பவர்கள் சிந்திக்கவேண்டிய விஷயம்.

தமிழ் சினிமாவில் 'அழகு'

இருட்டுக்குப் பிறந்தவர்களும் தங்கத் தாரகைகளும்

பரஸ்பரப் புகழ்ச்சிகளுக்கான வாய்ப்பாகச் சுருங்கிவிட்ட தமிழ் சினிமாவின் விழா மேடைகளில் மிக அரிதாகவே மாற்றுக் குரல்கள் ஒலிக்கும். அந்தக் குரல்களில் பெரும்பாலானவை தமிழ் அடையாளம் அல்லது பிற அரசியல் பிரச்சினைகள் சார்ந்தவையாகவே இருக்கும். தமிழ் சினிமாவில் ஆதிக்கம் செலுத்தும் சில மனோபாவங்கள் பற்றி மிக மிக அரிதாகவே குரல்கள் எழும்பும். அண்மையில் சுஹாசினி மணிரத்னம் அத்தகைய ஒரு குரலை எழுப்பினார். பனிதுளி ('த்' போடாதது என் பிழை அன்று) என்னும் படத்தின் இசை வெளியீட்டு விழாவில் கலந்துகொண்ட அவர், கதாநாயகர்களின் தோற்றம் பற்றித் தன் கருத்தை வெளிப்படையாக முன்வைத்தார். "...கொஞ்சம் ஹான்ட்ஸம்மான ஹீரோக்களை வைத்தும் படம் எடுங்கள். எம்.ஜி.ஆர், கமல்ஹாசன், அரவிந்த் சுவாமி, அஜீத் போன்ற ஹான்ட்ஸம்மான ஹீரோக்களைப் பார்த்து ரசித்த எங்களுக்கு ஹான்ட்ஸம்மான ஹீரோக்களை வைத்துப் படம் எடுத்தால்தானே பிடிக்கும். அந்த வகையில் இந்தப் படத்தின் ஹீரோ கணேஷ் ரொம்பவே ஹான்ட்ஸம்மானவர்" என்றார் சுஹாசினி.

தெரிந்தோ தெரியாமலோ தமிழ் மக்களின் உளவியலின் முக்கியமான ஒரு நரம்பை சுஹாசினி சுண்டி விட்டார். அவருக்கு அடுத்துப் பேசிய சேரன் அவரது

கருத்துக்குப் பதில் சொன்னார். "மேடம் நீங்க சொன்ன ஹான்ட்ஸம்மான ஹீரோக்கள் அத்தனை பேரும் சிவப்பான வங்க. ஏன், கருப்பு நிறம் உள்ளவர்கள் ஹான்ட்ஸமானவங்க இல்லையா? கறுப்புதான் மேடம் சிறந்த கலர். நீங்க இப்ப கருப்பு நிறத்தில் ஒரு ஹான்ட்ஸமான ஆணைச் சொல்லுங்க அப்பதான் நான் மைக்க விட்டுப் போவேன்" என்றார். அதற்கு சுஹாசினி, "என் கணவர் மணி" என்றார்.

பெரிதாக எழுந்திருக்கக்கூடிய ஒரு விவாதம் அதோடு முடிந்துபோனது ஆச்சரியம்தான். அடுத்தடுத்த நாள்களிலும் கூட யாரும் இது பற்றிக் கருத்துக் கூறவில்லை.

"கமல், அஜித் போன்ற அழகான ஹீரோக்களைப் பார்க்கப் பெண்களுக்கு ஆசை இருக்காதா?" என்ற ஆதங்கம் ஒரு புறம். "வெள்ளைத் தோல்தான் அழகா?" என்ற எதிர்க் கேள்வி மறுபுறம். இந்த இரண்டையும் ஒட்டித் திரைத்துறை யினர் பேச ஆரம்பித்திருந்தால் சிவாஜி, சிவகுமார், ஜெமினி கணேசன், முத்துராமன், ரஜினிகாந்த், கார்த்திக், பிரபு, விஜயகாந்த், விஜய், சூர்யா, விக்ரம், கார்த்தி என்று வெவ்வேறு நிறங்கள் கொண்ட நாயகர்களின் பெயர்கள் அதில் அடி பட்டிருக்கும். தோலின் நிறத்துக்கும் அழகுக்கும் இடையே உள்ள தொடர்பு பற்றிய கற்பனைகள் கேள்விக்கு உட்பட் டிருக்கும். எது அழகு என்பது பற்றிய விவாதமாக அது உருப்பெற்றிருக்கும். திரை உலக எல்லைகளைத் தாண்டி, மாடலிங், தொலைக்காட்சி ஆகிய எல்லைகளையும் தாண்டி, அலுவலக வரவேற்பறையிலிருந்து மணவறைகள் வரை அந்த விவாதத்தின் கிளைகள் விரிந்து பரவியிருக்கும்.

ஆனால் அப்படி எதுவும் நடக்கவில்லை. "வெளுப்புதான் அழகா, கறுப்பு அழகு இல்லையா?" என்ற ஆவேசக் குரல்கள் ஏன் பெரிதாக எழவில்லை? "கமல்தான் அழகு, ரஜினி அழகு இல்லையா?" என்ற கேள்வி ஏன் எழவில்லை? "தமிழனின் நிறம் கறுப்புதான். அதைக் கேலி செய்யும் திமிர் சுஹாசினிக்கு எப்படி வந்தது?" என்ற கேள்வியோ சுஹாசினி பிறந்த சாதியோடு அவர் கருத்தை முடிச்சுப் போட்டுப் பார்க்கும் 'இன உணர்வு' அணுகுமுறையோ முன்வைக்கப்பட வில்லை. காரணம் என்ன?

இந்த விவாதத்திலுள்ள உள்ளார்ந்த அபாயம்தான் காரணம் என்று தோன்றுகிறது. இந்த விவாதம் வளர்ந்தால் அது சேரன் போன்ற வெள்ளைத் தோல் அல்லாத நடிகர்கள்

உள்படப் பல நடிகர்கள், இயக்குநர்களைச் சங்கடத்தில் ஆழ்த்தியிருக்கும். தமிழின் 98 விழுக்காடு இயக்குநர்களும் தயாரிப்பாளர்களும் தங்கள் படங்களில் வெள்ளைத் தோலும் சதைத் திரட்சியும் கொண்ட பெண்களைத்தான் கதாநாயகி களாக ஆக்க விரும்புகிறார்கள். இத்தகைய பெண்கள் தமிழ் மண்ணில் அதிகம் இல்லை. அப்படி இருப்பவர்களில் பலர் நடிக்க வருவதில்லை. எனவே இவர்களை வெளி மாநிலங்களி லிருந்து இறக்குமதி செய்ய வேண்டியிருக்கிறது. 'வெள்ளாவி வெச்சு வெளுத்த' நிறம், வசீகரமான உடலமைப்பு ஆகிய வற்றைக் கொண்ட பெண்கள் இல்லாவிட்டால் தங்கள் படங்கள் போணியாகாது என்பதே இங்கு பலரின் கருத்தும் அனுபவமும். எனவே கதாநாயகிகள் விஷயத்தில் அவர்கள் கவனமாக இருக்கிறார்கள். தமிழ் உணர்வு போன்ற விஷயங் களைக் கதை வசனத்தில் பார்த்துக்கொள்ளலாம் என்று முடிவு செய்துவிடுகிறார்கள். எனவே 'வெளுப்புதான் அழகா' என்ற கேள்வியை இவர்கள் அழுத்தமாக எழுப்பவில்லை. அந்தக் கேள்வி தங்களையே திருப்பி அடிக்கும் என்பதை நன்கு அறிந்ததன் விளைவாய் உருவான மௌனம் இது.

❍

எதிர்வினைகளின் தன்மைகள் எப்படி இருந்தாலும் சுஹாசினியின் கருத்தைப் பரந்துபட்ட தளத்தில் வைத்துப் பார்க்க வேண்டியிருக்கிறது. ஒரு பெண் ஆண்கள் விஷயத்தில் தன் விருப்பத்தையும் ரசனையையும் வெளிப்படையாக முன்வைப்பது ஆரோக்கியமானதுதான். பெண்களுக்கு எது பிடிக்கும், அவர்களுக்கு என்ன வேண்டும் என்பதைப் பற்றி யெல்லாம் ஆண்களில் பலர் கவலைப்படுவதாகத் தெரிய வில்லை. எனவே சுஹாசினி தன் ஆதங்கத்தை வெளிப்படையாக முன்வைத்தது வரவேற்புக்குரியது.

இந்த ஆதங்கத்தை ஆழமாக ஆராய முயன்றால் வேறு சில உண்மைகளும் புலப்படுகின்றன. சந்தையின் உற்பத்தி என்பது மிகுதியும் நுகர்வோரின் தேவைகளால் தீர்மானிக்கப் படுவது. தேவைக்கேற்ற சரக்கைக் கொடுக்க முடியாதபோது கைவசம் உள்ள சரக்குகளுக்கு ஏற்பத் தேவைகளை உருவாக்கும் தந்திரமும் சந்தையின் ஓர் அங்கம்தான். தமிழ் சினிமா என்னும் சந்தையைப் பொறுத்தவரை அதன் பிரதான நுகர்வோர் ஆண்கள்தான். எனவே ஆண்களுக்கு எது பிடிக்குமோ அதைத் தருவதில் சந்தையின் உற்பத்தி / விநியோக சக்திகள் முனைப்பாக இருக்கின்றன. பெண் அழகு – குறிப்பாகச் சொன்னால் புற

அழகு – ஆண்களை வசீகரிக்கிறது. எனவே தனது பிரதான நுகர்வோரான ஆண்களைக் கவரும் விதத்தில் உள்ள பெண் களைத் தனது தயாரிப்புகளில் அதிகமாகப் பயன்படுத்திக் கொள்கிறது தமிழ் சினிமா.

தமிழகத்தில் வெள்ளைத் தோலுக்கு இருக்கும் மவுசு ரகசியமானதல்ல. வெண்ணிறத்தை விரும்பும், ஆராதிக்கும் மனநிலை இங்கே பரவலாகக் காணப்படுகிறது. ஒரு குழந்தை பிறந்ததும் அது யார் ஜாடை என்ற கேள்விக்கு அடுத்து அதன் நிறத்தைப் பற்றிய கேள்வி எழுவது இங்கே சகஜம் 'அவரு என்னா கலரு . . .', 'சுண்டினா ரத்தம் வரும் போல செவப்பு . . .' என்பதெல்லாம் இங்கே சகஜமாகப் புழங்கும் வர்ணனைகள். திரைக் கதாநாயகிகளைப் பேட்டி எடுக்கும் நிருபர்களும் அவர்களது 'பளீரென்ற' சருமம் பற்றிய வர்ணனை யுடனேயே பேட்டியைப் பிரசுரிக்கிறார்கள். பால், தயிர், வெண்ணெய், தக்காளி, எலுமிச்சம்பழம் ஆகியவை எல்லாம் பெண் உடலின் நிறத்தை வர்ணிப்பதற்காகவே படைக்கப் பட்டிருக்கின்றனவோ என்று தோன்றுமளவுக்கு நிறம் இங்கே மகிமைப்படுத்தப்படுகிறது. 'அவர் கறுப்புதான்; ஆனாலும் அழகு' என்பது போன்ற 'பாராட்டு'க்களும் கறுப்புக்கு நமது அழகியலில் இருக்கும் மதிப்பைத் தெளிவாக உணர்த்துகின்றன. இந்நிலையில் தமிழ் சினிமாவின் வெண்ணிற மோகத்தைத் தமிழ்ச் சமூகத்தின் வெண்ணிற மோகத்தின் பிரதிபலிப்பாகவே கொள்ள வேண்டும்.

இதன் விளைவாக, வெண்ணிற அழகு கொண்ட நாயகிகளே தமிழ் சினிமாவில் அதிகம் காணப்படுகிறார்கள். அவ்வளவாக வெளுப்பாக இல்லாத நாயகிகளையும் எக்கச்சக்க மான ஒப்பனைகள் மூலம் வெளுப்பாகக் காட்டும் முயற்சிகள் நடக்கின்றன. நாயகிகளின் கறுப்பு அல்லது மாநிறத்தை வெளிப்படையாகக் காட்டுவது இங்கே மிக அரிதான ஒன்றாகவே உள்ளது.

மறுபுறம் கறுப்பு என்பது தமிழ் சினிமாவில் முடிந்த அளவுக்குக் கேவலப்படுத்தப்படுகிறது. 'இருட்டுக்குப் பொறந்தவனே' என்றும் 'கரிவாயன்' என்றும் கவுண்டமணி களும் சந்தானங்களும் கறுப்பு நிறத்தவர்களை அர்ச்சனை செய்துவருவதைச் சாதாரணமாக எடுத்துக்கொள்ளும் சமூகம் நம் சமூகம். 'கறுப்பு அழகு இல்லையா?' என்று கவுண்டமணி யிடமும் அவரது படங்களின் இயக்குநர்களிடமும் சேரன் முதலில் கேள்வி எழுப்ப வேண்டும்.

தமிழ் மனங்களின் வெண்ணிற மோகமும் கறுப்பின் மீதான வெறுப்பும் பெண்கள் விஷயத்தில் மட்டும் ஏன் பிரதிபலிக்கின்றன என்ற கேள்வி எழுகிறது. இதற்கு இரண்டு காரணங்கள். ஒன்று, முதலிலேயே சொன்னதுபோல் தமிழ் சினிமாவின் பிரதான நுகர்வோர் ஆண்கள்தான். அவர்களில் பலர் வெண்ணிறத் தோல் கொண்ட பெண்களை விரும்பு கிறார்கள். அதையே திரையில் பார்க்க விரும்புகிறார்கள். ஆண்களின் நிறம் பற்றி அவர்களுக்குப் பெரிதாகக் கவலை இல்லை. தவிர, கறுப்பு நிற நாயகர்களோடு அவர்களால் தங்களைச் சுலபமாக அடையாளப்படுத்திக்கொள்ளவும் முடிகிறது.

அழகும் வெண்ணிற மோகமும் பெண்கள் விஷயத்தில் மட்டும் கறாராகக் கடைப்பிடிக்கப்படுவதற்கு இன்னொரு காரணமும் இருக்கிறது. 'அழகு என்பது பெண்ணுக்கு முக்கியம்; ஆணுக்கு அல்ல' என்ற கருத்து இங்கே ஆழமாக வேரூன்றி உள்ளது. ஒரு ஆண் தன் புறத் தோற்றத்தில் சற்றே அதிகமாகக் கவனம் செலுத்தினால், 'என்ன, பொம்பள மாதிரி அலங்காரம் பண்ணிக்கற?' என்ற கேள்வி சட்டென்று எழுந்துவிடும். பெண்ணுக்குப் புற அழகு முக்கியம்; ஆணுக்கு அவன் (அக) ஆளுமை முக்கியம் என்பதே சமூகத்தின் பொதுப்புத்தியில் படிந்துள்ள மதிப்பீடு.

"பெண்ணின் புற அழகுக்கு ஆண் கொடுக்கும் முக்கியத் துவத்தை ஆணின் புற அழகுக்குப் பெண் கொடுப்பதில்லை. ஒரு ஆணின் வலிமை, வீரம், காப்பாற்றும் திறமை ஆகியவையே பெண்ணுக்கு முக்கியம். எம்.ஜி.ஆர். வெண்ணிறமும் அழகும் கொண்டிருந்தது மட்டும் அவரைப் பெண்களுக்குப் பிடித்திருப் பதற்குக் காரணம் இல்லை. அவர் ஏற்ற வேடங்கள், அதில் அவர் முன்னிறுத்திய குணங்கள் ஆகியவைதான் காரணம்" என்கிறார் மனநல மருத்துவர் ஷாலினி.

பெண்களும் படித்து, சம்பாதித்து, அதிகாரத்தில் பங்கு பெறும் இன்றைய காலகட்டத்தில் 'காப்பாற்றுதல்' என்பது அவ்வளவு முக்கியத்துவம் பெறுவதில்லை என்பதைச் சுட்டிக் காட்டும் ஷாலினி அன்பு, பரிவு போன்ற குணங்கள் இன்று அதிக முக்கியத்துவம் பெறுகின்றன என்கிறார். ஆனால் விவரம் அறிந்த எந்தப் பெண்ணும் அழகுக்காக மட்டுமே ஒரு ஆளை விரும்ப மாட்டாள் என்று அழுத்தமாகக் கூறும் ஷாலினி "இம்மெச்சூரான பெண்கள் மட்டுமே வெறும் புற அழகைப் பார்த்துக் கவரப்படுவார்கள்" என்று முத்தாய்ப்பு வைக்கிறார்.

கேலிக்கை மனிதர்கள்

படிப்பு, சம்பாதிக்கும் திறன், நிர்வாகம், தன்னம்பிக்கை, தலைமைப் பண்பு எனப் பல விஷயங்களிலும் பெண்கள் ஆண்களுக்கு இணையாகவும் சில சமயம் அதிகமாகவும் பிரகாசிக்கும் இன்றைய காலகட்டத்திலும் பெண்ணின் புற அழகுக்கு உள்ள முக்கியத்துவம் குறைந்துவிடவில்லை. எனவே பெண்கள் எவ்வளவுதான் திறமைசாலியாக இருந்தாலும் அவர்கள் கூடவே அழகாகவும் இருக்க வேண்டியிருக்கிறது. சராசரி ஆண் மனம் அதையே விரும்புகிறது. ஆண் மனத்தின் அணுகுமுறையால் கட்டமைக்கப்பட்ட சந்தையின் கணக்குகளும் இதைப் பொறுத்தே அமைகின்றன. குறிப்பாக சினிமா, விளம்பரங்கள், தொலைக்காட்சிகள் முதலான காட்சி ஊடகங்களில் இதுவே முக்கியமான அளவுகோலாக அமைகிறது.

நுகர்வோரில் ஆண்களின் ஆதிக்கம் குறைந்து பெண்களின் ஆதிக்கம் அதிகரித்துவருவதால் சுஹாசினியின் கேள்வி அர்த்த முள்ளதாகிறது என்று கொள்ள முடியுமா? அதாவது சுஹாசினி சொல்வது போன்ற அழகான ஆண்களைப் பெண்கள் திரையில் பார்க்க விரும்புகிறார்கள் என்றும் அவர்கள் குரலை சுஹாசினி எதிரொலிக்கிறார் என்றும் எடுத்துக்கொள்ளலாமா?

பெண்கள் ஆண்களின் புற அழகை விரும்பத்தான் செய்கிறார்கள். ஆனால் அதைப் பிரதானமான அம்சமாக அவர்கள் கருதுவதில்லை என்றே தோன்றுகிறது. ஆண்கள் மீதான பெண்களின் ஈர்ப்பு பெரும்பாலும் புற அழகைத் தாண்டியே இருக்கிறது. புற அழகு மேலோட்டமானது, தற்காலிகமானது என்பது ஆண்களுக்கும் தெரியும். ஆனால் அவர்கள் பெண்களின் புற அழகின்பால் ஈர்க்கப்படுகிறார்கள். பெண்களுக்கு ஆண்களின் புற அழகு பிடிக்கும். ஆனால் அவர்கள் அக அழகையே அதிகம் விரும்புகிறார்கள். எனவே சுஹாசினி சொல்லும் 'அழகான' ஆண்கள் திரையில் அதிகம் இல்லையே என்பதைப் பற்றி அவர்கள் அலட்டிக்கொள்வதில்லை.

"சினிமாவில் சுஹாசினி சொல்வதுபோன்ற அழகான ஆண் என்பது என்னைப் பொறுத்தவரை முக்கியமானதல்ல. பாத்திரம், பாத்திரத்துக்கு ஏற்ற நடிகர், பாத்திரத்தை அவர் கையாளும் விதம் ஆகியவைதான் எனக்கு முக்கியம்" என்கிறார் ஓமனில் பன்னாட்டு நிறுவனம் ஒன்றில் மனிதவள மேம்பாட்டுத் துறை அதிகாரியாகப் பணி புரியும் சுபஸ்ரீ *(32)*. "கறுப்பாக இருக்கும் எந்த ஹீரோவையும் பார்த்து நான் சலிப்படைந்ததில்லை. ரஜினி, விஜயகாந்த், விஜய், தனுஷ் என்று பலரையும்

அவர்கள் தங்கள் பாத்திரத்தைக் கையாளும் விதத்திற்காக ரசிக்கிறேன். அழகு என்பதையே முக்கியத் திறமையாக நினைத்துக்கொண்டு திரையில் வரும் ஹீரோக்களை எனக்குப் பிடிப்பதில்லை" என்கிறார் அவர்.

❍

அழகு என்பதற்கு எல்லோராலும் ஒப்புக்கொள்ளப்பட்ட அளவுகோல் எதுவும் இல்லை என்பதையும் சுஹாசினி கணக்கில் எடுத்துக்கொள்ளவில்லை. சுஹாசினி குறிப்பிடும் 'அழகு' இல்லாத நடிகர்களும் பெண்களின் கண்களுக்கு அழகாகத் தெரியலாம். தெரிகிறார்கள். ஸ்டைல், சண்டை, நகைச்சுவை என்று பல விஷயங்கள் பெண்ணின் பார்வையில் ஒரு நடிகனின் அழகைக் கூட்டிவிடுகின்றன. இல்லையேல் ரஜினி இவ்வளவு பெரிய நட்சத்திரமாக, ஆண்களும் பெண்களும் விரும்பும் நடிகராக, உருவெடுத்திருக்க முடியாது. ரஜினி அளவுக்கு இல்லை என்றாலும் கறுப்பான பல ஹீரோக்களுக்கும் பெருமளவில் ரசிகைகள் இருக்கிறார்கள். நிலைமை இப்படி இருக்க, சுஹாசினி யாருடைய ஆசையைப் பிரதிபலிக்கிறார்?

"பெண்கள் அழகாக இருந்தால் போதும் என்று நினைப்பது ஒரு ஸ்டீரியோ டைப். இதை மாற்ற முயல வேண்டுமே தவிர ஆண்கள் விஷயத்திலும் இதே ஸ்டீரியோடைப்பைக் கொண்டுவர முயலக் கூடாது" என்கிறார் கவிஞரும் பத்திரிகை யாளருமான கவிதா (34). "பெண்களை வெறும் அழகுப் பதுமைகளாகப் பார்க்கும் தமிழ் சினிமாவின் போக்கில் சரிதா போன்ற பல விதிவிலக்குகள் இருக்கிறார்கள். இந்த ஸ்டீரியோடைப்பை உடைப்பதில் சுஹாசினி ஏற்று நடித்த பாத்திரங்களுக்கும் பங்கு இருக்கிறது. இந்த விதிவிலக்குகளைப் பொது அம்சமாக்க முனைவதற்குப் பதில் அழகான ஆண் களைப் போடுங்கள் என்று அவர் பேசுவது விசித்திரமாக உள்ளது" என்கிறார் அவர். சுஹாசினி குறிப்பிடும் எம்.ஜி.ஆர்., கமல், அஜித் போன்றவர்களும் அழகுக்காக மட்டுமே பெண்களால் விரும்பப்படவில்லை என்பதையும் இத்தகைய 'அழகு' இல்லாத கதாநாயகர்களும் பெண்களால் விரும்பப் படுவதையும் கவிதா சுட்டிக்காட்டுகிறார்.

"அழகான ஆண்களை அறிமுகப்படுத்துங்கள்" என்று கோரும் சுஹாசினி 'அறிவு ஜீவி' என்று புகழப்பட்ட, வெண்ணிறத் தோல் அமையப் பெறாத ஒருவரையே காதலித்துக் கல்யாணம் செய்துகொண்டிருக்கிறார். ஒரு பெண்ணின்

பார்வையில் 'ஆண் அழகு' என்பதும் ஒரு ஆணின் பார்வையில் 'பெண் அழகு' என்பதும் அடிப்படையிலேயே வேறு வேறானவை என்பதற்கு இதைவிடச் சிறந்த உதாரணம் தேவையில்லை.

புற அழகைத் தாண்டி ஆண்களை ரசிக்கும் பக்குவம் பெண்களுக்கு இயல்பாகவே இருக்கிறது. அரவிந்தசாமி போன்ற ஹான்ட்ஸம்மான நாயகர்களை ஏன் நடிக்க வைப்பதில்லை என்று கேள்வி எழுப்பும் சுஹாசினி, இந்தப் பக்குவம் ஆண்களுக்கு எப்போது வரும் என்று கேள்வி எழுப்ப வேண்டும். குடிசைப் பகுதியைச் சேர்ந்தவளாகக் காட்டப்படும் பெண்ணின் பாத்திரத்தில் பளீரென்ற வெள்ளைத் தோல் கொண்ட வடக்கத்திய நடிகையைப் போடும் அபத்தங்களுக்கு எப்போது முடிவுகட்டப் போகிறீர்கள் என்று இயக்குநர்களைப் பார்த்துக் கேள்வி எழுப்ப வேண்டும்.

நடுநிசி நாய்கள்

பொருளற்ற பாவனைகளின் பீறிடல்

மக்களாலும் ஊடகங்களாலும் முற்றாக நிராகரிக்கப்பட்ட படமான ‘நடுநிசி நாய்’களைப் பற்றிப் பேச வேண்டிய அவசியத்தை அந்தப் படம் தோல்வி பெற்ற பிறகு அதன் இயக்குநர் கௌதம் வாசுதேவ் மேனன் ஏற்படுத்தியுள்ளார். தனது படம் வரவேற்புப் பெறாதது மட்டுமின்றிக் கடும் கண்டனத்துக்கும் ஆளானதை அடுத்து அவர் ஊடகங்களுக்கு ஒரு கடிதம் எழுதினார். அந்தக் கடிதத்தைப் பார்ப்பதற்கு முன்பு அந்தப் படத்தின் கதையையும் அது பெற்ற எதிர்ப்பையும் பார்த்துவிடுவது நல்லது.

மனப் பிறழ்வும் பாலியல் வக்கிரமும் கொண்ட ஒருவன் பெண்களைத் தன் வலையில் வீழ்த்தி அவர்களைக் கொல்கிறான். சிறு வயதில் தந்தையால் பாலியல் துன்புறுத்தலுக்கு ஆளானதுதான் இதற்குக் காரணம் என்று தெரியவருகிறது. அவன் தந்தையின் வக்கிரப் பிடியிலிருந்து தன்னை மீட்டு ஒரு தாயின் நிலையில் இருந்து தன்னைக் கவனித்துக்கொள்ளும் மீனாட்சி என்ற பெண்ணிடம் வன்புணர்ச்சியில் ஈடுபட்டு அவள் சாவுக்கும் காரணமாகிறான். ஆனால் அவள் உயிரோடு இருப்பதான பிரமையில் வாழ்ந்துகொண்டிருக்கிறான். தன் காதலிகளைப் புணர்ந்த பின் கொல்லும் அவன், அந்தக் கொலைகளை மீனாட்சியே செய்வதாக நம்புகிறான். ஒரு கொலையின் புலனாய்வில் தொடங்கும்

படம் முன்னும் பின்னுமாய் நகர்ந்து இந்த இளைஞனின் கதையைச் சொல்கிறது.

எதிர்பார்த்தபடியே இந்தப் படத்திற்குப் பெரும் கண்டனங்கள் எழுந்தன. வக்கிரமான படம் என்று பரவலாக விமர்சிக்கப்பட்டது. அப்பாவே பையனைப் பாலியல் துன்புறுத்தலுக்கு ஆளாக்குவது, தாயின் இடத்தில் இருப்பவளோடு புணர்வது ஆகியவை பெரும் கண்டனங்களுக்கு ஆளாயின. இதுவரை கௌதம் மேனன் சேர்த்துவைத்திருந்த நற்பெயர் கடுமையாக அடி வாங்கியது. மனித உறவுகளையும் காதலையும் அழகாகக் கையாள்பவர் என்று வெகுஜன ஊடகங்களால் பாராட்டப்பட்ட கௌதம் வக்கிரமான படம் எடுத்தவர் என்ற வசைக்கு ஆளானார். கௌதமின் பிரதான ரசிகர்களான நகர்ப்புறப் பார்வையாளர்களுக்கும் இந்தப் படம் பிடிக்கவில்லை. படம் ஒரு வாரம்கூட அரங்கு நிறைந்த காட்சிகளாக ஓடவில்லை. இரண்டாவது வாரத்திலேயே பெரும்பாலான திரையரங்குகளில் படம் நிறுத்தப்பட்டது.

சர்ச்சை எழும் என்பதை எதிர்பார்த்த கௌதம் இவ்வளவு கூர்மையான விமர்சனம் எழும் என்பதை எதிர்பார்க்கவில்லை என்பது அவரது எதிர்வினைகளில் தெரிந்தது. குறிப்பாக ஊடகங்களுக்கு அவர் அனுப்பிய கடிதம்.

நடுநிசி நாய்கள் ஒரு நவீன காலத் தமிழ்ப் படம். இந்தத் திரைப்படத்தின் மூலம் நான் தமிழ் சினிமாவின் அறிவிக்கப்படாத விதிகளை உடைக்க முயற்சி செய்திருக்கிறேன். இது எனக்கும்கூட ஒரு புது வகையான திரைப்படம்தான். இருண்ட உண்மைகளும் மனதைப் பாதிக்கும் விஷயங்களும் கொண்ட படம் என்ற முறையில் இது ஒரு பரிசோதனை. எல்லா வகையிலும் என்னுடைய முந்தைய படங்களிலிருந்து 'நடுநிசி நாய்கள்' வேறுபட்டது. நான் என்னுடையது என்று அறியப்பட்ட பாணியிலிருந்து விலகி மாற்று பாணிகளை எப்போதும் தேடிக்கொண்டே இருக்கிறேன், புதிய பாணிகளை எனதாக்கிக்கொள்ள முயன்றுகொண்டே இருக்கிறேன் என்பதன் வெளிப்பாடு தான் இத்திரைப்படம். எந்த ஒரு பரிசோதனை முயற்சிக்கும் போற்றுதலும் தூற்றுதலும் இருக்கும் என்பது இன்று தமிழ் சினிமாவில் நான் இருக்கும் இடத்தில் நான் நன்கு அறிந்ததே. முழு மனத்திண்மையோடு நான் நடுநிசி நாய்களின் பக்கம் நிற்கிறேன். இந்த வகைப் படங்கள் பார்த்துப் பழகாதவர்கள் எனக்கு மிகவும் பிடித்திருக்கிறது எனக் கூற முடியாத ஒரு படம்தான் இது. இது ஒரு

அனுபவம், அவ்வளவே. இறுதியில் என்னுடைய இயக்குநர் கார்டு வரும் முன்பு வரும் இறுதிக் காட்சி உங்களுக்கு விளக்கும் இத்திரைப்படத்தை எடுக்க நான் ஏன் முடிவு செய்தேன் என்று. உங்களுடைய ஆதரவு தமிழ் சினிமாவில் ஒரு புதிய பாணியும் பல புதிய தலைமுறை இயக்குநர் களையும் தோற்றுவிக்க வழிவகுக்கும் என நான் நம்புகிறேன்.

நட்புடன்
கௌதம் வாசுதேவ் மேனன்

இந்தக் கடிதம் கௌதமின் பதற்றத்தையும் தன் படம் பற்றிய அவரது உரிமை கோரல்களையும் வெளிப்படுத்துகிறது. படத்தை உள்வாங்கிக்கொள்வதில் பிரச்சினை இருப்பதாக அனுமானித்துக்கொள்ளும் கௌதம் இந்தப் படத்தின் தன்மையை, அது சார்ந்த வகையை விளக்க முயல்கிறார். நவீன வகைப் படம் என்று தன் படத்தைச் சொல்லிக் கொள்ளும் அவர் இந்தப் படத்தை வழக்கமான படமாகப் பார்க்காதீர்கள் என்று கேட்டுக்கொள்கிறார். அறிவிக்கப் படாத விதிகளை உடைக்க முயற்சி செய்திருக்கிறேன் என்றும் தனக்குமே இது புது முயற்சிதான் என்றும் சொல்கிறார். அவரது இந்தக் கூற்று அவர் தன் படத்தின் பலவீனங்களை உணராததையே காட்டுகிறது.

இந்தப் படத்தின் காட்சிகள் தொடர்பாகவோ மையக் கரு தொடர்பாகவோ பண்பாட்டுப் புகார்கள், கண்டனங்கள் எதுவும் இருக்க வேண்டிய அவசியம் இல்லை. இயக்குநருக்கு அவர் நினைப்பதை எடுப்பதற்கு உரிமை உண்டு. ஆனால் அதை அவர் சரியாகச் செய்திருக்கிறாரா என்பதுதான் கேள்வி. இந்தப் படம் தமிழில் இதற்கு முன்பு வந்த பாலியல் சார் உளவியல் திகில் படங்களில் இடம்பெற்ற ஆகிவந்த படிமங்களையே மிகுதியும் பயன்படுத்துகிறது. மனப் பிறழ்வு கொண்டவர்கள் தமிழ்த் திரைப்படங்களில் பெரும்பாலும் மொட்டைத் தலையர்களாகவே காட்டப்படுகிறார்கள். அவர்கள் கீழ் நோக்கிய கோணத்தில் விசித்திரமாகக் காட்டப் படுகிறார்கள். அவர்கள் மனப் பிறழ்வு கொண்டிருந்தாலும் பிற விஷயத்தில் அசகாய சூரர்களாக இருக்கிறார்கள். ஒண்டி ஆளாகப் பெரும் காரியங்களைச் செய்கிறார்கள். தலையை வெட்டிச் சுழற்றுகிறார்கள். மனப் பிறழ்வுக்கு ஆளான இளைஞனின் வலையில் விழும் பெண்கள் வலையில் விழுவதற்கென்றே பிறந்தது போல முட்டாள்தனமாக நடந்து கொள்கிறார்கள். இதுபோன்ற எல்லாத் தேய் படிமங்களும் ‘நடுநிசி நாய்கள்’ படத்தில் உள்ளன. இதில் நாம் பார்க்கும்

கொலைகளும் இதுபோன்ற உளவியல் திகில் படங்களில் நாம் பார்த்தவைதாம். கதாநாயகியைக் கொல்வதற்கு முன் நாயகன் பிடிபட்டுவிடுவதும் புதிதல்ல. நாயகனிடம் நவீன ஆயுதங்கள் இருப்பது, அவன் ஒற்றை ஆளாக இத்தனை கொலைகளைச் செய்து அவற்றை மறைப்பது, காவல் துறை யினரின் கண்களில் மண்ணைத் தூவுவது ஆகிய எல்லாமே எதிர்மறைக் கதாநாயகன்கள் பல படங்களிலும் ஏற்கெனவே செய்து காட்டியவைதான். இத்தனை நகல் படிமங்களைக் கொண்ட படம்தான் நவீன காலப் படமா?

நவீனம், நவீனத்துவம் என்பது பற்றியெல்லாம் தமிழின் தீவிர இலக்கியப் பரப்பில் பெருமளவில் விவாதிக்கப்பட்டுள்ளது. நவீனம் என்பதையும் தாண்டிப் பின் நவீனத்துவம் பற்றியும் நிறைய விவாதங்கள் வந்துவிட்டன. நவீனத்துவத்தின் கூறு களையும் பின் நவீனத்துவத்தின் கூறுகளையும் தமிழ் வெகு ஜனக் கலை வடிவங்களில்கூடப் பார்க்க முடியும் என்பது இத்துறைகளின் அரிச்சுவடி அறிந்தவர்களும் உணரக்கூடியது தான். வாழ்வின் அனைத்து அம்சங்களிலும் அறிவியல் சார்ந்த அணுகுமுறையைக் கறாராகக் கடைப்பிடிப்பது நவீனத்துவ அணுகுமுறையின் முக்கியமான கூறு என்று சொல்லலாம். சமத்துவம், ஜனநாயகம் ஆகியவற்றை இந்தக் காலகட்டத்தின் முக்கிய விளைவுகளாகக் காணலாம். நவீன அணுகுமுறை என்பதன் அடிப்படை, நம்பிக்கையின் இடத்தில் அறிவை வைப்பதுதான். இந்தக் கூறுகளைத் தமிழில் பல படங்களில் கண்டிருக்கிறோம். பல விதமான வாழ் நிலைகளும் கருத்துக் களும் மதிப்பீடுகளும் தமிழ்ப் படங்களில் முன்வைக்கப்பட் டுள்ளன. பகுத்தறிவுக் கண்ணோட்டத்துக்கு முக்கியத்துவம் தரும் படங்களும் வந்துள்ளன. கதை கூறலில் பல விதமான உத்திகளும் பயன்படுத்தப்பட்டுள்ளன. தன் படத்தைப் புது வகைப் படம் என்று சொல்ல விரும்பும் கௌதம் மேனன் அதற்குப் பதில் நவீன காலத் திரைப்படம் என்ற பொருத்த மற்ற சொல்லாடலைப் பயன்படுத்துகிறார்.

இது புது வகைப் படம்தானா? வணிகப் படங்களின் எந்த விதியை மேனன் உடைத்திருக்கிறார்? வெகுஜனப் பார்வை யாளர்களுக்கு அதிர்ச்சி ஏற்படுத்தும் ஓரிரு காட்சிகளைத் தவிர்த்துவிட்டால் இதில் புதிதாகவோ புதுமையாகவோ எதுவும் இல்லை. அப்பா மகனிடம் பாலியல் வன்முறையைச் செலுத்துவது பற்றிய பதிவுகள் தமிழ்த் திரையில் வந்ததில்லை என்பதால் கௌதம் புது விஷயத்தைக் கையில் எடுக்கிறார் என்பதை ஒப்புக்கொள்ளலாம். ஆனால் அந்தக் காட்சியை மலினமான கேலிச்சித்திரமாக உருவாக்கியதன் மூலம் அதன்

வீரியத்தை விட்டுவிட்டு வெறும் அதிர்ச்சி மதிப்பை மட்டுமே கௌதம் தக்கவைத்திருக்கிறார். மோசமான சித்திரிப்பின் காரணமாக இந்தக் காட்சி தோல்வி அடைந்திருக்கிறதே தவிர அது சொல்ல முனையும் யதார்த்தத்துக்காக அல்ல. திரை மொழியில் நம்பகத்தன்மையுடனும் பொறுப்புடனும் பக்குவத்துடனும் முன்வைக்கப்பட்டிருந்தால் இந்தக் காட்சி வேறு விதமான தாக்கத்தை ஏற்படுத்தியிருக்கும். அதைச் செய்யத் தவறிய கௌதம் பார்வையாளர்களுக்குப் பாடம் எடுப்பது துரதிருஷ்டவசமானது.

அம்மாவின் நிலையில் இருந்து தன்னைக் காப்பாற்றும் பெண்ணுடன் அந்த இளைஞன் உறவு கொள்ளும் காட்சி பொதுவான பார்வையாளர்கள் பலருக்கு ஜீரணித்துக்கொள்ள முடியாததாக இருந்திருக்கிறது. இந்தக் காட்சியைத் தன்னளவில் ஆட்சேபிக்க வேண்டிய அவசியம் இல்லை. வாழ்க்கையில் எது வேண்டுமானாலும் நடக்கும்; ஒரு படைப்பில் எதை வேண்டுமானாலும் கையாளலாம். ஆனால் இதைக் கௌதம் முன்வைத்த முறைதான் இந்தக் காட்சியை வெறும் அதிர்ச்சி தரும் படிமமாக மாற்றுகிறது. சுமார் 16 வயதான அந்தச் சிறுவனுக்கு ஏற்பட்ட பிறழ்வின் ஆழத்தை உணர்த்துவதற்குப் பதில் பார்வையாளர்களுக்கு அதிர்ச்சியை மட்டுமே அளிக்கும் விதத்தில் இருக்கிறது கௌதமின் சித்திரிப்பு. அந்தப் பெண் உண்மையில் அவன் அம்மா இல்லை என்பதால் கறாரான பொருளில் இதை மீறல் என்று சொல்ல முடியாது. தன்மீது பாலியல் வன்முறையைப் பிரயோகிக்கும் அந்தச் சிறுவனின் வேகத்தைத் தடுக்க முடியாமல் அவளும் காமச் சுழலில் இழுத்துச் செல்லப்படுவது படைப்புக்கான நம்பகத்தன்மை யுடன் உருப்பெறவில்லை. அந்தச் சிறுவனுக்குள் அத்தகைய வேகம் உருவானது குறித்தும் போதிய காட்சிப் படிமங்கள் இல்லை. அவனை மிகவும் அக்கறையுடன் கவனித்துக்கொள்ளும் அந்தப் பெண்ணுக்கு அவனுக்குள் புதைந்திருக்கும் இத்தகைய வேட்கை பற்றிய சிறு அடையாளம்கூடத் தெரியாமல் போவது நம்பத்தக்கதாக இல்லை. பரபரப்புக்கான வேட்கையும் விதியை உடைத்துவிட்டேன் என்ற உரிமைக் கோரலுக்கான முயற்சியுமே இந்தக் காட்சியிலும் தெரிகின்றன. விதியை உடைப்பது என்பது நோக்கமாக இருக்க முடியாது. தான் காட்ட விரும்பும் யதார்த்தத்தைத் துல்லியமாகத் துலங்கச் செய்வதற்கான வழிமுறையாகவே இருக்க முடியும். இந்தக் காட்சி அவ்விதமாக உருப்பெறாததால் அதிர்ச்சியை மட்டுமே ஏற்படுத்தியிருக் கிறது. இதை உணராமல் பார்வையாளர்களுக்குப் பாடம் எடுக்க கௌதம் முயல்வது துரதிருஷ்டவசமானது.

படத்தில் மேற்படி உறவுக்குப் பிறகு வரும் காட்சிகள் – முதலிரவன்று நடக்கும் கொலையும் விபத்தும் அதைத் தொடர்ந்து அவன் சென்னைக்கு வருவதும் – கடைந்தெடுத்த அபத்தங்கள். சென்னையில் ஒண்டி ஆளாக அவன் செய்யும் காரியங்களின் காட்சிப்படுத்தல்களில் துளியும் நம்பகத்தன்மை கூடவில்லை. மும்பையில் பக்கத்து வீட்டில் ஏதோ மர்மமாக நடக்கிறது என்று சந்தேகிக்கும் ஒரு பெண் தன்னந்தனியாகச் சுவர் ஏறிக் குதித்து உள்ளே செல்கிறார். காலியான ஒரு சாலையில் மர்மமான விஷயம் நடப்பதாகச் சந்தேகிக்கப்படும் ஒரு பங்களாவினுள் என்ன நடக்கிறது என்று பார்க்க நள்ளிரவில் ஒரு வழிப்போக்கர் சுவர் ஏறிக் குதிக்கிறார். இப்படிப் பல அபத்தங்கள். பார்ப்பவரை முட்டாளாக உணரச் செய்வதுதான் நவீன காலத் திரைப்படமா?

இந்தியாவில் குழந்தைகள் பாலியல்ரீதியாகத் துன்புறுத்தப் படுகிறார்கள். அந்தப் பாதிப்பில் பெரும்பாலானவை நெருங்கிய உறவினர்கள், நண்பர்களால் ஏற்படுபவை. இப்படிப் பாதிப்புக்கு ஆளாகும் எல்லாச் சிறுவர்களும் சிறுமிகளும் மனப் பிறழ்வுக்கு ஆளாகிவிடுவதில்லை. சகட்டு மேனிக்குக் கொலைகளைச் செய்வதில்லை. சிலர் இதைத் தாண்டி வருகிறார்கள். சிலர் சில விதமான பாதிப்புகளுக்கு ஆளாகிறார்கள். அதன் வெளிப் பாடுகள் பல விதமான வடிவங்கள் எடுக்கின்றன. இவற்றைப் பற்றிய கரிசனத்துடன் இந்த நிகழ்வுகள் சார்ந்த நேர்மையான கள ஆய்வை மேற்கொண்டால் படைப்பில் அது பிரதிபலிக்கும். மாறாக, நம்பகத்தன்மையோ திரை மொழிக்கான தர்க்கமோ இல்லாமல் எடுக்கப்படும் படங்களால் எந்தத் தாக்கமும் ஏற்படாது.

கௌதமின் பிரதான ரசிகர்களான நகர்ப்புறப் பல்லரங்கப் பார்வையாளர்கள் இதே வகையிலான ஆங்கிலப் படங்களை இதே பல்லரங்கங்களில் பார்த்துக்கொண்டுதான் இருக்கிறார்கள். அவர்களே இந்தப் படத்தை நிராகரித்துவிட்டார்கள் என்ற உண்மை, பிரச்சினை பார்வையாளர்களிடத்தில் இல்லை என்பதைக் காட்டுகிறது. படைப்பூக்கம் அற்ற மனநிலையில் மேம்போக்காக எடுக்கப்படும் படத்தைக் காப்பாற்றச் சமூக அக்கறை சார்ந்த பாவனைகள் என்னும் கேடயத்தைத் தூக்கிப் பிடிப்பதில் அர்த்தமில்லை.

○

இது நவீன காலத் திரைப்படம் என்கிறார் இயக்குநர் கௌதம் வாசுதேவ் மேனன். தமிழ் சினிமாவின் அறிவிக்கப் படாத விதிகளை உடைக்க முயற்சி செய்திருப்பதாகவும்

அவர் கூறிக்கொள்கிறார். இருண்ட உண்மைகளும் மனதைப் பாதிக்கும் விஷயங்களும் கொண்ட படம் என்றும் சொல்கிறார். இதையெல்லாம் சொல்லிப் படத்துக்கு ஆதரவு கேட்கிறார். இவர் உடைத்துள்ள விதிகள் யாவை, படத்தில் வெளிப்படும் இருண்ட உண்மைகள் என்ன, நவீன காலப் படம் என்றால் என்ன என்ற கேள்விகளெல்லாம் இவரது கூற்றுகளையும் கோரிக்கையையும் ஒட்டி எழுகின்றன.

தமிழ்த் திரைப்படங்களில் மனப் பிறழ்வு கொண்டவர்கள் ஏன் மொட்டைத் தலையர்களாகக் காட்டப்படுகிறார்கள்? ஒளிப்படக் கருவி ஏன் எப்போதும் அவர்களைக் கீழ் நோக்கிய கோணத்தில் படம்பிடித்து விசித்திரமாகக் காட்டுகிறது? இந்தப் படத்தின் நாயகன் ஆளவந்தான் படத்து மொட்டைத் தலை கமல்ஹாஸனைப் போலவே தலையை வெட்டிச் சுழற்றுகிறான். மனப் பிறழ்வுக்கு ஆளான அந்த இளைஞனின் வலையில் விழும் பெண்கள் பற்றிய சித்திரங்களை எத்தனையோ மசாலாப் படங்களில் பார்த்திருக்கிறோம். இத்தனை தேய்படிமங் களைக் கொண்ட படம்தான் நவீன காலப் படமா?

வணிகப் படங்களின் எந்த விதியை மேனன் உடைத்திருக் கிறார்? அந்தச் சிறுவனை அவன் தந்தை பாலியல் ரீதியாகக் கொடுமைப்படுத்துவது, அவன் வளர்ந்த பிறகு, தன்னைக் காப்பாற்றிய, தன் அம்மா ஸ்தானத்தில் இருக்கும் பெண்ணுடன் அவன் உறவு கொள்வது ஆகிய இரண்டையும் வைத்துத்தான் மேனன் இப்படிச் சொல்லிக்கொள்கிறார் என்று தோன்றுகிறது. ஏனென்றால் இவற்றைத் தவிர படத்தில் வேறு எதுவும் புதிதல்ல. இவை இரண்டையும் தமிழ் ரசிகர்களால் ஜீரணிக்க முடியவில்லை என்பதை உணர்ந்த மேனன், அதுதான் தன் படத்தின் தோல்விக்குக் காரணம் என்று நினைத்துவிட்டார். உடனே இது நவீன காலத் திரைப்படம், இது இப்படித்தான் இருக்கும் என்று பார்வையாளர்களுக்குப் பாடம் எடுக்க முயல்கிறார். திரையில் முன்வைக்கப்படும் ஒரு விஷயம் அதற்கான நம்பகத்தன்மையுடன் காட்சிப்படுத்தப்பட்ட தென்றால் படமாக்கம் என்ற அளவில் அது வெற்றி பெறும்; தாக்கத்தையும் ஏற்படுத்தும். தந்தை தன் மகனிடம் தகாத முறையில் நடந்துகொள்வது சராசரிப் பார்வையாளர்களுக்கு அதிர்ச்சி தரும் விஷயம்தான். ஆனால் அந்தக் காட்சியை மேனன் எடுத்துள்ள விதம் கேலிச் சித்திரம் போல உள்ளது. வலுவான திரை மொழியுடன் படைப்புத் திறனுடன் இதை எடுத்திருந்தாலும் அதிர்ச்சி ஏற்பட்டிருக்கும். ஆனால் அது அந்தப் பிரச்சினையின் வீரியத்தை உணர்ந்த மனநிலை யிலிருந்து உருவான அதிர்ச்சியாக இருந்திருக்கும். மேனன்

காட்டும் காட்சி பிரச்சினையின் நிஜத்தை உணர்த்துவதற்குப் பதில் அதை மலினமான பொழுதுபோக்குச் சித்திரமாக மாற்றுகிறது.

தவிர, விதி மீறல் என்றால் பாலியல் சார்ந்ததாகத்தான் இருக்க வேண்டுமென்பதில்லை. இயக்குநர் பாலா தன் பிதாமகன் படத்தைச் சுடுகாட்டுக் காட்சியுடன் தொடங்கு கிறார். கடவுள் படங்களையோ கோவில் கோபுரத்தையோ சூரியோதயத்தையோ பூஜை அறையையோ காட்டித் தொடங்கும் படங்களுக்கு மத்தியில் பாலா செய்வதும் ஒரு விதமான மீறல்தான். அதே படத்தில் நாயகனை அவன் காதலி விளக்குமாறால் அடிப்பாள். அவனும் தலை குனிந்து வாங்கிக்கொள்வான். சசிக்குமாரின் சுப்ரமணியபுரம் படம் நட்பு, காதல் ஆகியவற்றின் மேல் ஏற்றப்பட்டிருக்கும் புனித பிம்பங்களை அனாயாசமாகக் கலைத்துப் போடுகிறது. இப்படிப் பல படங்களில் பல விஷயங்களைச் சுட்டிக்காட்டலாம்.

காதல் படங்களையும் ஆங்கிலப் படங்களிலிருந்து உத்வேகம் பெற்ற குற்றவியல் படங்களையும் எடுத்துவரும் ஒருவர் புதிய வகையில் படமெடுக்க முயலும்போது அதற்கான கள ஆய்வை முறையாக மேற்கொண்டு கச்சிதமான திரைக் கதையுடன் நம்பகத்தன்மையுடன் எடுக்க வேண்டும். இந்த அம்சங்கள் கொண்ட படங்கள் எத்தகைய உள்ளடக்கத்தைக் கொண்டிருந்தாலும் பார்வையாளர்களால் வரவேற்கப்படும்.

இந்தப் படத்தை எப்படிப் பார்ப்பது என்று பார்வை யாளர்களுக்குச் சொல்லிக்கொடுக்க முயலும் மேனன், எப்படி எடுப்பது என்பதை முதலில் கற்றுக்கொள்ளட்டும். படைப் பூக்கம் அற்ற மனநிலையில் ஏனோதானோவென்று எடுக்கப் படும் படத்தைக் காப்பாற்றச் சமூக அக்கறை சார்ந்த பாவனை கள் என்னும் கேடயத்தைத் தூக்கிப் பிடிப்பதில் என்ன அர்த்தமிருக்கிறது? நாய்க் குரைப்பைப் பொருளற்ற தீவிரத்தின் பீறிடல் என்கிறது சுந்தர ராமசாயின் கவிதை. மேனனின் படத்தைப் பொருளற்ற பாவனைகளின் பீறிடல் என்றுதான் சொல்ல வேண்டியிருக்கிறது.

மிஷ்கினின் நந்தலாலா

முகநூலில் ஒரு விவாதம்

அரவிந்தன்: நந்தலாலா போலியான பாவனைகள் கொண்ட ஒரு படம். வித்தியாசமான காட்சிப்படுத்தல் களின் முகமூடிக்குப் பின் மறைந்திருப்பது மலிவான மிகு உணர்ச்சிகள் மட்டுமே. செயற்கையான பயணம், செயற்கையான அனுபவங்கள், செயற்கையான வசனங் கள் என்று சொல்லிக்கொண்டே போகலாம். அதிலும் தனக்கு நேர்ந்த கொடுமை பற்றிப் பாலியல் தொழிலாளி பேசும் காட்சி போலித்தனத்தின் உச்சம்.

❍

மதன் செந்தில்: அரவிந்தன் இப்படிப் பேசினால் உங்களை எல்லோரும் மேதாவி என்று சொல்லி விடுவார்களா? மலிவு, செயற்கை, போலித்தனம் என்று வேஷம் போடுவது யார் என்று தெரியவில்லை . . .

❍

அரவிந்தன்: மேம்போக்கானதும் பாவனைகள் மிகுந்ததுமான பிரயோகங்களால் சொற்கள் தங்கள் பொருள்களை இழந்து நிற்பது தமிழ்ச் சூழலுக்குப் புதியதல்ல. புரட்சி, கலகம் போன்ற பல சொற்களுக்கு இந்தக் கதி ஏற்பட்டிருக்கிறது. தீவிர மனநிலையிலிருந்து பிறக்காத சொற்களுக்கு என் அகராதியில் எந்த மதிப்பும்

இல்லை. இத்தகைய சூழலில் என்னை யாராவது மேதாவி என்று சொன்னால்தான் நான் வருத்தப்பட வேண்டும்.

◯

மதன் செந்தில்: நீங்கள் மிஷ்கினின் படைப்புத் திருட்டைப் பற்றி பேசும்போது நான் உங்களுடன் நிற்கிறேன். ஆனால் நந்தலாலா சொன்ன விதம் பற்றிப் பேசியதால்தான் நானும் பேசவேண்டியதாகி விட்டது, நீங்கள் சொன்னதுபோல் போலியாக இருந்திருந்தால் இந்தப் படம் சாமானியனின் மனதைத் தொட்டது எப்படி?

நீங்கள் ஒரு எழுத்தாளர் என்பதால் கேட்கிறேன். இது போல் செயற்கைத்தனம் இல்லாத ஒரு புத்தகம் காட்ட தமிழில் முடியுமா?

படைப்பு என்பதே உருவாக்குதல்தானே... அப்புறம் ஏன் செயற்கையாய் இருக்கிறது என்று சொல்கிறீர்கள், படைப்பின் உச்சம் என்பது எந்த அளவிற்கு நிஜத்தை நெருங்கிப் படைக்க முடிகிறது என்பதுதான். அதில் நந்தலாலா வெற்றி பெற்றே இருக்கிறது.

மயிலிறகின் வருடலைக் கண்ணைமூடி ரசியுங்கள்... இறகு பிரிந்துள்ளது. இடையில் ஒன்றை காணவில்லை என்றால் நீங்கள் வாழ்க்கையை அனுபவிக்கத் தவறியவர்கள் ஆவீர்கள்...

ஏதும் வருத்தம் இருந்தால் மன்னிக்கவும்...

◯

அன்புள்ள மதன், உங்கள் உணர்வுகளை மதிக்கிறேன். தமிழில் இயல்பானதும் இலக்கியத் தரம் வாய்ந்ததுமான நூறு நூல்களைக் காட்ட முடியும். அசோகமித்திரனின் கதைகள் மட்டுமே போதும், பாவனைகள் அற்ற படைப்பின் வலிமையைப் பறைசாற்ற. மிஷ்கினின் படத்தில் மனதைத் தொடும் அம்சங்கள் சில இருக்கின்றன. ஆனால் பல விஷயங்கள் வலிந்து உருவாக்கப்பட்டவை என்பதே என் வாசிப்பு. அசோகமித்திரன், வண்ண நிலவன் போன்றோரின் படைப்புகளில் இதுபோன்ற அம்சங்களைக் காண முடியாது. பதேர் பாஞ்சாலியிலோ பை சைக்கிள் தீவ்ஸிலோ அடூரின் படங்களிலோ இதைக் காண முடியாது. மிஷ்கினுடன் என் பிரச்சினை இதுதான். மற்றபடி தமிழின் சராசரிப் படங்களி லிருந்து மேம்பட்ட படம் இது என்பதில் எனக்கு மறுப்பில்லை.

படைப்பில் குறைபாடு என்பது வேறு. அது எல்லாப் படைப்புக்களிலும் இருக்கும். குறைபாடுகள் இல்லாமல் படைக்கப்படுவதற்குக் கலைப் படைப்புக்கள் அச்சில் வார்க்கப்படும் பொம்மைகள் அல்ல. நான் சொல்ல வருவது வலியத் திணிக்கப்படும் விஷயங்களை. அப்பட்டமான வணிக நோக்கோடு நேரடியாகக் கடைபரப்பப்படும் மலினங்கள் வெளிப்படையானவை. யதார்த்தத்தின் பெயரால், நெகிழ்ச்சி யின் பெயரால், மேலான மனித உணர்வுகளின் பெயரால், கலையில் இது நடத்தப்படும்போது கூடுதலாக எரிச்சல் வருகிறது. இவையே போலி பாவனைகள். இவையே அதிகம் கண்டிக்கப்பட வேண்டியவை. கள்ளிச் செடியின் வருடலை விடவும் மயிலிறகின் வருடல் குறித்தே நாம் அதிக எச்சரிக்கை யுடன் இருக்க வேண்டும். இதில்தான் நாம் ஏமாறுவதற்கான வாய்ப்புக்கள் அதிகம்.

❍

மதன் செந்தில்: மிஷ்கினின் படத்தில் மனதைத் தொடும்... அம்சங்கள் சில இருக்கின்றன

நான் எதிர்பார்த்தது இதுதான். தன்னுடைய பயணத்தில் பாதி தூரம் கடந்தவனைக் கை கொடுத்து மீதி தூரம் நடக்க வைக்க உதவுங்கள். அவன் கடக்காத தூரங்களைக் குத்திக் காட்டாதீர்கள் என்றுதான் கேட்டுக்கொண்டேன். என்னாலும் நந்தலாலாவில் குற்றங்கள் சொல்ல முடியும். ஆனால் இவ்வளவு கடந்த மிஷ்கின் இதையும் கடக்காமலா போவார்? இந்த நம்பிக்கையில்தான் அவரை விமர்சிக்கவில்லை.

❍

அரவிந்தன்: மிஷ்கின் சரியான திசையில் பயணம் செய்ய வில்லை, அதற்கான முயற்சியும் அவரிடம் இல்லை என்பதே என் விமர்சனம். அவரிடம் இருப்பதெல்லாம் பாவனைகள் மட்டுமே. மேதாவித்தனமான பாவனைகள். கலை சார்ந்த பாவனைகள். இவையே அருவருப்பூட்டுகின்றன. அவர் படத்தில் மனதைத் தொடும் விஷயங்கள் இவற்றை மீறி வந்தவை. அவரது அஞ்சாதே படம் பாராட்டப்பட வேண்டிய படம். அது தான் தேர்ந்துகொண்ட களத்தில் நேர்மையாகச் செயல்படுகிறது. நேர்த்தியான பொழுதுபோக்குப் படம் என்ற தளத்தில் போலித்தனங்கள் அதிகமின்றி வெளிப்பட்ட 'அஞ்சாதே'வே மிஷ்கினின் சிறந்த படம். தேய்படிமங்கள் மிகுந்த 'சித்திரம் பேசுதடி'யோ கலை சார்ந்த போலி பாவனைகள் மிகுந்த 'நந்தலாலா'வோ அல்ல.

❍

மதியழகன் சுப்பையா:

அன்புடை அரவிந்தன் அவர்களுக்கு ...

உங்களின் கருத்துகளோடும் மதன் செந்திலுக்கு நீங்கள் எழுதிய பதில்களோடும் நான் முழுமையாக ஒத்துப் போகிறேன்.

மிஷ்கின் என்ற பாவனை இயக்குநர் குறித்த பார்வையும் அவர் படைப்பு குறித்த மிக நேர்மையான கருத்தும் இவ்வாறான பாவனை மற்றும் போலிப் படைப்புகளால் சமூகமும் இத்தகைய படைப்பாளியை முன் உதாரணமாகக் கொள்ளப் போகிற வருங்காலத் தலைமுறை குறித்த உங்களின் கவலையும் நன்கு விளங்குகிறது.

அசோகமித்திரன், வண்ணதாசன் கதைகளில் கொட்டிக் கிடக்கும் எதார்த்தமும் கதாபாத்திரங்களும் சம்பவங்களும் எவ்வகையிலும் போலியானவை இல்லை என்பதற்கு என்னைப்போல் இன்னும் பல பேர் உங்களுடன் கோஷமிடக் காத்திருக்கிறோம்.

அன்புடன்,
மதியழகன் சுப்பையா,
மும்பை.

○

அரவிந்தன்: பிரச்சினை காப்பி அடிப்பது மட்டுமல்ல. சொல்லப்போனால் தமிழ்ப் பின்னணியில் அது ஒரு பிரச்சினையே அல்ல. எம்.ஜி.ஆரிலிருந்து கமல், கௌதம்வரை பலரும் காப்பி அடித்தவர்கள்தான். ஆனால் மிஷ்கினின் கலை சார்ந்த அவரது உரிமைகோரல்களும் சக கேளிக்கை யாளர்களின் புளகாங்கிதங்களும் முழுநேர இலக்கியவாதிகளின் புல்லரிப்புக்களும் சேர்ந்து நந்தலாலாவை அதிகமான விமர்சனத்துக்கு உள்ளாக்குகிறது. புகழ்ச்சி மிகையாக இருக்கும் போது அதற்கான எதிர்வினைகளும் சற்று மிகையாக இருப்பது இயல்புதான்.

○

யதார்த்தப் படைப்புகளில் ஊறி வடு மாங்காய் போல ஆகிவிட்டோம் என்று பொதுப்படையாகப் பேசுவது சரியல்ல அபிலேஷ் (இது அபிலேஷ் என்பவருக்கான எதிர்வினை).

இந்த விவாதத்தில் பங்கேற்ற பலரும் யதார்த்தத்தின் வரையறை களையும் அதை மீறுவதற்கான கலைத் தேவைகளையும் அறிந்தவர்கள். அத்தகைய படைப்புக்களை வாசிப்பினூடே எதிர்கொண்டவர்கள் மட்டுமல்ல, படைத்தும் இருப்பவர்கள். நீங்கள் சொல்லும் அடைமொழிகள் நந்தலாலாவுக்குப் பொருத்தமற்றவை என்பதே என் பார்வை. யதார்த்தத்திலிருந்து விலகுவது யதார்த்தத்தின் வரையறைகள் குறித்த பிரக்ஞையையும் அதை மீறுவதற்கான கலைத் தேவையையும் அடிப்படையாகக் கொண்டு எழுந்திருந்தால் இத்தகைய பேச்சே வந்திருக்காது. மிஷ்கினின் படைப்பு இந்த அளவுக்கு விவாதத்துக்குரிய விஷயமே அல்ல. நண்பர்களின் கருத்துக்களுக்கும் உணர்வு களுக்கும் மதிப்பளித்தே அதைப் பற்றித் தொடர்ந்து பேச வேண்டியிருக்கிறது. இந்தப் படத்தை எளிதாகக் கடந்து சென்று விடலாம். ஆனால் ஒரு சிலர் படத்தைச் சுற்றி நின்று கும்மி அடிப்பதால் வரும் எரிச்சலே இத்தகைய எதிர்வினைகளுக்குக் காரணமாக அமைகிறது. அவ்வளவுதான்.

எழுத்துப் பிரதியும் திரைப் பிரதியும்

பொன்னியின் செல்வன் நாவலைப் படமாக்கும் முயற்சிகள் குறித்த சில எண்ணங்கள்

பொன்னியின் செல்வன். தமிழ் வெகுஜன இலக்கியத்தின் சிகரங்களில் ஒன்றான இந்த நாவலுக்குத் திரை வடிவம் கொடுக்க இயக்குநர் மணிரத்னம் தயாராகிவருகிறார். பொன்னியின் செல்வன் மேலான இலக்கிய அனுபவம் எதையும் தரவல்ல பிரதி அல்ல என்று தர்க்கபூர்வமான வாதங்களுடன் நிறுவிய ஜெய மோகன், அதற்குத் திரைக்கதை எழுதுகிறார் என்று சொல்லப்படுகிறது. சுமார் 3000 பக்கங்களுக்கு மேல் விரியும் இந்த வரலாற்றுப் புனைவை மூன்று மணி நேரப் படத்திற்குள் சுருக்கும் வேலையை ஜெயமோகன் மிக விரைவில் முடித்துக் கொடுத்துவிட்டதாகவும் திரையுலக வட்டாரங்களில் பேச்சு. இந்தப் பிரதியைத் திரை மொழிக்கு மாற்றும் இமாலயப் பணியில் மணி ரத்னம் ஈடுபட்டுக்கொண்டிருக்கிறார். முதல் கட்டமாக நட்சத்திரங்கள் தேர்வு நடந்துகொண்டிருக்கிறது.

மகாபாரதம், ராமாயணம் போன்ற இதிகாசங்களும் தசாவதாரம் போன்ற புராணங்களும் ஔவையார், காளிதாசன் போன்ற வரலாற்றுப் பாத்திரங்களும் திரைப் படத்தில் பல விதங்களில் பிரதிபலிக்கப்பட்டுள்ளன. பிரபலமான ஒரு பிரதியை அடியொற்றிப் பல விதமான திரைப்படங்களும் நாடகங்களும் உருவாக்கப்படுவது உலகளாவிய அம்சம்தான். ஷேக்ஸ்பியரின் நாடகங்கள்,

அலெக்சாண்டர் டூமாவின் நாவல்கள், லெவ் தல்ஸ்தோயின் ‘அன்னா கரேனினா’ முதலான பல பிரதிகள் மேடையிலும் திரையிலும் பல வடிவங்கள் எடுத்திருக்கின்றன. இந்தப் பின்னணியில் பார்க்கும்போது, தமிழில் மிகப் பிரபலமான பிரதிகளில் ஒன்றான பொன்னியின் செல்வன் இதுவரை திரைப்படமாக்கப்படவில்லை என்பது ஆச்சரியமானதுதான். எம்.ஜி.ஆர்., கமல்ஹாஸன் முதலானோர் இதற்காக முயற்சிகள் எடுத்திருக்கிறார்கள். அது கைகூடவில்லை. கலைஞர் தொலைக் காட்சியில் இதை நெடுந்தொடராக்க முயன்றார்கள். அதுவும் செயல் வடிவம் பெறவில்லை. இப்போது மக்கள் தொலைக் காட்சியினர் இதை நெடுந்தொடராக்குவதில் தீவிரமாக இருக்கிறார்கள். அதே சமயத்தில் மணிரத்னமும் இந்த முயற்சியில் இறங்கியிருக்கிறார்.

வந்தியத்தேவன், குந்தவை, ஆதித்த கரிகாலன், அருண் மொழி வர்மன், நந்தினி, பெரிய பழுவேட்டரையர் முதலான பாத்திரங்களில் யார் நடிப்பார்கள் என்ற ஆவல் பொன்னியின் செல்வனைப் படித்து ரசித்த வாசகர்கள் மனங்களில் ஏற்பட் டிருப்பதை உணர முடிகிறது. கல்கி தீட்டிய பாத்திரச் சித்திரிப்பு களுக்கு நியாயம் செய்யும் வகையில் இருக்க வேண்டுமே என்ற கவலையும் வாசகர்கள் மனங்களில் இருப்பது இயல்பு தான். தீவிர எழுத்தாளர்கள், வாசகர்கள் மத்தியிலும் இந்த ஆவலை ஓரளவு காண முடிகிறது. உதாரணமாக, ராஜன் குறை தன் முகநூல் பதிவொன்றில் ‘பொன்னியின் செல்வன்’ பாத்திரங்களுக்குப் பொருத்தமான நடிகர், நடிகைகள் பட்டியல் ஒன்றைத் தந்திருக்கிறார். நாவலின் முக்கியமான அம்சங்களைப் பற்றிய தனது எண்ணங்களையும் விரிவாக எழுதியிருக்கிறார். அந்தப் பதிவுக்கு வெங்கடேஷ் சக்கரவர்த்தி உள்ளிட்ட பலர் எதிர்வினை ஆற்றியிருக்கிறார்கள்.

லட்சக்கணக்கான மக்களைக் கவர்ந்த, வெகுஜன தளத்தில் செவ்விலக்கியம் என்னும் அந்தஸ்தைப் பெற்றுவிட்ட ஒரு புனைகதையைப் படமாக எடுக்க ஒருவர் முனைகிறார் என்றால் அது தொடர்பாகப் பல கருத்துக்களும் வருவது தவிர்க்க முடியாதது. தமிழ் வாசக மனங்களில் பசுமையாக இருக்கும் பாத்திரங்கள் என்பதால் அது தொடர்பான எதிர் பார்ப்புகளும் ஆலோசனைகளும் இயல்பாகவே எழும். இது போன்ற கதையைப் படமெடுக்கும் இயக்குநர் மக்கள் மனங் களில் ஏற்கெனவே அழுத்தமாக இடம் பெற்றிருக்கும் சித்திரங் களோடு விளையாடவிருப்பதால் இந்த யோசனைகளையும் இது போன்ற வேறு பல யோசனைகளையும் அவர் கணக்கில் எடுத்துக்கொள்ள வேண்டும்.

பொன்னியின் செல்வன் படமாக்கம் என்னும் விஷயத்துக்குள் போவதற்கு முன் இரண்டு விஷயங்களைத் தெளிவுபடுத்திக்கொள்வது நல்லது. பல பதிப்புகள் கண்டு லட்சம் பிரதிகளுக்கு மேல் விற்றிருக்கும் இந்த நாவல் தீவிர வாசிப்புக்குரியதல்ல. மேலான இலக்கியப் பிரதிகளின் தளத்தில் வைத்து இதை விவாதிக்கவும் இடமில்லை. இதை வரலாற்று நாவல் என்றும் கொள்ள முடியாது. ஓரிரு வரலாற்று நிகழ்வுகளை ஒட்டி எழுதப்பட்ட புனைகதை என்றுதான் இதைக் கூற வேண்டும். இதை வைத்துக்கொண்டு பண்டைய தமிழரின் வாழ்வையோ பண்பாட்டையோ புரிந்துகொண்டுவிடலாம் என்று யாராவது நினைத்தால் அவர் குழந்தைத்தனமான மனம் படைத்தவராக இருக்க வேண்டும். அல்லது கற்பனை சுகத்தில் மூழ்கியிருக்க விரும்புபவராக இருக்க வேண்டும். ஆனால் இந்த நாவல் வெகுஜனத் தளத்தில் செவ்விலக்கியம் என்னும் அந்தஸ்தைப் பெறத் தகுதியானது. பல தலைமுறைகளைச் சேர்ந்த வாசகர்கள் இதற்கு இருக்கிறார்கள் என்பதும் ஒரே வாசகர் தன் வாழ்வின் பல்வேறு காலகட்டங்களில் இந்நாவலைப் படித்து வாசிப்பு இன்பம் பெற முடிகிறது என்பதும் இந்நூலுக்குச் செவ்வியல் அந்தஸ்தை வழங்குகின்றன. வெகுஜன ரசிப்புக்குரிய எல்லாப் பிரதிகளுக்கும் இது நிகழ்ந்து விடுவதில்லை என்பதை வைத்துப் பார்க்கையில் தமிழ்ச் சூழலில் பொன்னியின் செல்வனின் முக்கியத்துவத்தை உணர்ந்துகொள்ளலாம்.

இதைச் சொல்லும் அதே நேரத்தில் இதன் நதி மூலம் பற்றியும் சொல்ல வேண்டும். இருபதாம் நூற்றாண்டின் முற்பகுதியில் ஆங்கில ஆட்சிக் காலத்தின்போது ஆங்கில மொழி ஆங்கிலேயர்களைக் காட்டிலும் ஆழமாக இந்தியாவில் வேரூன்றியது. ஆங்கில இலக்கியங்கள் பரவலாக அறிமுகமாயின. ஆங்கிலம் மூலம் பிற மொழி இலக்கியங்களும் அறிமுகமாயின. ஆங்கிலத்தின் தாக்கம் இந்தியாவின் பல்வேறு துறைகளைப் போலவே இலக்கியச் சூழலையும் பாதித்தது. வடிவம் சார்ந்தும் உள்ளடக்கம் சார்ந்தும் இந்த மாற்றங்கள் புதிய அலைகளை எழுப்பின. தாக்கம் பெற்று எழுதுவது ஒரு புறம் இருக்க, ஊக்கம் பெற்றுத் தழுவும் வேலைகளும் நடந்தன. கல்கி போன்ற திறமையான எழுத்தாளர்கள் பிரெஞ்சு இலக்கிய வகையின் மிகு உணர்ச்சி சாகச (ரொமாண்டிக் அட்வென்சர்) நாவல்களின் சாயல்களைக் கெட்டியாகப் பிடித்துக்கொண்டார்கள். குறிப்பாக அலெக்சாண்டர் டூமாவின் நாவல்கள் இவர்களுக்குப் பெரும் ஊக்கமாக விளங்கின. டூமாவின் த மேன் பிஹைண்ட் த மாஸ்க் என்னும் நாவலின் ஆதாரமான

முடிச்சின் பிரதிபலிப்பைப் பொன்னியின் செல்வனில் காணலாம். பொன்னியின் செல்வனைப் படித்து வியந்த பலர், டூமாவின் மேற்படி நாவலைப் படித்த பிறகு அந்த உற்சாகம் குன்றி ஏமாற்றம் அடைந்திருக்கிறார்கள். இது குறித்துப் புதுமைப் பித்தன் உள்ளிட்ட கல்கியின் சமகாலத் தவர்கள் பலர் விமர்சித்து எழுதியிருக்கிறார்கள். எனவே புத்தம் புதிதாய் ஒரு விஷயத்தைப் படைத்த பெருமையைக் கல்கிக்குத் தர இயலாது. ஆனால் டூமாவின் நாவலினின்று ஊக்கம் பெற்று, தமிழ் மண்ணில் வேர் கொண்ட தமிழ்க் கதை ஒன்றை எழுதிய பெருமை அவருக்கு உரியது. தேய் படிமானங்கள், ஆகிவந்த உத்திகள், ஆவலைத் தூண்டுவதற் காகவே கட்டமைக்கப்படும் திருப்பங்கள் என்று வெகுஜன ரசிப்புக்கான தூண்டில்கள் பல இருந்தாலும் விரிவான களம், வித்தியாசமான பாத்திரங்கள், வசீகரமான நாடகீயத் தன்மை, சுவையான உரையாடல்கள், ஆவலைத் தூண்டும் மர்மங்கள், சுவையாகக் கதை சொல்லும் திறன் ஆகியவற்றால் நேர்த்தியான வெகுஜன இலக்கியமாக இது விளங்குகிறது. லட்சக்கணக்கான வாசகர்களை, பல தலைமுறை வாசகர்களைக் கவர்ந்த இந்தப் பிரதிக்குத் தமிழ் வாசிப்பு வரலாற்றில் ஒரு முக்கியப் பங்கு இருக்கிறது. எனவே இதை அடிப்படை யாகக் கொண்டு செய்யப்படும் எந்த முயற்சியும் பொது வெளியில் விவாதிக்கப்படுவது இயல்புதான்.

முதலில் நடிகர்கள் தேர்வைப் பார்க்கலாம். பொன்னியின் செல்வனுக்கான நடிகர்களைத் தேர்வுசெய்யும் சவாலை ராமாயண, மகாபாரதப் பாத்திரங்களுக்கான நடிகர்களைத் தேர்வு செய்யும் சவாலோடு ஒப்பிடலாம். ராமானந்த் சாகரின் ‘ராமாயணம்’, பி.ஆர். சோப்ராவின் ‘மகாபாரதம்’ ஆகிய தொலைக்காட்சிப் படங்களில் பாத்திரங்களுக்கான நடிகர் தேர்வும் அவர்கள் நடித்த விதமும் பெருமளவில் வரவேற்பைப் பெற்றன. இந்தக் காவியங்களை வைத்து எடுக்கப்பட்ட தமிழ்ப் படங்களில் என்.டி. ராமாராவ், எஸ்.வி. ரங்காராவ், எம்.ஜி.ஆர்., சிவாஜி கணேசன், நம்பியார், முதலான பலர் புராணப் பாத்திரங்களில் பொருந்தினார்கள். வீர அபிமன்யு படத்தில் எம்.ஜி.ஆர். அர்ச்சுனனாக நடித்தார். அவருக்குப் போட்டியாக விளங்கிய சிவாஜி பின்னாளில் கர்ணன் வேடம் ஏற்றது தற்செயலானதாகவே இருக்க வேண்டும். ராமனாகவும் கிருஷ்ணனாகவும் நடித்த என்.டி.ஆர். தெய்வமாகவே ஆராதிக்கப்பட்டது வரலாறு. காவியத் தன்மை கொண்ட பாத்திரங்களில் பொருந்தக்கூடியவர்கள் தமிழில் இன்று இருக்கிறார்களா என்பது ஒரு பெரிய கேள்விக்குறி.

குந்தவை பாத்திரத்தில் நடிக்க அனுஷ்காவைத் தேர்வு செய்திருப்பதாகச் செய்தி வருகிறது. இந்தத் தேர்வு பொருத்தமானது என்பதை அருந்ததி படம் பார்த்தவர்கள் ஒப்புக் கொள்வார்கள். ஆனால் தேர்வானதாகச் சொல்லப்படும் மற்ற நடிகர்களின் பெயர்ப் பட்டியலைப் பார்க்கும்போது ஏமாற்றமாகவே இருக்கிறது. வந்தியத்தேவன் வேடத்தில் விஜய் நடிக்கலாம் என்று செய்தி வருவதைப் பார்த்து பயமாக இருக்கிறது. அனாயாசம், அங்கதம், தன்னம்பிக்கை, கூர்மை ஆகிய குணங்கள் கொண்ட வந்தியத்தேவன் பாத்திரத்தில் விஜயை நினைத்துப் பார்க்க முடியவில்லை. எம்.ஜி.ஆர். இந்தக் கதையைப் படமாக்க நினைத்தபோது அவரே வந்தியத்தேவன் வேடம் ஏற்கத் திட்டமிட்டிருந்தார் என்று சொல்லப்பட்டது. நாடோடி மன்னன் முதலான அவரது இளமைக் காலப் படங்களைப் பார்த்தவர்கள் அவர் இதற்குப் பொருத்தமாக இருந்திருப்பார் என்பதை ஒப்புக் கொள்வார்கள். சிறு வயதில் எம்.ஜி.ஆரின் பொ.செ. முயற்சி பற்றிக் கேள்விப்பட்ட எங்கள் நட்பு வட்டத்திற்கு, ராஜா தேசிங்கு, நாடோடி மன்னன் படங்கள் போல எம்.ஜி.ஆரே வந்தியத்தேவனாகவும் அருண்மொழி வர்மனாகவும் நடிக்கலாம் என்று தோன்றியது. ஆனால் அவர் அருண்மொழி கதாபாத்திரத்துக்கு சிவகுமாரை மானசீகமாகத் தேர்வுசெய்து வைத்திருந்தார் என்று பின்னாளில் தெரிந்தது. ரோசாப்பூ ரவிக்கைக்காரி படத்தின் 100ஆவது நாள் விழாவில் (அப்போதெல்லாம் படங்கள் 100 நாட்கள் ஓடியிருக்கின்றன) எம்.ஜி.ஆரே இந்தத் தகவலை வெளியிட்டார். கந்தன் கருணையில் பார்த்த பால் வடியும் வசீகரமான முகத்தை அருண்மொழிக்குப் பொருத்திப் பார்த்தோம். திருப்தியாகவே இருந்தது.

சம கால நடிகர்களில் யாரையும் வந்தியத்தேவனாக அவ்வளவு எளிதாக நினைத்துப் பார்த்துவிட முடியவில்லை. விக்ரம் வந்தியத்தேவனாக நடிப்பார் என்று சொல்லப்பட்டது. விக்ரமால் அந்தப் பாத்திரத்தை உள்வாங்கி நடிக்க முடியும் என்று நம்ப இடமிருக்கிறது. ஆனால் அவர் அருண்மொழி வர்மனாக நடிக்கப்போகிறார் என்று பேச்சு அடிபடுகிறது. பத்து ஆண்டுகளுக்கு முன் என்றால் அவர் அருண்மொழி வர்மனாக நடித்திருக்கலாம். மேலும், அருண்மொழியைவிட வந்தியத்தேவன் வயதில் பெரியவன். அருண்மொழி பாத்திரத்துக்கு சூர்யா பொருத்தமான தேர்வாக இருப்பார். ஆனால் சூர்யாவின் பெயரைப் பட்டியலில் காணோம். மகேஷ் பாபுவும் இப்படத்தில் நடிக்கிறார் என்பதைக் கேள்விப்படும் போது, அவரையே அருண்மொழி வர்மனாக மணிரத்னம்

நடிக்க வைக்கக்கூடும் என்று தோன்றுகிறது. ஆனால் அவரது முகத்தில் உள்ள தமிழ் மண்ணுக்குப் பொருந்தாத அன்னியத் தன்மை அருண்மொழி பாத்திரத்தில் அவரைப் பொருத்திப் பார்க்கப் பெரும் தடையாக உள்ளது.

ராஜன் குறை, கார்த்தியை வந்தியத்தேவன் வேடத்துக்குப் பரிந்துரைக்கிறார். கார்த்தியின் முகத்திலும் உடல் மொழியிலும் உள்ள அலட்சியமும் தன்னம்பிக்கையும் அவரை வந்தியத் தேவன் பாத்திரத்துக்குப் பொருத்தமாகவே எண்ண வைக்கின்றன. ரஜினிகாந்தை ஆதித்த கரிகாலனாகப் போடலாம் என்கிறார் ராஜன். ரஜினி இந்த வேடத்தில் நன்றாகவே பொருந்துவார். ஆனால் அவரது தமிழை வைத்துக்கொண்டு ஆதித்த கரிகாலன் பாத்திரத்தைப் பரிகாசம் செய்யக் கூடாது. இரவல் குரலுக்கு அவர் ஒப்புக்கொள்ள வேண்டும். நாசர் இந்த வேடத்தில் கச்சிதமாகப் பொருந்துவார். விக்ரம்கூட நல்ல தேர்வாக இருக்கும். கமல்ஹாஸனை ஆழ்வார்க்கடியானாகப் பரிந்துரைக் கிறார் ராஜன். எனக்கென்னமோ கமல் இப்போது இருக்கும் தோற்றத்தில் பொ.செ.இன் எந்தப் பாத்திரத்துக்கும் பொருந்த மாட்டார் என்றே தோன்றுகிறது. ஐஸ்வர்யா ராயைக் கிட்டே சேர்க்கக் கூடாது என்கிறார் ராஜன். நானும் அதை வழி மொழிகிறேன். இருவர் படத்தில் நடித்த சமயம் என்றால் அவரை நந்தினி வேடத்தில் போட்டிருக்கலாம்.

மேலும் சில பரிந்துரைகளையும் முன்வைக்கலாம் என்று தோன்றுகிறது. பெரிய பழுவேட்டரையராக சரத்குமார். சின்னப் பழுவேட்டரையராக ஷண்முக ராஜா அல்லது பசுபதி. சுந்தர சோழராக சிவகுமார். ஆழ்வார்க்கடியானாக மாதவன். பார்த்திபேந்திரனாக ஜீவா. கந்தமாறனாக பரத். மலையமானாக நெப்போலியன். நந்தினியாக நயன்தாரா அல்லது தீபிகா படுகோன். செம்பியன் மாதேவியாக குஷ்பூ. மந்தாகினியாக தபு அல்லது சுஷ்மிதா சென். பூங்குழலியாக ஸ்னேகா. வானதியாக பாவனா.

நடிகர்கள் விஷயத்தில் பெரிய பிரச்சினை என்னவென்றால் இந்த நடிகர்களில் பெரும்பாலானவர்கள் பொன்னியின் செல்வனைப் படித்தவர்கள் அல்லர். பலருக்குத் தமிழ் படிக்கவே தெரியாது. விஜய் இப்போதுதான் படித்துக்கொண்டிருக்கிறாராம். விக்ரம் பொ.செ.இன் ஆங்கில மொழிபெயர்ப்பைப் படித்தாராம். மற்றவர்கள் என்ன செய்கிறார்கள் என்று தெரியவில்லை. இது தமிழின் சாபக்கேடு. மேஜிக் லேண்ட்ரன் குழுவினர் இதே பொன்னியின் செல்வன் கதையை நான்கரை மணிநேர நாடகமாக நிகழ்த்தினார்கள். பரவலான பாராட்டைப்

பெற்ற அந்த நாடகத்தில் நடித்த பெரும்பாலானவர்கள் பொ.செ. நாவலைப் படித்திராதவர்கள் என்று நாடகத்தில் நடித்தவர்களில் ஒருவர் மூலம் அறிந்துகொள்ள முடிந்தது. தீவிர நாடகக்காரர்கள் நிலையே இது என்றால் சினிமாக் காரர்கள் பற்றிக் கேட்கவே வேண்டாம்.

O

பாத்திரத் தேர்வு ஒரு புறம் இருக்க, இந்தக் கதையை மணிரத்னமும் ஜெயமோகனும் எப்படிக் கையாள்வார்கள் என்ற கேள்வி எழுகிறது. புராண, வரலாற்றுக் கால நிகழ்வு களைச் சித்திரிப்பதில் ஜெயமோகனுக்குள்ள திறமையை 'விஷ்ணுபுரம்' நாவலும் 'பத்ம வியூகம்' போன்ற சிறுகதைகளும் பறை சாற்றுகின்றன. இலக்கியப் பிரதி என்ற அளவில் அவருக்குப் பொ.செ. மீது மரியாதை இல்லை என்றாலும் வெகுஜனத் தளத்தில் அது ஒரு முக்கியமான பிரதி என்பதையும் அவர் ஒப்புக்கொண்டிருக்கிறார். தவிர, வெகுஜன சினிமாவுக்கு இலக்கியத் தன்மை என்பது சுமையாகவே இருக்கும். காவியங் களின் சிறப்பு என்னவென்றால் அவை இலக்கியத் தரமாக இருக்கும் அதே சமயத்தில் எல்லா விதமான வாசகர்களையும் கவரும் விதத்தில் இருக்கும். 'நதியின் பிழையன்று நறும் புனலின்மை' என்று ராமன் சொல்லும் இடமும் (கம்ப ராமாயணம்) மகாபாரதத்தில் கர்ணனைக் குந்தி சந்திக்கும் இடமும் இதற்கு உதாரணங்கள். காவியச் சுவை உள்ள கதைகளிலும் இதே தன்மை இருப்பதைப் பார்க்கலாம். பொ.செ.இல் குந்தவையை வந்தியத்தேவன் முதன் முதலாகச் சந்திக்கும் இடமும் நந்தினி – ஆதித்த கரிகாலன் சந்திப்பும் அத்தகையவை. வந்தியத்தேவனும் அருண்மொழி வர்மனும் கத்திச் சண்டை போடும் சம்பவம், மாறு வேடத்தில் அரண் மனைக்குள் நுழையும் அருண்மொழி வர்மனைக் கண்டு சின்னப் பழுவேட்டரையர் திக்குமுக்காடும் இடம் என்று பல நாடகீயமான தருணங்களும் இதில் உள்ளன. கூர்மையான அங்கதத்துடன் கதையை நகர்த்திச் செல்ல ஆழ்வார்க்கடியான் பாத்திரம் இருக்கிறது. கதையின் மர்மத் தன்மையைக் கூட்ட சுந்தர சோழரின் இளமைக் கால நிகழ்வுகள் உள்ளன. மந்தாகினி, நந்தினி, ஆதித்த கரிகாலன் என்று கதையில் முடிச்சுகளுக்குக் குறைவே இல்லை. குறைந்தது பத்துப் பாத்திரங்களாவது தனித்த அடையாளங்களுடன் வலுவாக உருப் பெற்றிருக்கின்றன. கூர்மையும் அங்கதமும் சுவையும் கூடிய உரையாடல்கள் உள்ளன. எல்லாத் தரப்பினருக்குமான திரைப்படமாக ஆக்கப்படுவதற்கான இத்தகைய கூறுகள்

பொன்னியின் செல்வனில் ஏராளமாக இருக்கின்றன. ஆனால் இதை மணிரத்னத்தால் சாதிக்க முடியுமா?

இந்தியாவின் சிறந்த இயக்குநர்களில் ஒருவர் என்று சிலரால் புகழப்படும் மணிரத்னம் உண்மையில் நுனிப்புல் மேய்பவர் என்பது கூர்மையான பார்வையாளர்களுக்குத் தெரியும். சமகால வரலாற்றை மையமாகக் கொண்ட அவரது எல்லாப் படங்களிலும் இந்த அம்சத்தைப் பார்க்க முடியும். காவியத் தன்மை கொண்ட புனைகதையை அவர் எப்படிக் கையாள்வார் என்பதை அறியப் போதிய தடயங்கள் இல்லை. மகாபாரதத்தைப் பிரதிபலித்த தளபதி படத்தில் கர்ணன், துரியோதனன், அர்ச்சுனன், குந்தி ஆகியோரின் குணாம்சங் களின் ஓரிரு அம்சங்களை மட்டும் பிரதிபலிக்கும் வகையில் தனது பாத்திரங்களை அமைத்து, அவற்றுக்கிடையில் இணக்கத்தையும் மோதல்களையும் உருவாக்கித் தன் மசாலாக் கதைக்குச் சுவை கூட்டியதில் மணிரத்னத்துக்கு வெற்றிதான். ஆனால் ராவணன் படத்தில் எந்தப் பாத்திரமும் ராமாயணக் கதையின் பலவீனமான அடையாளத்தைக்கூடக் கொண்டிருக்க வில்லை. தவிர, சமகாலப் பிரச்சினைகளின் பின்னணியில் ராமாயணக் கதையின் அம்சங்களைப் பொருத்துவதிலும் அவருக்குத் தோல்விதான். காவியத்தையும் சமகாலப் பிரச் சினையையும் இயக்குநர் உள்வாங்கிய விதத்திலேயே இந்தப் பிரச்சினை தொடங்கிவிடுகிறது. இத்தகைய ஒரு இயக்குநர் பொன்னியின் செல்வனை அதன் காலப் பின்னணியிலேயே எடுக்கும் முயற்சி எப்படி இருக்கும் என்ற கேள்வி எழத்தான் செய்யும்.

ஜெயமோகனின் எழுத்துத் திறமை பற்றி எல்லோருக்கும் தெரியும். ஆனால் திரைக்கதை விஷயத்தில் அவரது ஆளுமையை அறியவோ மதிப்பிடவோ போதிய தரவுகள் இல்லாத நிலையில் அவரது புனைகதைகளை வைத்து மட்டுமே நாம் பேச வேண்டியிருக்கிறது. காவியச் சுவை கொண்ட, ஜனரஞ்சகமான, சுவையான திரைப்படமாக மாற்றப்படுவதற் கான அத்தனை கூறுகளும் கொண்ட பிரதி பொ.செ. ஜெயமோகன் இதை மேலிருந்து கீழே நோக்கும் கோணத்தில் பார்க்காமல் பிரதிக்குத் தன்னை ஒப்புக்கொடுத்து அதனுள் இருந்து திரைக்கதையை வார்க்க முயற்சி செய்தால் அது பொன்னியின் செல்வனுக்கு நியாயம் செய்வதாக இருப்பதோடு திரைப்படத்துக்கும் வலு சேர்க்கும்.

ஆளுமை உள்ள ஒரு இயக்குநரால் ஒரு எழுத்தாளரிட மிருந்து தனக்குத் தேவையானதைப் பெற முடியும். காட்சி

மொழி, படமாக்கம், நடிகர்கள், தொழில்நுட்பக் கலைஞர்களின் திறன்களைச் சிறப்பாக வெளிக்கொணர்தல் ஆகியவற்றில் வலுவான ஆளுமை கொண்ட மணிரத்னத்தால் ஜெயமோகனிடமிருந்தும் தனக்குத் தேவையானதைப் பெற முடியும். ஆனால் அவர் தேவை என்ன என்பதுதான் கேள்வி. பொன்னியின் செல்வனையும் அதன் காவியத் தன்மையையும் எந்த அளவுக்கு அவர் உள்வாங்கியிருக்கிறார் என்பதைப் பொறுத்தே அவரது தேவை அமையும். தமிழ் வாழ்வு, வரலாறு, மொழி ஆகியவை சார்ந்த மணிரத்னத்தின் மனப் பதிவுகளின் புறத் தடயங்கள் இந்த விஷயத்தில் அவருக்குச் சாதகமாக இல்லை. இதுவே இந்தப் படம் எப்படி வரும் என்பது குறித்த ஐயப்பாட்டினை எழுப்புகிறது.

பொன்னியின் செல்வனைப் படமாக்குவதில் நடிகர் தேர்வு, நடிப்பு, முறையான தமிழ் உச்சரிப்பு, சோழர் காலத்தைத் திரையில் மறு உருவாக்கம் செய்தல், இசை என்று எல்லாமே சவாலானவைதாம். ஆனால் சுமார் 3000 பக்க நீளம் கொண்ட இந்தக் கதையை அதன் சுவை குன்றாமல் 100 காட்சிகளுக்குள் சுருக்குவதுதான் மிகப் பெரிய சவால். வந்தியத்தேவன், குந்தவை, அருண்மொழி வர்மன், பழுவேட்டரையர்கள், சேந்தன் அமுதன், அநிருத்தப் பிரம்மராயர், ஆழ்வார்க்கடியான், மலையமான், வீர பாண்டியன், ஆபத்துதவிகள் என்று பல பாத்திரங்கள் இருந்தாலும் நந்தினி – கரிகாலன் இடையேயான காதலும் வன்மமும், நந்தினி யார் என்பது குறித்த மர்மமும் தான் கதையின் ஆதார முடிச்சு. கல்கி, அருண்மொழி வர்மனின் பெயரைத் தலைப்பாக வைத்தாலும், வந்தியத்தேவன்தான் கதாநாயகன் என்று பிரதிக்குள்ளேயே வாக்குமூலம் கொடுத்தாலும் நந்தினி – கரிகாலன் தொடர்பான முடிச்சுதான் கதையை நகர்த்திச் செல்கிறது. நந்தினியைப் பார்த்ததும் சுந்தர சோழர் ஏன் மயங்கி விழுகிறார்? அருண்மொழி வர்மன் சிறு வயதில் காவிரி ஆற்றில் தவறி விழுந்தபோது அவனைக் காப்பாற்றும் கரங்கள் யாருடையவை? நந்தினி ஏன் வீர பாண்டியனுக்காக உயிர்ப் பிச்சை கேட்கிறாள்? அவள் கோரிக்கையை நிராகரித்துவிட்டு வீர பாண்டியனின் தலையை வெட்டும் கரிகாலனால் தன் பகைவனை வென்ற மகிழ்ச்சியை ஏன் அடைய முடியவில்லை? அவனைத் துரத்தும் குற்ற உணர்ச்சி எது? நந்தினி அவனிடம் கடைசியில் என்ன சொன்னாள்? ஆதித்த கரிகாலனைக் கொன்றது யார்? – இந்தக் கேள்விகள் இல்லையேல் பொன்னியின் செல்வன்

நாவல் இல்லை. அருண்மொழி வர்மன் அரச பதவியைத் துறந்தது வரலாற்று முக்கியத்துவம் வாய்ந்ததாக இருக்கலாம். ஆனால் கல்கியின் நாவலின் மையம் அது இல்லை. அருண் மொழியின் தியாகத்தோடு கல்கி கதையை முடிக்கிறார். ஆனால் உண்மையில் ஆதித்த கரிகாலனின் மரணத்தோடு நாவல் அர்த்தபூர்வமாக முடிந்துவிடுகிறது. தன் கற்பனையில் உதித்த பாத்திரமான நந்தினிக்கும் நிஜத்தில் வாழ்ந்த கரிகால னுக்கும் தன் நாவலில் கல்கி போடும் மர்ம முடிச்சுதான் ஆகச் சுவையான அம்சம். மற்ற எல்லாமே (வந்தியத்தேவனின் காதல், பூங்குழலியின் பாத்திரம் உள்பட) வழக்கமானதுதான். இந்த அம்சத்தைச் சரியாக உள்வாங்கினால்தான் இந்த நாவலைத் திரை வடிவத்துக்குள் அடக்க முடியும். இல்லையேல் பொன்னியின் செல்வனின் தோலைத் தாண்டி ஊடுருவிச் செல்லும் தன்மை அதன் திரை வடிவத்துக்கு இருக்காது.

ஆதித்த கரிகாலனைக் கொன்றது யார் என்பதைக் கல்கி மர்மமாகவே விட்டுவிடுகிறார். இந்த நாவலை அதற்குரிய கவனத்துடன் அணுகாவிட்டால் 'பொன்னியின் செல்வ'னைக் கொன்றது யார் என்ற கேள்வி எழுவதைத் தவிர்க்க முடியாது.

(2011, மார்ச்)

நெகிழ்ச்சியின் அழகியல்

வழக்கு எண் 18/9 திரைப்படத்தை முன்வைத்து

தமிழ்ச் சமூகம் முழுமையும் ஒரே குரலில் பாலாஜி சக்திவேலுக்கு வாழ்த்துப் பா பாடிக்கொண்டிருக்கிறது. ஒரு சில விதிவிலக்குகள் தவிர எங்கு திரும்பினாலும் யாரைப் பார்த்தாலும் எந்த இதழைப் பிரித்தாலும் வழக்கு எண் 18/9 திரைப்படம் பற்றிய உணர்ச்சி வசப்பட்ட பாராட்டுதல்களைக் கேட்கவும் படிக்கவும் முடிகிறது. நெகிழ்ச்சியின் வரிகள் இணைய தளங்களிலும் முகநூலின் பக்கங்களிலும் நிரம்பி வழிகின்றன.

பொதுவாகவே 'நல்ல' செய்தி சொல்லும் படங்கள் தமிழ்ச் சூழலில் பெரும் பாராட்டுப் பெறும். அந்தப் படங்களில் கொஞ்சம் நேர்த்தி, சற்றே சுவாரஸ்யம், ஓரளவேனும் நல்ல நடிப்பு, சிறந்த ஒளிப்பதிவு போன்ற விஷயங்கள் சேர்ந்துவிட்டால் கேட்கவே வேண்டாம். ஆட்டோகிராஃப், மொழி, தவமாய் தவமிருந்து, நான் கடவுள் போன்ற படங்களை உதாரணமாகச் சொல்லலாம். வெளிப்படையான 'நல்ல' செய்தி எதுவும் இல்லாத, ஆனால் வலுவான திரை மொழியைக் கொண்ட வெயில், பருத்தி வீரன், சுப்பிரமணியபுரம், ஆரண்ய காண்டம் போன்ற படங்களும் பாராட்டப்பட்டு விடுவதுண்டு. பாலாஜி சக்திவேலின் முந்தைய படமான கல்லூரியும் மாதவன் நடித்த எவனோ ஒருவனும்கூட 'நல்ல' செய்தியைக் கொண்ட படங்கள்தான் என்றாலும் அந்தப் படங்களில் இருந்த வெளிப்படையான பலவீனங் கள் எதிர்வினைகளின் நெகிழ்ச்சியை மட்டுப்படுத்தின.

வழக்கு எண் போன்ற படங்கள் பொதுவாக நெகிழ்ச்சி யோடு அணுகப்படுகின்றன என்பதே தமிழ்ச் சூழலின் யதார்த்தம். திரையரங்குகளில் வாராவாரம் கொட்டப்படும் குப்பைகளைப் பார்த்துப் பார்த்துச் சலித்துப்போன மனங் களுக்கு இது போன்ற படங்கள் குறிஞ்சிப் பூக்களாகத் தோன்று வதில் ஆச்சரியமில்லை. எனவே இந்தப் படங்களில் உள்ள குறைகள் கண்ணில் படாமல்போவதிலும் ஆச்சரியமில்லை. ஆனால் வெகுஜன ரசனையைப் பிரதிநிதித்துவப்படுத்துபவர்கள் மட்டுமின்றி மாற்று அழகியலையும் அரசியலையும் முன்வைத்து நுட்பமான ரசனை சார்ந்து பேசும் சிற்றிதழ் மரபைச் சேர்ந்த எழுத்தாளர்கள் சிலரும் இதுபோன்ற படங்களைப் பார்த்து நெகிழ்ந்துபோவதுதான் உண்மையான ஆச்சரியம். சேரனின் ஆட்டோகிராஃப் போன்ற சில படங்கள் இதுபோன்ற ஆச்சரியத்தை நிகழ்த்தியிருக்கின்றன. இப்போது பாலாஜி சக்திவேலின் வழக்கு எண்.

படத்தைப் பாராட்டுபவர்களின் பார்வையையோ ரசனையையோ நான் குறைத்து மதிப்பிடவில்லை. படத்தைப் பார்த்துவிட்டுக் கலவையான உணர்ச்சிகளுடன் எழுந்து வந்த எனக்கு இதை எல்லோரும் ஒருமித்த குரலில் பாராட்டு வதைக் கண்டு ஆச்சரியம் ஏற்பட்டது. அந்த ஆச்சரியத்தின் அடிப்படையில் படத்தை மீள் பார்வை பார்க்கும்போது தோன்றிய சில விஷயங்களைப் பகிர்ந்துகொள்வது இப்படம் பற்றிய உரையாடலில் சிறிய அளவிலேனும் புதிய சலனங்களை ஏற்படுத்தும் என்று நம்புகிறேன்.

படத்தின் கதையைப் பற்றியும் கதையின் பின் கதைகள் பற்றியும் தமிழ் ஊடகங்கள் விரிவாகப் பேசிவிட்டன என்பதால் கதைக்குள் போவது தேவையற்றது. தவிர, கதைச் சுருக்கம் என்பது படத்தைப் பற்றிப் பேசுவதற்கான ஒரு முன்னெடுப்பு மாத்திரமே. படம் தரும் அனுபவம் என்பது கதையின் எல்லைகளுக்கு அப்பால் விரிவது. விரிய வேண்டியது. திரைக் கதை என்பதுகூட வெறும் பிரதி அல்ல. சில படங்களின் திரைக்கதைகள் நூல்களாக வருகின்றன. ஆனால் படித்து அனுபவிக்கும் திரைக்கதை என்பது வேறு. அது திரையில் நிகழும் சலனங்களாகத் தரும் அனுபவம் வேறு. எனவே கதை, திரைக்கதை ஆகியவை படத்தைப் பற்றிய உரையாடலை முன்னெடுக்க மட்டுமே உதவும். திரைக்கதை பற்றிய விமர்சனம் திரைப்படம் பற்றிய விமர்சனம் ஆகாது.

உரையாடலைத் தொடங்குவதற்காகப் படத்தின் கதையைக் கோடிகாட்டலாம். வழக்கு எண் படம் இரண்டு விதமான

காதல்களைப் பற்றிப் பேசுகிறது. ஒன்று ஒருதலைக் காதல். இன்னொன்று காதல் என்னும் போர்வையில் நடக்கும் அத்துமீறல். அத்துமீறல் அம்பலமாகும்போது ஆத்திரம் கொள்ளும் மனம் கட்டவிழ்க்கும் வன்மமும் சம்பந்தமே இல்லாத ஒருவர் அந்த வன்மத்துக்குப் பலி ஆவதும் கதையின் முடிச்சு. இந்த பலிக்கான பழி ஒரு அப்பாவி மேல் விழ, பலிக்கும் பழிக்கும் நியாயம் கிடைத்ததா என்பது கதையின் உச்சம். அருகிவரும் விவசாயம், நகர்ப்புறத்தில் உதிரிக் கூலித் தொழிலாளர்களின் அவல நிலை, சாலையோர உணவகங்களின் நிலை, பாலியல் தொழிலாளியின் வாழ்க்கை, பணக்காரர்களின் போக்கு, காவலர்களின் மூர்க்கமும் குயுக்தியும் என்று சில பல துணுக்குகளைச் சேர்த்துக்கொள்ள வேண்டும். 'வழக்கு எண்' பற்றிய ஏகதேசமான சித்திரம் கிடைத்துவிடும்.

படம் இரண்டு பின்னோட்டக் காட்சிகளின் தொகுப்பாகக் கட்டமைக்கப்பட்டிருக்கிறது. பொது மருத்துவமனையின் அவசர சிகிச்சைப் பிரிவில் மகள் இருக்க, வெளியில் அலறிக் கொண்டிருக்கும் அன்னையின் சித்திரத்துடன் தொடங்குகிறது படம். பெண்ணின் முகத்தில் திராவகம் வீசப்பட்டிருக்கிறது. அம்மா காவலரிடம் ஒரு பையன் மீது ஐயம் இருப்பதாகச் சொல்கிறார். காவல் நிலையக் கண்காணிப்பாளர் அந்தப் பையனை விசாரிக்கிறார். அவன் சொல்லும் கதையை எல்லாம் கேட்கிறார். தன் பின்னணியையும் வாழ்நிலையையும் ஒரு தலைக் காதலையும் விரிவாகச் சொல்கிறான். அவன் காதலிக்கும் பெண்மீது திராவகம் ஊற்றப்பட்டிருப்பதால் அவன் மீது ஐயம் கொள்ள முகாந்திரம் ஏற்படுகிறது. ஆனால் அந்தப் பெண் வேலை செய்யும் வீட்டைச் சேர்ந்த பெண் தன்னிச்சை யாக வந்து கொடுக்கும் வாக்குமூலம் வழக்கின் திசையைத் திருப்புகிறது. பாலியல் வக்கிரங்களுக்காக இந்தப் பெண்ணோடு நெருங்கிப் பழகும் ஒரு பணக்காரப் பையனின் குரூரம் அம்பலமாகிறது. குற்றவாளியைக் கண்டுபிடித்த பிறகும் கண்காணிப்பாளரால் வழக்கை முடிக்க முடியவில்லை. பணக்காரப் பையனின் அம்மா அரசியல் செல்வாக்கின் மூலம் நெருக்கடி கொடுக்கிறார். பெரும் தொகையை வாங்கிக் கொண்டு அப்பாவியைப் பலியாக்குகிறார் கண்காணிப்பாளர். விஷயம் தெரிந்து அவரைப் பழி வாங்குகிறாள் பாதிக்கப்பட்ட ஏழைப் பெண்.

பணக்கார இளைஞர்களின் பாலியல் வக்கிரங்கள், காவல் துறை ஊழல், சட்டத்தால் நியாயம் கிடைக்காதபோது சட்டத்தை மீறி நியாயத்தை நிலை நாட்டும் தனி நபர்கள் என்று தமிழ் சினிமாவின் ஆகிவந்த பாதையில் அடி பிறழாமல்

பயணிக்கும் இந்தப் படம் எந்த விதத்தில் வித்தியாசமானதாகக் கொண்டாடப்படுகிறது என்ற கேள்வியை முதலில் எழுப்பிக் கொள்ள வேண்டியிருக்கிறது. கதை சொல்லப்படும் விதத்திலா? சாலையோர உணவகத்தில் வேலை பார்க்கும் பையனும் பள்ளியில் படிக்கும் மாணவியும் சொல்லும் கதைகளை ஒருங்கிணைத்த படத்தொகுப்புத் திறமையாலா? 'விறு விறுப்பான' கதையினூடே சமூகக் கேடுகளைத் தோலுரித்துக் காட்டும் 'அக்கறை'யினாலா? உச்சக் காட்சியில் நிகழும் திடீர் திருப்பம் தரும் அதிர்ச்சியை வைத்தா? பாலியல் விஷயங்களைக் கையாண்டாலும் 'ஆபாசம்' இல்லாமல் அவற்றைச் சித்திரித்ததற்காகவா?

இவை எல்லாவற்றிற்காகவும் படம் திகட்டத் திகட்டப் பாராட்டப்படுகிறது. ஆனால் கறாரான பார்வையில் இவை எதுவுமே சிறப்பான தகுதிகள் அல்ல. அனைத்தும் தொழில் நேர்த்தி, 'செய்தி' சொல்லும் ஆவல், சுவாரஸ்யப்படுத்துவதற் கான வேட்கை, சமூக அக்கறை சார்ந்த பாவனை போன்ற வற்றின் விளைவுகள் என்பதை உணரப் பெரிய ஆராய்ச்சி எதுவும் தேவையில்லை. படத்தில் நேரடியாகவும் மறைமுக மாகவும் உணர்த்தப்படும் விஷயங்கள் எல்லாமே தமிழ்த் திரைப்பரப்பில் ஏற்கனவே பல விதங்களில் கவனப்படுத்தப் பட்டவைதான். பாதை விலகாமல் இந்த விஷயங்கள் குவி மையப்படுத்தப்பட்டிருப்பதால் மேலெழுந்தவாரியாகப் பார்க்கும்போது புதிதாகவும் வலுவாகவும் தோற்றமளிக்கின்றன. ஆனால் நுட்பமான பரிசீலனைக்கு உட்படுத்தினால் இவற்றில் பெரும்பாலானவை ஆகிவந்த பிம்பங்கள் மற்றும் தேய் படிமங்கள் என்பதை உணர முடியும்.

உதாரணமாக, ஏழை, பணக்காரர் சித்திரிப்புகள் அச்சு அசலான வகைமாதிரி பிம்பங்கள். பணக்கார அம்மாவின் போக்கு, காவலரின் தந்திரம் ஆகியவையும் அப்படிப் பட்டவையே. உதிரிகளாக வரும் பாலியல் தொழிலாளி, சினிமா ஆசை கொண்ட சிறுவன் ஆகிய பாத்திரங்களும் 'நல்ல' படங்களில் பார்த்துச் சலித்த தேய்படிமங்கள். சாலையில் ஒருவன் விழுந்து கிடக்கும்போது யாரும் கண்டுகொள்ளாமல் போகும்போது பாலியல் தொழிலாளி அல்லது பிச்சைக்காரர் அவனைக் காப்பாற்றுவது எரிச்சலூட்டும் தேய்படிமம். சென்னையின் பரபரப்பான சாலைகளில் எத்தனையோ அசம்பாவிதங்களைப் பார்த்தவன் என்ற முறையில் என்னால் இதை மறுக்க முடியும். பெரும்பாலான சம்பவங்களில் ஓரிரு நிமிடங்களுக்குள் அங்கே கூட்டம் சேர்ந்து ஆளுக்கு ஆள் ஏதாவது செய்ய முயன்றுகொண்டிருப்பதுதான் வழக்கம்.

வெறுமனே தாண்டிச் செல்பவர்கள் எல்லா இடங்களிலும் எல்லாக் காலங்களிலும் இருக்கத்தான் செய்வார்கள். இயக்குநரின் பார்வை அவர்கள் மீது மட்டும் குவிவதும் சில விமர்சகர்களின் மூளை அதைக் குறிப்பிட்டுப் பாராட்டுவதும் போலித்தனம்.

அந்தப் பணக்காரப் பெண்மணி தன் பணத்தை மட்டு மல்ல, தன் உடலையும் வைத்துத் தனக்கான காரியங்களைச் சாதித்துக்கொள்பவராகக் காட்டப்படுகிறார். சமூகத்தில் செல்வாக்கு மிக்கவர்களாக இருக்கும் பெண்களைப் பற்றிப் பொதுப்புத்தியில் உறைந்திருக்கும் மலினமான கற்பிதத்தின் பிரதிபலிப்பு இந்தச் சித்திரிப்பு. ஒரு பெண் மேலே வருகிறார் என்றால் அவர் தன் உடலைப் பயன்படுத்தித்தான் வந்திருப்பார் என்ற மதிப்பீட்டை மறு உறுதி செய்யும் அபாயகரமான சித்திரிப்பு இது. பணக்காரர்கள் பற்றியும் சமூகத்தில் உயர் நிலையை எட்டிய பெண்கள் பற்றியுமான பொதுப்புத்தியின் மேலோட்டமான மனப்பதிவுகளையே பாலாஜி பிரதிபலிக் கிறார். பார்வை சார்ந்தோ படைப்பு சார்ந்தோ இதில் பாராட்ட என்ன இருக்கிறது?

இப்படிச் சொன்னதும் நிஜ வாழ்விலிருந்து இப்படிப் பட்டவர்களின் உதாரணத்தை எடுத்து நம் முகத்தில் விசிறி யடிக்கச் சிலர் தயாராக இருப்பார்கள். நிஜ வாழ்வில் எல்லா விதமான மனிதர்களும் இருக்கிறார்கள். புற உலக யதார்த்தத்தை வைத்து ஒரு பிரதியைப் பாராட்ட அல்லது நியாயப்படுத்த முனைவது படைப்பு சார்ந்த பார்வை அல்ல. ஒரு படைப்பில் புனைவு யதார்த்தம் எவ்வாறு கட்டமைக்கப்படுகிறது என்பது முக்கியம். வெளியில் இத்தகையவர்கள் இருக்கிறார்கள் என்ற வாதத்தை வைத்து வில்லு, திருப்பாச்சி போன்ற படங்களைக் கூட நியாயப்படுத்திவிடலாம். புனைவு யதார்த்தத்தின் பெறுமானம் அது சித்திரிக்கப்படும் விதத்தில், அதன் நம்பகத் தன்மையில் உள்ளது. படைப்பாளியின் தேர்வும் சித்திரிப்பும் எப்படித் தொழிற்படுகின்றன என்பது முக்கியம். 'அப்படி இப்படி' மேலே வந்துவிட்ட ஒரு பணக்காரப் பெண்ணைக் காட்டும் இயக்குநர் ஏழைகளையெல்லாம் ஏன் நல்லவர்களாகக் காட்டுகிறார்? வெளிஉலகில் ஏழைகளில் தவறு இழைப்பவர்கள் இல்லையா? எல்லா விதமான மனிதர்களும் எல்லா வட்டங் களிலும் காணக் கிடைக்கும் இந்த வாழ்க்கையிலிருந்து ஒரு இயக்குநர் எதைத் தேர்கிறார், எப்படிச் சித்திரிக்கிறார், எப்படிப் பயன்படுத்துகிறார் என்பவையெல்லாம் அவரது கலைப் பார்வை, கலை நோக்கம் ஆகியவற்றைச் சார்ந்தவை. பொதுப்புத்தியில் உறைந்திருக்கும் மேலோட்டமான மதிப்பீடு

கள் சார்ந்து இயங்கும் இயக்குநர் தனக்கென்று ஒரு பார்வை இல்லாதவராகவும் பொது நீரோட்டத்துடன் இணைந்து சென்று அங்கீகாரமும் வெற்றியும் பெற விழைபவராகவுமே வெளிப்படுகிறார். எதைச் சொன்னால் பாராட்டுக் கிடைக்குமோ அதைச் சொல்லத் தெரிந்தவராகவே அடையாளப்படுத்தப்பட வேண்டியவராகிறார்.

அந்தப் பணக்காரப் பையனின் காதல் காட்சிகள் அப்பட்டமான வகைமாதிரிக் காட்சிகள். இதுபோன்ற காதல் வெளி உலகில் நடப்பதுதான். ஆனால் அது திரையில் விரியும் போது புதிதாக எந்த அனுபவத்தையும் தர மறுக்கிறது. அந்தப் பெண் காவல் நிலையத்துக்கு வந்த உடனேயே படம் எந்தத் திசையில் போகிறது என்பது புரிந்துவிடுகிறது. இது திரைக்கதையின் ஆகப் பெரிய பலவீனம். அதன் பிறகு கண்காணிப்பாளர் தன் நிஜ முகத்தைக் காட்டும் தருணம் வரையிலும் படம் எந்தப் புது அனுபவத்தையும் தராமல் கடந்து செல்கிறது. காட்டப்படும் விஷயங்கள் உண்மையாக இருந்தால் மட்டும் போதாது. பட்டினப்பாக்கத்திலிருந்து வடபழனிவரை செல்லுவதாக ஒரு பேருந்தைக் காட்டினால் அதுகூட உண்மைதான். அதற்காக அதைப் படைப்பு என்று சொல்லிவிட முடியாதல்லவா? காவல்துறையினர் சோரம் போவதை எத்தனையோ படங்களில் பார்த்துவிட்டோம். ஆனால் இந்தப் படத்தில் அந்தத் தருணம் காட்சிப்படுத்தப்பட்டிருக்கும் விதம் அதை அனுபவமாக மாற்றுகிறது. இந்த இடத்தில் கூடியுள்ள வலு மற்ற இடங்களில் கூடவில்லை. பாலியல் தொழிலாளியின் வாழ்நிலை, விவசாயத்தின் நிலை, விவசாயிகள் நகர்ப்புறங்களில் உதிரிகளாக மாற்றப்படும் அவலம் எனப் பல விஷயங்கள் பேசப்பட்டாலும் அவை படைப்பூக்கத்துடன் உருமாற்றமோ தள மாற்றமோ பெறவில்லை.

உச்சக் காட்சியும் அதற்கு முந்தைய ஓரிரு காட்சிகளும் கொண்டிருக்கும் வலிமைதான் படத்தைக் காப்பாற்றுகிறது. நாயகனும் கடையில் புதிதாக வேலைக்குச் சேர்ந்த பையனும் பேசும் காட்சிகள் இயல்பாக உள்ளன. சாலையோர உணவகக் காட்சிகளும் பரவாயில்லை. காமிரா கோணங்கள் செயற்கையான அழுத்தங்கள் இன்றி இயல்பாகவும் நேர்த்தியாகவும் உள்ளன. குறிப்பாகச் சாலைகளில் நடக்கும் காட்சிகளில் இயல்புத் தன்மை கூடியிருக்கிறது. படம் முழுவதும் நுட்பமான முறையில் இயக்குநரின் தன்னம்பிக்கை இழையோடுகிறது. இதை வேண்டுமானால் படத்தின் முக்கிய அம்சம் என்று சொல்லலாம்.

மொத்தத்தில் பாலாஜி சக்திவேலின் சிறந்த படம் காதல் தான் என்னும் கூற்றுக்குச் சவால் விடும் அம்சம் எதுவும் இதில் இருப்பதாகத் தெரியவில்லை. சமூக, பண்பாட்டுக் கூறுகள், நுட்பமான திரை மொழி, மனித இயல்புகள் சார்ந்த நுட்பங்கள் ஆகிய புகழ்ச்சிகள் காதல் படத்துக்கு மட்டுமே பொருந்தும். அந்தப் படத்தில் படம் நெடுகிலும் நுட்பமான, புதிய அனுபவத்தைத் தரவல்ல காட்சிப் படிமங்கள் காணக் கிடைக்கின்றன. அவற்றில் சமூக, பண்பாட்டுக் கூறுகள் இயல்பாகவும் வலுவாகவும் வெளிப்படுகின்றன. அவை எதுவும் இதில் இல்லை.

சமூகச் சிக்கல்களைச் சித்திரிப்பதிலும் குற்றத்திற்கும் தண்டனைக்கும் இடையில் உள்ள சிக்கலான உறவு பற்றிய பேச்சு எதுவும் படத்தில் இல்லை. ஏழை, பணக்காரன் குண வேற்றுமைகளைப் போலவே இதுவும் தட்டையாகவே சித்திரிக்கப்படுகிறது. இந்தக் குறைபாடு வெகுஜன இதழ்களின் கண்ணில் படாமல்போகலாம். வெகுஜனத் திரைப்படத்திற்கு இந்த அளவுகோலே மிகையானதாக இருக்கலாம். ஆனால் மாற்று ஊடகங்களில் எழுதிவரும் நுட்பமான விமர்சகர்கள் என அறியப்படுபவர்களின் கண்ணிலும் இவை எப்படிப் படாமல்போயின என்பதே என் ஆச்சரியம். இதையெல்லாம் மீறி அவர்கள் ஏன் நெகிழ்கிறார்கள் என்பது இன்னொரு ஆச்சரியம்.

முப்பொழுதும் உன் கற்பனைகள்

தயாரிப்பும் படைப்பும்

பெரிய முஸ்தீபுகளுடன் களமிறங்கும் படங்கள் ஏமாற்றமளிப்பது புதிதல்ல. ரோமான்ஸ் த்ரில்லர் என்னும் அடைமொழியுடனும் விண்ணைத் தாண்டி வருவாயா, கோ படங்களை உருவாக்கியவர்களின் அடுத்த படைப்பு என்னும் பிரகடனத்துடனும் வெளியான முப்பொழுதும் உன் கற்பனைகள் இத்தகைய கட்டியங்களின் சுமை தாளாமல் தலை கவிழ்ந்து நிற்கிறது. காதலையும் குற்றச் செயலையும் இணைக்க வேண்டும் என்றால் உளவியல் சிக்கலைக் கொண்டுவந்தாக வேண்டும் என்ற தமிழ் சினிமாவின் விதியை மீறாமல் செய்யப்பட்டுள்ள மு.உ.க. படத்தின் கதை ஒருங்கமைவு இல்லாமல் தடுமாறுகிறது.

தயாரிப்பாளர் எல்ரெட் குமார் மு.உ.க.வின் மூலம் இயக்குநராக ஆகியிருக்கிறார். சென்னையின் பிழைப்பையும் பெங்களூரில் வாழ்க்கையையும் கொண்ட ராம் என்னும் இளைஞனின் கதை இது. தான் காதலிக்கும் பெண்ணின் பிரிவால் உள்ளுக்குள் தகர்ந்துபோகும் ராம் ஒரு விதமான மனப் பிறழ்வுக்கு ஆளாகிக் கற்பனையில் அந்தப் பெண்ணுடன் வாழத் தொடங்குகிறான். அந்தப் பெண்ணே திரும்பி வரும்போதும் அது தன் காதலியைப் போலவே இருக்கும் இன்னொரு பெண் என்று அனுமானித்துக் கொள்ளுமளவு அவன் கற்பனை (டெல்யூஷன் – மனப் பிரமை) உலகில் வாழ்கிறான். அவனுக்கு என்ன பிரச்சினை என்பதை உளவியல் மருத்துவரின் உதவியுடன் ஆராயத் தொடங்கும் அந்தப் பெண் அவன் கடந்த காலத்தின் காயங்களைக் கண்டுபிடிக்கிறாள். வேறொருவருடன் நிச்சயதார்த்தம் முடிந்துவிட்டது என்றாலும்

ராமின் மீதுள்ள அனுதாபத்தால் அவனைக் குணப்படுத்துவதற்காக அவன் காதலியாக நடிக்கிறாள். இந்த நாடகத்தில் ஒரு திருப்பமாக அவளுடைய வருங்காலக் கணவரின் கூட்டாளிகளால் அவள் ஒரு அபாயத்தில் மாட்டிக்கொள்ள, ராம் அவளைக் காப்பாற்றுகிறான். ராமின் மனப் பிரமை யதார்த்தமாகிறது.

இயக்குநர் குமார், மனப் பிரமை என்னும் அம்சத்தை வெளிப்படுத்தும் விதம் ஆர்வத்தைத் தூண்டக்கூடியதாக இருக்கிறது. நாயகி சாரு(லதா) ஒரே நேரத்தில் இரண்டு இடங்களில் இருப்பதாகக் காட்டும்போது இரட்டைப் பிறவியாக இருக்குமோ என்னும் எண்ணத்தை ஏற்படுத்தும் திரைக்கதை அதன் பிறகு நகரும் விதத்தில் மர்மம் கட்டவிழ்வது ஓரளவு சரியாகவே சொல்லப்பட்டிருக்கிறது. ஆனால் இதன் பிறகு கதை நகரும் விதம் ஏமாற்றம் அளிக்கிறது. மென்மையான காதலனாகக் காட்டப்படும் கதாநாயகன் திடீரென்று சூப்பர் மேன் போலச் செயல்பட்டு யாரையோ கொலை செய்யும் காட்சிகள் ஆர்வத்திற்குப் பதில் எரிச்சலையே ஏற்படுத்துகின்றன. லதாவைக் கொல்ல யாரோ முயலும் காட்சிகள் வலிந்து திணிக்கப்பட்டவை. வேறொருவருக்கு நிச்சயம் செய்யப்பட்ட பெண் அந்தக் கல்யாணத்திலிருந்து வெளியே வந்து கதா நாயகனுடன் சேர வேண்டும் என்பதற்காகச் செயற்கையாக உருவாக்கப்பட்ட காட்சிகள் இவை.

சாருவாக ராமுக்கு அறிமுகமாகி, அவனுடன் நெருங்கிப் பழகும் சாருலதா என்னும் பெண் அவனிடம் சொல்லிக் கொள்ளாமல் அமெரிக்கா சென்றுவிடும் காட்சி நம்பகமாக இல்லை. நாயகனுக்கு மனப் பிறழ்வு ஏற்பட வேண்டும் என்பதற்காக இயக்குநர் கொண்டுவரும் இந்தத் திருப்பம் செயற்கையாகவே உள்ளது. நாயகனின் கடந்த காலத்தில் ஏற்படும் கசப்பான அனுபவங்கள் தமிழ் சினிமாவில் மனப் பிறழ்வு கொண்ட பாத்திரங்களின் அனுபவங்களைப் போலவே அமைந்துள்ளன. பின்னோட்டக் காட்சி தொடங்கியதுமே அது நம்மை எங்கே கொண்டு செல்கிறது என்பது தெரிந்து விடுகிறது. படம் முழுவதும் இயக்குநரின் கற்பனை வறட்சியை உணர முடிகிறது.

படத்தின் செயற்கையான திருப்பங்களும் பழக்கமான காட்சிகளும் எரிச்சலூட்டுகின்றன. மிக மெதுவாக நகரும் திரைக்கதை அலுப்பூட்டுகிறது. ஒரே விதமான காட்சிகள் திரும்பத் திரும்ப வருவது இந்த அலுப்பை ஆயாசமாக மாற்றுகிறது.

வெளிநாடுகளில் பணத்தை வாரியிறைத்து எடுக்கப்பட்ட கண்கவரும் பாடல் காட்சிகள், கேமிராவின் உதவியுடன்

வித்தியாசமான முறையில் காட்சிப்படுத்தப்படும் சண்டைக் காட்சிகள், உயர் தரமான தயாரிப்பு அம்சங்கள் ஆகியவை மட்டும் ஒரு படத்தைப் பார்க்க வைக்க உதவாது. ஹாலிவுட்டில் கிட்டத்தட்ட எல்லாப் படங்களுமே மிக உயர்ந்த தரத்தில்தான் தயாரிக்கப்படுகின்றன. ஆனால் எல்லாப் படங்களுமே சமமான வரவேற்பைப் பெற்றுவிடுவதில்லை. தயாரிப்புத் தரம் முக்கியம் தான் ஆனால் வலுவான உள்ளடக்கமும் நம்பகமான, நேர்த்தி யான திரைக்கதையும் அதைவிட முக்கியம். இத்தகைய கதையை யும் திரைக்கதையையும் சிறப்பாகக் காட்சிப்படுத்தும் போது தான் அதற்கு மதிப்புக் கூடுகிறது. இல்லையேல் செறிவான காட்சிகள் வெறும் சுற்றுலாக் காட்சிப் பதிவுகளாக அல்லது கண்கவரும் வாழ்த்து அட்டைகளைப் பார்க்கும் அனுபவங்களாக நின்றுவிடுகின்றன.

படத்தில் குறிப்பிட்டுச் சொல்லப்பட வேண்டியது சக்தியின் ஒளிப்பதிவு. படத்தைப் பார்க்க வைப்பது இது மட்டும்தான் என்றுகூடச் சொல்லிவிடலாம். ஜி.வி. பிரகாஷ் குமாரின் மெட்டுக்கள் கேட்கும்போது நன்றாகத்தான் இருக்கின்றன. ஆனால் எதுவும் மனதில் நிற்கவில்லை. பின்னணி இசை பரவாயில்லை.

அதர்வா முரளி இந்த வேடத்தை மிகவும் நம்பியிருந் திருப்பார். அவரது உழைப்பில் குறை கூற எதுவும் இல்லை. ஆனால் மென்மையான காதலனாக வரும்போது கவரும் அவரால் சண்டைக் காட்சிகளில் எந்தச் சலனத்தையும் ஏற்படுத்த முடியவில்லை. அவரது பால் வடியும் முகமும் மென்மையான உடல் மொழியும் ஆக்ரோஷத்துக்கு ஒத்துழைக்க மறுக்கின்றன.

அமலா பால் இதுவரை வந்த படங்களில் இதில் மிக அழகாகத் தெரிகிறார். சற்றே சவாலான வேடத்தில் ஓரளவு நன்றாகவே நடித்திருக்கிறார். ஜெயப்பிரகாஷுக்கு வழக்கமான வேடம். நாசருக்கு வழங்கப்பட்டிருக்கும் அய்யங்கார் பாத்திரம் சந்தானத்தைவிட அதிகச் சிரிப்பை வரவழைக்கிறது. சந்தானம் அவ்வப்போது திரையில் தோன்றிச் சத்தம் போடுகிறார்.

விண்ணைத் தாண்டி வருவாயா, கோ போன்ற படங்களைத் தயாரித்தது எல்ரெட் குமாராக இருக்கலாம். ஆனால் படைப்பு என்ற முறையில் அந்தப் படங்களின் உருவாக்கத்துக்கான பெருமை அவற்றின் இயக்குநர்களையே சாரும். தயாரிப்பு என்பது வேறு, படைப்பு என்பது வேறு என்பதைக் குமார் இந்நேரம் புரிந்துகொண்டிருப்பாரோ இல்லையோ, அவரது விளம்பரங்களை நம்பிப் படம் பார்க்க வந்தவர்கள் புரிந்துகொண்டிருப்பார்கள்.

மெரீனா

அனுபவமாக மாறாத பதிவுகள்

தமிழில் மசாலாப் படங்களுக்கு இருப்பதைப் போலவே 'வித்தியாசமான படம்' என்று சொல்லப் படும் படங்களுக்கும் சில சூத்திரங்கள் உள்ளன. அதுவும் வன்முறை, கவர்ச்சி, தனி காமெடிக் கிளை ஆகியவை இல்லாத படங்களுக்கான சூத்திரங்கள் மிகவும் எளிமை யானவை. படத்தில் கிட்டத்தட்ட எல்லோருமே நல்லவர் களாக இருப்பார்கள். யாராவது நேரடியாகவும் மறை முகமாகவும் பொன்மொழி உதிர்த்துப் புத்தி சொல்லிக் கொண்டே இருப்பார்கள். திரையில் பெருக்கெடுத்தோடும் அன்பு பொங்கி வழிந்து திரையரங்கையே நனைக்கும். யதார்த்த வாழ்க்கைக்கு நெருக்கமான சில பாத்திரங்கள் தட்டுப்படுவார்கள். ஆனால் நெருக்கடியின்போது அவர்கள் நடந்துகொள்ளும் விதம் யதார்த்தமாக இருக்காது. படம் முழுவதும் கலகலப்பு இருக்கப் பெரும் முயற்சி மேற்கொள்ளப்படும். இரண்டு காட்சிகளுக்கு ஒரு முறை பார்வையாளரின் விழியோரங்களை ஈரமாக்கும் முயற்சி நடக்கும். உச்சக் காட்சியில் கதறி அழவைக்கும் முயற்சியும் அரங்கேறும்.

பாண்டிராஜ் இயக்கத்தில் வந்திருக்கும் மெரீனா படமும் இந்தப் பண்புகளுக்கு விதிவிலக்கல்ல. உலகின் இரண்டாவது பெரிய கடற்கரை என்னும் பெருமை பெற்ற சென்னை மெரீனா கடற்கரையில் அசையும் வாழ்வியக்கத்தின் சில பரிமாணங்களைப் பதிவு

அரவிந்தன்

செய்வதில் பாண்டிராஜ் வெற்றி பெற்றுள்ளார். வலுவான ஒரு கதையோட்டத்துடன் இவற்றைச் சொல்லத் தவறியிருக்கிறார்.

குழந்தைகளின் கொண்டாட்டங்கள், வலிகள், மொழி முதலானவற்றை உள்ளடக்கிய அவர்களது உலகை நுட்பமாக உள்வாங்கி நேர்த்தியாகக் காட்சிப்படுத்துவதில் தனக்குள்ள திறமையைப் பாண்டிராஜ் பசங்க படத்திலேயே நிரூபித்து விட்டார். இதில் மீண்டும் ஒருமுறை அதையே செய்கிறார். பின்னணி மட்டும்தான் மாறுபடுகிறது. கடற்கரையில் சுண்டல் விற்கும் சிறுவர்களின் வாழ்வை உயிர்த் துடிப்புடன் பதிவு செய்திருக்கிறார். அவர்களுடைய சந்தோஷங்கள், சண்டைகள், போட்டிகள் (ஓட்டப் பந்தயம் முதல் மூத்திரப் பந்தயம்வரை), கஷ்டங்கள் ஆகியவற்றைக் கண் முன் நிறுத்து கிறார். பிச்சைக்காரர்கள், குதிரைச் சவாரிக்காரர், தபால்காரர், கடற்கரைக் காதலர்கள், காவலர்கள் ஆகியோரை இவர்களைச் சுற்றிலும் இயங்கவைத்துப் படத்தை நகர்த்துகிறார். இருந்தும் கதையம்சம் என்ற ஒரு பண்டமே இல்லாததால் படம் உதிரிகளின் தொகுப்பாக நின்றுவிடுகிறது.

கதையம்சம் இல்லாத படைப்புக்களில் வாழ்க்கை சார்ந்த சித்திரிப்புகளில் பிரதிபலிக்கும் யதார்த்தத்தின் வலுவும் நாடகீய மான தருணங்களும் படத்தைப் பார்க்க வைக்கும். ஆனால் மெரீனாவில் இவை இரண்டும் இல்லை. பிச்சை எடுக்கும் பெரியவர் முதலான பாத்திரங்கள் யதார்த்தத்துக்கு நெருக்கமாக இருந்தாலும் படத்தில் அவர்கள் பயன்படுத்தப்படும் விதம் யதார்த்தமாக இல்லை. பார்வையாளர்களின் மனதைத் தொடுவதற்கான வலிந்த முயற்சியாகவே அது உள்ளது. கடைசியில் அவர் மரணமடைவது இந்த முயற்சியின் உச்சம். காதலர்களின் சித்திரிப்பில் வேடிக்கை இருக்குமளவு இயல்பான தன்மை இல்லை.

பசங்க படத்தில் 'இங்கிட்டு மீனாட்சி சுந்தரம், அங்கிட்டு யாரு?' என்று பேசிய இயல்பான பாத்திரத்தை இதில் காண முடியவில்லை. காதலனும் காதலியும் செயற்கையான துணுக்கு களாகவே ஒட்டாமல் வந்து போகிறார்கள். சிவ கார்த்திகேயனின் இயல்பான முக பாவங்களும் ஓவியாவின் அழகான முக பாவங்களும் இந்தக் காட்சிகளை ஓரளவு காப்பாற்றுகின்றன.

காவலர்களால் தேடப்படும் சிறுவனைக் குறித்த நாடகீய மான நிகழ்வுகள் ரசிக்கும்படி இல்லை. படிக்கும் வயதில் படிக்க வேண்டும் என்ற செய்தி செய்தியாகவே முன்வைக்கப் படுகிறது. அனுபவமாக மாறவில்லை.

இத்தகைய பிரச்சினைகளை மீறிப் படத்தில் சில விஷயங் கள் சிறப்பாக உள்ளன. சென்னை வாழ்வின் பன்முகத்தைப் பிரதிபலிக்கும் மெரீனா கடற்கரையில் அசையும் வாழ்வு அதன் வண்ணங்களுடன் நன்கு காட்சிப்படுத்தப்பட்டிருக்கிறது. விஜயின் ஒளிப்பதிவு அபாரம். கால நிலை சார்ந்த மற்றங்களை மிகத் துல்லியமாகப் பிரதிபலிக்கிறது இவரது ஒளிப்பதிவு. புது இசையமைப்பாளர் கிரிஷின் பாடல்கள் கேட்கும்படி உள்ளன. அவரது பின்னணி இசை பிரமாதம். பல காட்சிகளில் இசை பிரத்யேகமான மொழியாகக் காட்சிக்கு வலுசேர்க்கிறது. 'வணக்கம் வாழவைக்கும் சென்னை' பாடலில் சென்னையின் பண்பாட்டை நா. முத்துக்குமார் அழகாக வெளிப்படுத்துகிறார். பாண்டிராஜின் வசனங்கள் மிக இயல்பாக உள்ளன. விளிம்பு நிலை மக்களின் மொழியில் புழங்கும் சில பிரத்யேகமான சொற்களை லாகவமாகக் கையாள்கிறார். பக்கடா பாண்டி முதலான சிறுவர்கள் நன்றாக நடித்திருக்கிறார்கள்.

விஜய், கிரிஷ் மற்றும் சில சிறுவர்களின் துணையோடு மெரீனாவில் நம்மைச் சுற்றுலா அழைத்துக்கொண்டு போகிறார் பாண்டிராஜ். சுற்றுலாப் பயணி என்ற முறையில் திருப்தியுறும் நம் மனம் படைப்பனுபவத்தைப் பெற முடியாமல் போவதில் அதிருப்தியடைகிறது.

இந்திய சினிமாவுக்கு நூறு வயது

நூறாண்டுப் பயணத்தில் பதித்த தடங்கள்

இந்திய மக்களின் வாழ்வோடும் உணர்வோடும் கலந்துவிட்ட இந்திய சினிமாவுக்கு அடுத்த ஆண்டு மே மாதத்தோடு 100 வயது நிறைகிறது. நூறாண்டு கண்ட இந்தக் கலை இளமை குன்றாத பொலிவுடன் மக்களைத் தாலாட்டிக்கொண்டிருக்கிறது. பல மொழிகள், பல்வேறு பண்பாடுகள், பலப்பல நிலப் பகுதிகள் என்று இந்தியாவின் பன்முகத்தன்மையின் சமகால வெளிப் பாடாகத் திகழும் இந்திய சினிமா உலகிலேயே அதிகப் படங்களைத் தயாரிக்கும் நாடு என்னும் பெருமையையும் இந்தியாவுக்குப் பெற்றுத் தந்திருக்கிறது. ஆனால் திரைப் படம் என்னும் ஊடகத்தை இந்தியாவின் மைய நீரோட்ட சினிமா உள்வாங்கியிருக்கிறதா? இருபதாம் நூற்றாண்டின் இணையற்ற கலை வடிவமான இந்த ஊடகத்திற்குச் செழுமையான பங்களிப்பைச் செலுத்தி யிருக்கிறதா என்னும் கேள்விகளை எழுப்பிக்கொண்டால் அத்தனை திருப்திகரமான பதில்கள் கிடைப்பதில்லை.

சினிமா, கிரிக்கெட் ஆகிய இரண்டும் தோன்றிய நாடுகளில் அவை கலை, விளையாட்டு, பொழுதுபோக்குச் சாதனங்களாகத்தான் இருக்கின்றன. பல நாடுகள் சினிமாவை மிகவும் தீவிரமாக அணுகுகின்றன. இதை முக்கியமான கலை சாதனமாகப் பார்க்கும் பிரிவினரும் இருக்கிறார்கள். ஆனால் இந்தியாவிலோ இவை இரண்டும் மக்களின் நாடி நரம்புகளோடும் உணர்வோடும் கலந்து விட்ட உயிர்ச் சத்துக்கள். கிரிக்கெட்டில் உலக அளவிலான

சில இந்தியச் சாதனைகள் அந்த ஆட்டத்தின் மீதான இந்தியக் காதலுக்கு வலுவும் பொருளும் சேர்க்கின்றன. ஆனால் அப்படி எதுவும் சொல்ல முடியாத சினிமாவும் இந்திய மக்களின் தீராக் காதலாக விளங்கிவருவது விந்தைதான். இத்தனை காதல் இருந்தும் உலகம் மெச்சும் உருப்படியான குழந்தைகளை இந்திய சினிமா ஏன் உருவாக்கவில்லை என்னும் கேள்விக்கான விடை சிக்கலானதும் பாரதூரமான பல அம்சங்களைத் தழுவியதாகவும் இருக்கிறது.

இந்தக் கேள்விகளுக்குள் செல்வதற்கு முன்பு இந்தியத் திரைப்படங்களைச் சுருக்கமாக மீள்பார்வை பார்த்துவிடலாம்.

சினிமாவைக் கண்டுபிடித்தது இந்தியர்கள் இல்லை யென்றாலும் இந்தியர்கள்தான் அதிக அளவு சினிமாக்களைத் தயாரித்துவருகிறார்கள். 1913ஆம் ஆண்டு மே மாதம் 3ஆம் தேதி திரையிடப்பட்ட ராஜா ஹரிச்சந்திரா என்னும் படம் தான் முதல் இந்தியத் திரைப்படம். அதைத் தயாரித்து இயக்கியவர் தாதா சாகேப் பால்கே இவர் இந்திய சினிமாவின் தந்தை என்று போற்றப்படுகிறார்.

1896ஆம் ஆண்டே இந்தியாவில் சினிமா அறிமுகமாகி விட்டது – லூமியர் பிரதர்ஸ் அசையும் நிழற்படங்களைத் திரையில் காட்டும் வித்தையைக் கண்டுபிடித்தது 1895ஆம் ஆண்டு டிசம்பர் மாதம். அந்தப் படங்கள் பல நாடுகளுக்கும் அனுப்பப்பட்டுத் திரையிடப்பட்டன. 1896இல் அவை இந்தியாவில் திரையிடப்பட்டன. திரையில் அசையும் நிழற் படங்கள் இந்தியர்களைப் பெரிதும் கவர்ந்தன. லூமியர் சகோதரர்கள் தொடர்ந்து பல சிறிய படங்களை எடுத்துத் திரையிட்டுக்கொண்டிருந்தார்கள். ரஷ்யா போன்ற நாடுகளிலும் சிலர் இதுபோலச் செயல்பட்டார்கள். இந்தியாவிலும் சிலர் சிறிய படங்களை எடுக்க ஆரம்பித்தார்கள். அதன் விளைவு தான் 1913இல் வெளியான ராஜா ஹரிச்சந்திரா.

முதல் பேசும் படம் ஜாஸ் சிங்கர் அமெரிக்கர்களால் தயாரிக்கப்பட்டது. இது நியூயார்க் நகரின் ஒரு திரையரங்கில் 1927, அக்டோபர் 5 அன்று திரையிடப்பட்டது. இது பெரும் வரவேற்பைப் பெற்றதை அடுத்து ஒலி, ஒளிப் படங்கள் பல தயாராகத் தொடங்கின. ஊமைப் படங்களைத் திரையிட்டு வந்த திரையரங்குகள் பேசும் படங்களைத் திரையிடத் தங்களைத் தயார்ப்படுத்திக்கொண்டன. ஹாலிவுட்டில் யூனிவர்சல் ஸ்டுடியோவில் தயாரிக்கப்பட்ட மெலொடி ஆப் லவ் என்னும் பேசும்படம் டிசம்பர் 1928இல் கல்கத்தா எல்வின்ஸ்டன் பிக்சர் பேலஸில் திரையிடப்பட்டது.

அமெரிக்காவை அடுத்து, உலகம் முழுவதும் படங்கள் விரைவிலேயே பேச ஆரம்பித்தன. இந்தியாவிலும் அந்த மாற்றம் நிகழ்ந்தது. இந்தியாவின் முதல் பேசும் படமாக ஆலம் ஆரா என்ற படம் 1931ஆம் ஆண்டு வெளியானது. அர்த்ஷிர் எம் இரானி என்பவரால் இயக்கப்பட்ட இப்படம், டேவிட் என்பவர் எழுதிய பார்சி நாடகத்தைத் தழுவி எடுக்கப்பட்டது.

பேசும் படங்கள் இந்திய சினிமாவின் முகத்தையே மாற்றின. அதுவரை மொழி தெரியாத பலர் இந்தியப் படங்களில் நடித்தார்கள். அவர்களில் ஆங்கிலோ இந்தியர்கள் முக்கியமான பிரிவினர். இந்தியாவில் பெண்கள் சினிமாவில் நடிக்க மறுத்ததால் ஆண்களே பெண் வேடமிட்டார்கள். அல்லது ஆங்கிலோ இந்தியப் பெண்கள் நடிக்கவைக்கப்பட்டார்கள். பேசும் படம் வந்ததும் இவர்கள் அனைவரும் வேலை இழந்தார்கள். ஆண் நடிகர்களிலும் பாடத் தெரியாதவர்களுக்கு வேலை இல்லை.

இந்திய சினிமாவின் தனித்தன்மையில் முக்கியமானதாக அதன் பன்முக மொழிகளைச் சொல்லலாம். அமெரிக்கா என்றால் ஆங்கிலப் படங்கள்தான். ஃபிரான்ஸ், ஜெர்மனி, எகிப்து, ஈரான், வங்க தேசம், பாகிஸ்தான் என்று அந்தந்த நாடுகளில் பெரும்பான்மை மக்களால் பேசப்படும் மொழிகளில் தான் படங்கள் தயாராகின்றன.

ஆனால் தமிழ், தெலுங்கு, மலையாளம், கன்னடம், இந்தி, மராத்தி, வங்கம், ஒரியா, போஜ்பூரி என்று பல்வேறு விதமான மொழிகளில் தயாராகும் இந்திய சினிமா உலகிலேயே மிகப் பெரியதாகும்.

இசை என்பது இந்திய சினிமாவின் மற்றொரு தனித் தன்மை. உலகில் தயாராகும் எல்லாப் படங்களிலும் இசை தவறாமல் இடம்பெறுகிறது என்றாலும் அது மிகுதியும் பின்னணி இசை என்பதாகவே இருக்கிறது. இந்தியாவில் மட்டும்தான் பின்னணி இசை என்பதோடு பாடல்கள் முக்கிய இடம் பெறுகின்றன.

வளமான இசை மரபு கொண்ட இந்தியாவில் திரைப் படத்திலும் இசைக்கு முக்கியத்துவம் அளிக்கப்பட்டதில் ஆச்சரியம் இல்லை. தொடக்கத்தில் பின்னணிக் குரல் என்னும் கோட்பாடு உருவாகவில்லை. எனவே பாடத் தெரிந்த நடிகர்கள் மட்டுமே வாய்ப்புப் பெற்றார்கள். அதுவரையிலும் இல்லாத இந்த நிலை நடிகர்களின் தன்மையையே மாற்றியது. நடித்தால் போதாது, பாடவும் தெரிய வேண்டும் என்பது அன்றைய நடிகர்களுக்கான அடிப்படைத் தேவையாக இருந்தது.

கேளிக்கை மனிதர்கள்

சினிமா பேச ஆரம்பித்த பிறகு உலகம் முழுவதும் ஏற்பட்ட மாற்றங்களிலிருந்து இந்திய யதார்த்தம் வித்தியாசமானதாக இருந்தது. இந்த வித்தியாசத்தில் முக்கிய அம்சமாக இந்திய சினிமாவில் இசை பெற்றிருக்கும் இடத்தைச் சொல்லலாம். வெளிநாட்டுப் படங்களில் பாடல்கள் இருக்காது. இருந்தாலும் மிகச் சிறிய அளவில் மட்டுமே இருக்கும். இந்தியாவிலோ பாடல் காட்சிகள் என்னும் தனிப் பண்பே உருவானது. அந்த வித்தியாசம் இன்றுவரை தொடர்கிறது. 40 – 50 பாடல்கள் இருந்த தமிழ்ப் படங்களில் இன்று 4 அல்லது 5 பாடல்கள் மட்டுமே உள்ளன. ஆனால் பாடல்கள் தவிர்க்க முடியாத இடத்தில் உள்ளன.

இந்தியாவில் முதல் பேசும் படம் இந்தி மொழியில் எடுக்கப்பட்ட அதே ஆண்டில் தமிழிலும் பேசும் படம் எடுக்கப்பட்டுவிட்டது. காளிதாஸ் என்னும் படத்தை எச்.எம்.ரெட்டி இயக்கினார். ஆலம் ஆரா படத்தைத் தயாரித்த இரானியே இதையும் தயாரித்தார். படம் பம்பாயில் எடுக்கப்பட்டது. இந்தப் படத்தின் பிரதி எதுவும் இன்று இல்லை. இதைத் தொடர்ந்து புராண, இதிகாசத்தை மையமாகக் கொண்ட பல படங்கள் வெளியாயின.

முதல் தெலுங்குப் படமும் (பக்த பிரஹலாதா) 1931ஆம் ஆண்டிலேயே வந்துவிட்டது. மராத்தி (1932), கன்னடம் (1934), மலையாளம் (1938) என்று அடுத்த சில ஆண்டுகளில் பிற மொழிகளும் பேசும் படம் எடுக்கத் தொடங்கின.

○

இந்தியாவில் திரைப்படம் அறிமுகமானதும் விரைவிலேயே அது ஒரு தொழிலாக வளர்ந்தது. ஒரு படம் வெற்றி பெற வேண்டுமானால் அதற்கு என்ன வேண்டும் என்பது குறித்த சூத்திரம் விரைவில் உருவாகிவிட்டது. பாட்டு, நடனம், விறுவிறுப்பான திருப்பங்கள், கற்பனை வளம் ஆகியவை இருந்தால் படம் வெற்றி என்று ஆனது.

தமிழில் மட்டுமின்றி இந்தியிலும்கூடத் தொடக்கத்தில் புராணக் கதைகளே அதிகம் எடுக்கப்பட்டுக்கொண்டிருந்தன. சமூகக் கதைகள் எடுக்கப்பட்டபோதும் காவியப் பண்புகள் கொண்ட கதை மாந்தர்களே அதிகம் சித்திரிக்கப்பட்டார்கள். தமிழில் எஸ்.ஜி.கிட்டப்பா, பி.யு.சின்னப்பா, தியாகராஜ பாகவதர் ஆகியோரைத் தொடர்ந்து எம்.ஜி.ஆர், சிவாஜி கணேசன் ஆகியோர் திரைப்படங்களில் முக்கிய இடம் பெற்றனர்.

இந்தக் காலகட்டத்தில் தெலுங்கு, தமிழ், கன்னடம் ஆகிய மொழிகளிலும் நிறையப் படங்கள் எடுக்கப்பட்டன. இந்த மொழிகள் எல்லாவற்றிலும் சமயம் சார்ந்த கதைகளே ஆதிக்கம் செலுத்தின.

ஆரம்ப காலத்தில் வந்த படங்களில் கிஸ்மத் (1945) ஒரு வித்தியாசமான படம். அஷோக் குமார் நடித்த இந்தப் படம் எதிர்மறை குணங்கள் கொண்ட நாயகனை மையமாகக் கொண்டது. திருமணத்துக்கு முன்பு கர்ப்பம் தரிப்பதும் படத்தில் இடம் பெற்றது. இதைப் பற்றிப் பேசக்கூட முடியாத ஒரு காலகட்டத்தில் இப்படிப்பட்ட ஒரு படத்தை எடுக்க மிகுந்த துணிச்சல் இருந்திருக்க வேண்டும்.

ஆனால் மரபு சார்ந்த வழக்கங்களை விமர்சிக்கும் படங்கள் அனைத்தும் தடையின்றி வெளியாகிவிடவில்லை. ஒரு படத்தில் வேறொருவரின் மனைவியான டி.ஆர்.ராஜகுமாரி தன் கணவரின் நண்பராக நடித்த எம்.ஜி.இராமச்சந்திரனுடன் நட்பாகப் பழகுவதுபோலும் இருவரும் கைகுலுக்கிக்கொள்வது போலும் ஒரு காட்சி இருந்ததால் அந்தப் படத்துக்குப் பலத்த எதிர்ப்புக் கிளம்பியது. அந்தப் படம் வெளியாகாமல் தடுக்கப் பட்டது.

ஐம்பதுகளில் சமூகப் படங்களின்பால் கவனம் திரும்பியது. மக்கள் மத்தியில் சமூகப் பிரச்சினைகள் குறித்த விழிப்புணர்வு ஏற்படுத்த இவை முயன்றன. சமூகப் பிரச்சினைகளை விறுவிறுப்பான கதையம்சத்துடன் கலந்து கொடுத்த இவை நன்றாக ஓடவும் செய்தன.

ஆனால் யதார்த்தத்தைச் சமரசம் இன்றிச் சொல்லும் அணுகுமுறை இல்லாமல் சர்க்கரை தடவிய மருந்தாக அளிக்கும் பழக்கமும் உருவாகிவிட்டது. எந்தப் பிரச்சினையைப் பற்றிப் பேசினாலும் அதைப் பொழுதுபோக்கு அம்சத்துடனும் கடைசி யில் நேர்மறையான செய்தியுடனும்தான் சொல்ல வேண்டும் என்னும் அணுகுமுறையை இந்திய சினிமா கைக்கொண்டது.

ஒரு விதத்தில் பார்த்தால் இது வெகுஜன இலக்கியத்தின் தன்மைகளை ஒத்திருந்தது என்று சொல்லலாம். சிற்றிதழ்களில் வெளியான தீவிர எழுத்துக்கு மாறாகக் குடும்பப் பின்னணியில் மிகு உணர்ச்சிக் கதைகளையே மிகுதியும் வெளியிட்டுவந்த வெகுஜன இதழ்கள் பிரச்சினைகளை அவற்றின் தீவிரமான தளத்தில் எதிர்கொள்ளாமல் மென்மையாகத் தொட்டுப் பார்த்து விட்டு விலகும் பாங்கைக் கொண்டிருந்தன. அவநம்பிக்கையை ஏற்படுத்தும் தொனியோ தீவிரமான பாதிப்பை ஏற்படுத்தக்கூடிய

கேளிக்கை மனிதர்கள்

உள்ளடக்கமோ தவிர்க்கப்பட்டன. இதே தன்மைகளைத் தமிழ், இந்தி முதலான பல மொழிகளிலும் பார்க்கலாம். வெகு மக்கள் திரளிடம் தீவிர எழுத்தைக் கொண்டுபோகக்கூடிய சூழல் நிலவிய வங்காளம், கேரளா ஆகிய மாநிலங்களின் மொழிகளில் மட்டும் தீவிரமான திரைப்படங்கள் அதிகம் வெளியாகிவந்தன. இதிலிருந்து அச்சு ஊடகத்தின் தன்மையும் அது மக்களைப் பாதித்த விதமும் எப்படி இந்திய சினிமாவின் தன்மையைத் தீர்மானித்தன என்பதைப் புரிந்துகொள்ளலாம்.

தமிழில் இலக்கியத்துக்கும் சினிமாவுக்கும் இடையே இருந்த நேரடி உறவுகூட மிகுதியும் கல்கி, கொத்தமங்கலம் சுப்பு போன்ற வெகுஜன எழுத்தாளர்களின் படைப்புகளோடு முடிந்துவிட்டது. ஆனால் மலையாளத்தில் தகழி சிவசங்கரப் பிள்ளை, வைக்கம் முகமது பஷீர் முதலான பல முக்கிய எழுத்தாளர்களின் ஆக்கங்கள் திரைப்படங்களாக்கப்பட்டன. வங்கத்திலும் முக்கியமான எழுத்தாளர்களின் ஆக்கங்கள் திரைப்படங்களாயின. சத்யஜித் ராய், மிருணாள் சென், அரவிந்தன், ஜான் ஆபிரஹாம் போன்ற ஆளுமைகள் இந்திய சினிமாவின் பிற மொழிகளில் அதிகம் இல்லை என்பதைப் பார்க்கும்போது இந்தப் பின்னணியை மேலும் துலக்கமாகப் புரிந்துகொள்ளலாம்.

தமிழில் அரசியல்ரீதியான மாற்றுக் குரலை முன்வைத்த முதல் படமான 'பராசக்தி' 1954இல் வெளியாயிற்று. ஆனால் இந்தப் படம்கூடத் தீவிர திராவிட அரசியல் பார்வையின் நீர்த்துப்போன வெகுஜன வடிவமாகவே வெளிப்பட்டது. கடவுள் மறுப்பு, பார்ப்பன எதிர்ப்பு, மூட நம்பிக்கை ஒழிப்பு, தமிழ் அடையாளம் ஆகிய எல்லா அம்சங்களும் சமரசத் தன்மைகளுடனேயே முன்வைக்கப்பட்டன. கோவில் கூடாது என்று சொல்லவில்லை, கோவில் கொடியவர்களின் கூடாரமாகி விடக் கூடாது என்றுதான் சொல்கிறேன் என்பது போன்ற கருத்துக்களை ஒப்புக்கொள்வதில் ஆத்திகர்களுக்கு எந்தத் தயக்கமும் இருக்க முடியாது. திராவிட முன்னேற்றக் கழகம் தன் தீவிரப் போக்கிலிருந்து இறங்கி வந்து பரந்துபட்ட மக்கள் இயக்கமாக மாறுவதற்கு இத்தகைய சமரசம் தேவைப் பட்டது. ஏற்கெனவே வெகுஜனச் சராசரிக் கண்ணோட்டத்தை வரித்துக்கொண்ட தமிழ் சினிமாவின் கருத்துக் களம் இந்தச் சமரசத்தின் வெளிப்பாட்டுக்குச் சிறந்த ஊடகமாக அமைந்தது.

ஆனால் திரைப்படங்கள் சமூக அக்கறையை வெளிப் படுத்திய ஆரம்ப காலங்களில் வெளிப்பட்ட பார்வையில் உண்மையான அக்கறை இருந்ததை மறுக்க முடியாது. ஜாவர்

சீதாராமனின் ஏழை படும் பாடு போன்ற படங்களில் இதைக் காணலாம். கிட்டத்தட்ட 80கள்வரை நீடித்த இந்தப் போக்கு தொண்ணூறுகளின் உலகமயமாக்கலுக்குப் பிறகு மிகவும் குறைந்துபோனது. அப்படியே சமூக அக்கறை வெளிப் பட்டாலும் அது மிகுதியும் போலித்தனமான குரலாகவே வெளிப்பட்டது. தர்மத்தின் பெயரால் நாயகன் செய்யும் கொலைகள் சம்ஹாரங்களாகவும் வதங்களாகவும் சித்திரிக்கப் படும் மைய நீரோட்ட இந்து சமயப் பார்வையும் இந்தக் காலகட்டத்தின் முக்கிய அம்சமாக இருப்பது தற்செயலான தல்ல. இந்தக் காலகட்டத்தில் இந்திய அரசியலிலும் சமூகச் சமன்பாடுகளிலும் பொருளாதார உறவுகளிலும் ஏற்பட்டுள்ள மாற்றங்களின் பின்னணியில் இந்தப் படங்களை வைத்துப் பார்க்கும்போது சினிமா சமூகத்தை எந்த விதத்தில பிரதிபலிக் கிறது என்பதைத் தெளிவாகப் புரிந்துகொள்ளலாம்.

தொண்ணூறுகளுக்குப் பிறகு ஏற்பட்ட மாற்றங்களுக்கான காரணங்களைப் பார்ப்பதற்கு முன்பு சினிமா என்னும் சாதனம் இந்திய மக்களின் உணர்வோடு கலந்த காலகட்டம் குறித்த ஒரு சில விஷயங்களை நினைவுகூர்வது இந்திய சினிமாவை மேலும் நன்கு புரிந்துகொள்ள உதவும்.

ஐம்பதுகளில் இந்திப் படங்களில் ராஜ்கபூர் என்னும் மாபெரும் நட்சத்திரம் உருவாகி வளர்ந்தார். நுணுக்கமான விவரங்களில் நாட்டம் கொண்ட இவர் நாடகத்தன்மை கொண்ட உணர்ச்சிகரமான கதைகளை எடுத்து வெற்றிகரமான இயக்குநராகவும் நடிகராகவும் புகழ்பெற்றார். இந்திய சினிமாவின் மாபெரும் நட்சத்திரங்களில் ஒருவராக இவர் உருவெடுத்தார்.

ராஜ்கபூரின் ஆவாரா இந்திய சினிமாவின் முக்கியமான படங்களில் ஒன்று. பிறப்பு, வளர்க்கப்படும் சூழல் ஆகியவற்றில் எது ஒரு மனிதனின் ஆளுமையைத் தீர்மானிக்கிறது என்னும் கருப்பொருளைக் கொண்ட இந்தப் படம் இந்தியாவில் மட்டுமின்றி உலகம் முழுவதும் பெரும் வெற்றியைப் பெற்றது. குறிப்பாகச் சோவியத் யூனியனில் இது பெரும் வரவேற்பைப் பெற்றது. 1943இல் கான் (cannes) திரைப்பட விழாவிற்கு இது தேர்வுசெய்யப்பட்டது. உலகப் புகழ்பெற்ற சார்லி சாப்ளினை நினைவுபடுத்தும் பாத்திரம் ஆவாராவில் இடம் பெற்றது. இதேபோன்ற பாத்திரத்தைப் பின்னாளிலும் தன் படங்களில் ராஜ் கபூர் பயன்படுத்தினார்.

இதற்கிடையில் ஒரு இசைப்புயல் சென்னையிலிருந்து புறப்பட்டு இந்தியா முழுவதையும் தன்னுள் வாரிச் சுருட்டிக் கொண்டது. எம்.எஸ். சுப்புலட்சுமியின் காந்தக் குரல் தமிழர்களை

மட்டுமின்றி இந்தி ரசிகர்களையும் கட்டிப்போட்டது. அவரது 'மீரா' போன்ற படங்கள் இந்தியா முழுவதும் ஓடிப் பெரும் வெற்றிபெற்றன. இசையின் ஆதிக்கம் அதிகம் இருந்த 40களின் காலகட்டத்தில் எம்.எஸ்.ஸின் இனிமையான சங்கீதம் அவரை இந்திய சினிமாவின் உச்சத்தில் கொண்டுபோய் நிறுத்தியது. அவரது பாடல்கள் நாடு முழுவதும் பிரபலமடைந்தன. ஐ.நா. சபை வரையிலும் அவரது பாடல் சென்றதற்கு சினிமா மூலம் கிடைத்த புகழும் ஒரு முக்கியக் காரணம்.

இதே காலகட்டத்தில் பாடல்களுக்குப் புகழ்பெற்ற மற்றொரு பெண்மணியும் உருவானார். 'ஔவையார்' போன்ற படங்களில் நடித்துக்கொண்டே பாடும் பாத்திரங்களுக்காகப் பெயர்பெற்ற அவர் கே.பி. சுந்தராம்பாள். ஒரு படத்துக்கு அவருக்கு வழங்கப்பட்ட சம்பளம் ரூபாய் ஒரு லட்சம், இது அந்தக் காலத்தில் பெரும் சாதனையாகக் கருதப்பட்டது.

ஐம்பதுகளிலும் அறுபதுகளிலும் சமூகத்தில் ஏற்பட்டு வந்த மாற்றங்கள் சினிமாவிலும் மாற்றங்களை ஏற்படுத்தின. கதை சொல்லும் முறை மாறியது. உள்ளடக்கம் மாறியது. பாத்திரங்களும் மாறின. ஐம்பதுகளில் குரு தத், மெஹ்பூப் கான், பால்ராஜ் சஹானி, நர்கீஸ், பிமல் ராய், மீனா குமாரி, மதுபாலா, திலிப் குமார் போன்ற இயக்குநர்களும் நட்சத்திரங்களும் உருவாகிப் புகழ்பெற்றார்கள். இந்திய சினிமாவின் புகழையும் மதிப்பையும் இவர்கள் உயர்த்தினார்கள். வித்தியாசமான இயக்குநர்களை குரு தத்தின் 'பியாஸா', பிமல் ராயின் 'தோ பிக்னா ஜமீன்', ஆகிய படங்கள் ரசிகர்களை வெகுவாகக் கவர்ந்தன. 1960இல் வெளியான 'முகல் ஏ அசம்' (இயக்கம் கே. ஆசிஃப்) இந்திய சினிமாவை அடுத்த கட்டத்துக்கு இட்டுச் சென்றது. உணர்ச்சிகரமான கதை, மனதைத் தொடும் இசை, நடிப்பு முதலான பல அம்சங்களில் இது முன்னோடியாக அமைந்தது.

அதே காலகட்டத்தில் தமிழில் சமூகப் படங்கள் பெருக ஆரம்பித்தன. திராவிட அரசியல் சிந்தனையாளர்களான அறிஞர் அண்ணா, கலைஞர் கருணாநிதி போன்றோர் சிறந்த கதை – வசன ஆசிரியர்களாக மலர்ந்து இந்த மாற்றத்துக்கு வழிகோலினார்கள். எஸ்.எஸ். ராஜேந்திரன், எம்.ஆர். ராதா உள்ளிட்ட நடிகர்கள் இதற்குத் துணை நின்றனர். சமூக, அரசியல் தளங்களில் ஏற்பட்ட மாற்றங்களின் பிரதிபலிப்புக்கள் சினிமாவில் நன்றாகவே தென்பட்டன.

அரசியல்ரீதியான மாற்றுக் குரலை முன்வைத்த 'பராசக்தி' யில் (1954) அறிமுகமான சிவாஜி கணேசன் ஒரே படத்தில்

பெரிய நடிகன் என்னும் பெயரைப் பெற்றார். அடுத்த 50 ஆண்டுகளுக்குத் தமிழ் சினிமாவின் தவிர்க்க முடியாத சக்திகளில் ஒன்றாகத் திகழ்ந்தார்.

அவருக்குச் சில ஆண்டுகளுக்கு முன்பே திரையுலகில் அறிமுகமான மருதூர் கோபாலன் ராமச்சந்திரனுக்கு (எம்.ஜி.ஆர்) சிவாஜி பெரும் சவாலை உருவாக்கினார். அழகான முகத் தோற்றமும் ஸ்டன்ட் பயிற்சியும் கொண்ட எம்.ஜி.ஆர். தனக்கெனத் தனிப் பாணியை வகுத்துக்கொண்டார். சிவாஜி உணர்ச்சி நடிப்பில் கவனம் செலுத்த, இவர் தொண்டு, வீரம், வெற்றி போன்ற மதிப்பீடுகளின் சின்னமாகத் தன்னை முன்னிறுத்தினார். 'எல்லாம் வல்ல நாயகன்', 'சமூக ரட்சகன்', 'நாயகியைத் தவிர அனைத்துப் பெண்களையும் தாயாக/ சகோதரியாக மதிப்பவன்' ஆகிய படிமங்களை முன்னிறுத்தி சினிமாவில் கோலோச்சினார். இருவரும் தத்தமது வலிமையை நன்கு உணர்ந்து தத்தமது எல்லைகளுக்குள் நின்று வெற்றியை வெவ்வேறு வழிகளில் எட்டினார்கள். ஒரு காலகட்டம் வரையிலும் இவர்கள் வரையறுப்பதுதான் சினிமாவின் எல்லை என்ற நிலை இருந்தது. இவர்களது குறைகளும் நிறைகளுமே தமிழ் சினிமாவின் குறை, நிறைகளாக மாறும் அளவுக்கு இவர்களது ஆதிக்கம் இருந்தது.

அரசியல் படத்தின் மூலம் அறிமுகமான சிவாஜி கணேசன் குடும்பப் பின்புலத்தில் உணர்ச்சிகரமான நடிப்புக்குப் பேர்போனவராக மாறினார். மரபு சார்ந்த சமூக உறவுகளின் மதிப்பைத் திரைப்படங்களின் மூலம் மீட்டுருவாக்கம் செய்வதற்கு இவரது படங்கள் உதவின. வெற்றி நாயகனாகத் தன்னை முன்னிறுத்திக்கொண்ட எம்.ஜி.ஆர். சமூக மாற்றத்துக்கான சக்தியாக மக்கள் தன்னைப் பார்க்க வைப்பதற்குத் திரைப்படங்களைத் திறமையாகப் பயன்படுத்திக்கொண்டார். உணர்ச்சி நடிப்புக்கும் வெற்றிகரமான நாயக பிம்பத்துக்கும் இவர்கள் இருவரும் நிலைநிறுத்திய எல்லைகளைத் தமிழ் சினிமா இன்னமும் தாண்டிவிடவில்லை.

❍

அரசியல், இசை, சமூகம் ஆகிய அம்சங்களின் தாக்கம் மெல்ல மங்கி, இந்திய சினிமாவில் மசாலா படங்கள் எனப் புதிய வகை எழுபதுகளில் உருவானது. பொழுதுபோக்கு என்பதே இதன் மையம். இந்தப் படங்கள் சமூகப் பிரச்சினைகள் பற்றிப் பேசாது. பேசினாலும் தீவிரமாகப் பேசாது. அழகான நடிகர்கள், அருமையான இடங்கள், இனிமையான பாடல்கள், நடனங்கள், கவர்ச்சி, சண்டை, நகைச்சுவை, சென்டிமெண்ட்

என்று பல விஷயங்களின் கலவையாக இந்தப் படங்கள் இருக்கும்.

இந்த மாற்றம் பொழுதுபோக்குக்கு உத்தரவாதம் அளித்தாலும் சினிமாவிலிருந்து கலையம்சத்தைக் குறைத்திருப்பதற்கு இதைத்தான் முக்கியக் காரணமாகச் சொல்ல வேண்டும்.

இந்தியில் ராஜேஷ் கன்னா, சஞ்ஜீவ் குமார், வஹீதா ரஹ்மான் என்று பலர் இதுபோன்ற படங்களில் நடிக்க ஆரம்பித்தார்கள். பிறகு தர்மேந்திரா, அமிதாப் பச்சன், முகேஷ் கன்னா என்று இது தொடர்ந்தது. ஷாரூக்கான், சல்மான் கான், ஆமீர் கான் என்று இதன் அடுத்த சட்டம் வளர்ந்தது. இன்று இந்தப் போக்கிற்குப் பல வாரிசுகள் இருக்கிறார்கள்.

இதுபோன்ற படங்களின் சிகரம் என்று ரமேஷ் சிப்பி இயக்கிய ஷோலேயைச் (1975) சொல்லலாம். அமிதாப் பச்சன், தர்மேந்திரா, ஹேமமாலினி, அம்ஜத் கான் ஆகியோர் நடித்த இந்தப் படம் இந்தியாவில் மாபெரும் வெற்றி பெற்றதுடன் சர்வதேச அரங்கிலும் புகழ்பெற்றது. வணிகரீதியான படங்களில் செவ்வியல் அந்தஸ்துப் பெற்றுவிட்ட படம் இது.

தமிழில் எம்.ஜி.ஆர்., ஜெய்சங்கர் போன்றவர்கள் இது போன்ற படங்களில் நடித்தார்கள். சிவாஜியின் படங்களில் சண்டைக்குப் பதில் சென்டிமெண்ட் தூக்கலாக இருக்கும். எம்.ஜி.ஆருக்குப் பிறகு இதில் மாபெரும் வெற்றி பெற்றவர் ரஜினிகாந்த். இந்த மரபு விஜய், அஜித், விஷால், கார்த்தி, ஜீவா என்று இன்றளவும் தொடர்கிறது. சிறுத்தை, கோ, மங்காத்தா, துப்பாக்கி என்று பெரிய அளவில் வெற்றி பெறும் படங்கள் இதே வகையின் வெவ்வேறு வடிவங்கள் தான்.

வணிக சினிமா இப்படி ஒருபுறம் மாற்றம் அடைந்தாலும் இந்தியாவில் சினிமாவைக் கலையாகப் பார்த்து அதில் தங்கள் படைப்புத் திறனை வெளிப்படுத்திய இயக்குநர்களும் இருக்கிறார்கள். வணிகப் படங்கள் ரசிகர்களின் பேராதரவைப் பெற்றிருந்தாலும் கலைப் படங்களும் கண்டுகொள்ளாமல் விடப்படவில்லை. ரித்விக் கடக், அரவிந்தன், சத்யஜித் ராய், ஷாஜி கருன், அடூர் கோபாலகிருஷ்ணன் ஆகியோர் இந்தியத் திரைப்படங்களுக்குச் சர்வதேசப் புகழையும் பெருமையையும் பெற்றுத்தரும் கலைப் படங்களை வழங்கியிருக்கிறார்கள்.

80களில் பெண் இயக்குநர்களின் வருகை நிகழ்ந்தது. அபர்ணா சென், பிரேமா காரந்த், மீரா நாயர் போன்றவர்கள் முத்திரை பதித்தார்கள். புதிய பார்வையுடன் இந்திய சினிமாவில்

சில சலனங்களை ஏற்படுத்தினார்கள். ரேகா என்னும் அற்புத மான நடிகை தன் ஆகச் சிறந்த நடிப்பை வெளிப்படுத்திய உம்ராவ் ஜான் என்னும் படம் வெளியானதும் எண்பதுகளில் தான். இந்திய சினிமாவைப் பொறுத்தவரை எண்பதுகளைப் பெண்கள் எழுச்சி பெற்ற காலகட்டம் என்று சொல்லலாம். இதுபோன்ற சலனங்கள் எதுவும் தமிழிலோ தெலுங்கிலோ ஏற்படவில்லை.

ஆனால் கிட்டத்தட்ட அதே காலகட்டத்தில் (77 – 84) தமிழில் பல ஆரோக்கியமான மாற்றங்கள் நிகழ்ந்தன. குடும்பம், வீடு என்று சிறிய வட்டத்துக்குள் சுழன்றுகொண்டிருந்த தமிழ் சினிமா மெல்ல அதிலிருந்து விடுபடத் தொடங்கியது. ஸ்டுடியோவுக்குள்ளேயே எடுக்கப்பட்டுவந்த படங்கள் வெளிப் புறத்தை நோக்கிப் பயணம் செய்ய ஆரம்பித்தன. எம்.ஜி.ஆர்., சிவாஜி என்னும் இரு பெரும் நட்சத்திரங்களின் ஒளி திரை வானில் மங்கத் தொடங்கிய காலகட்டத்தில் பாரதிராஜா, மகேந்திரன், பாலு மகேந்திரா, ருத்ரய்யா ஆகிய இளைஞர்கள் பிரகாசிக்கத் தொடங்கினார்கள். இவர்கள் ஒவ்வொருவரும் தனக்கே உரிய விதத்தில் தமிழ் சினிமாவின் தரத்தை உயர்த்தப் பங்களித்திருக்கிறார்கள். தமிழ் சினிமாவில் யதார்த்தம் என்னும் அம்சத்தைக் கொண்டுவந்ததில் இவர்கள் பங்கு முக்கியமானது. ஓரிரு படங்களில் மட்டுமே என்றாலும் ஜெயகாந்தனின் பங்களிப்பு மிகவும் முக்கியமானது.

இவர்களைவிடச் சற்றே மூத்தவரான கே. பாலசந்தர் ஓரளவு நாடக பாணியிலேயே படங்களை எடுப்பவர். ஆனால் ஒரு விதத்தில் இவர் இவர்களுக்கெல்லாம் முன்னோடி என்று சொல்ல வேண்டும். சமூகப் பிரச்சினைகளை அழுத்த மாகக் கையாண்டது, புதிய கருத்துக்களைத் துணிச்சலாகச் சொன்னது, அதுவரை யாரும் கையாளாத விஷயங்களைத் தைரியமாகக் கையாண்டது, நட்சத்திரங்களை நம்பாமல் கதையையும் திரைக்கதையையும் நம்பிப் படம் எடுத்தது என்று பல பெருமைகள் இவருக்கு உண்டு. நடிகர்களை உருவாக்குபவர் என்னும் பெருமையையும் சேர்த்துக்கொள்ள வேண்டும். நாகேஷுக்குள் இருந்த குணச்சித்திர நடிப்பை வெளிப்படுத்தியவர் இவர். ரஜினிகாந்த் என்னும் நட்சத்திரத்தைக் கண்டு பிடித்தவர். உதவி இயக்குநராக சேர்த்துக்கொள்ளச் சொன்ன கமல்ஹாஸனுக்குள் இருந்த நடிப்புத் திறமையைக் கண்டெடுத்தவர்.

இயக்குநர் என்னும் முறையில் தன் ஆளுமையை நிலை நிறுத்தியவர்களில் ஸ்ரீதருக்கும் முக்கிய இடம் உண்டு. இவரும்

பெரிய நட்சத்திரங்களை அதிகம் நம்பாமல் தன் இயக்கத்தையும் திரைக்கதையையும் நம்பிப் பல வெற்றிப் படங்களை எடுத்திருக்கிறார்.

70களின் இறுதியில் பாரதிராஜா, மகேந்திரன் முதலானோரால் தொடங்கப்பட்ட புது அலை அதன் பிறகு வந்தவர்களால் அர்த்தபூர்வமாக முன்னெடுக்கப்பட்டிருந்தால் இன்று தமிழ் சினிமா உலக அரங்கில் பேசப்படும் நிலையை எட்டியிருக்கும். ஆனால் சினிமா என்பதை லாபம் சம்பாதித்துத் தர வேண்டிய ஒரு தொழிலாக மட்டுமே பார்த்த சிலர் தமிழ் சினிமாவை மீண்டும் மசாலாப் பாதைக்குள் தள்ளினார்கள். பழைய மசாலாப் படங்களில் ஏதேனும் ஒரு பரந்துபட்ட நோக்கம் இருக்கும். மசாலாப் படங்களை எடுப்பவர்களும் அதை அர்த்தபூர்வமான பொழுதுபோக்குப் படமாக ஆக்க வேண்டும் என்று கொஞ்சமாவது மெனக்கெடுவார்கள். ஆனால் எண்பதுகளின் மத்தியில் உருவான மசாலா அலை வெற்றியை மட்டுமே இலக்காகக் கொண்டது. இந்த அலை தமிழ் சினிமாவைப் பின்னுக்குத் தள்ளியது என்பதில் ஐயமில்லை.

தொண்ணூறுகளில் உலகமயமாதல், தொலைக்காட்சித் தொழில்நுட்பத்தின் வளர்ச்சி ஆகியவற்றால் இந்திய சினிமாவில் பெரும் மாற்றம் ஏற்பட்டது. காட்சிகளின் செறிவு, இசையில் உலகளாவிய தன்மை, நடனத்தில் புதுமை ஆகியவை இந்தக் காலகட்டத்தின் அடையாளங்களாயின. வெளிநாட்டு சேனல்கள் உள்படத் தொலைக்காட்சி சேனல்களின் எண்ணிக்கை பெருகியதால் திரையரங்கிற்கு வருபவர்களின் எண்ணிக்கை குறையத் தொடங்கியது. எனவே திரையரங்கிற்கு வருபவர்களை அசத்தும் அளவுக்கு ஏதாவது செய்ய வேண்டும் என்ற கட்டாயம் ஏற்பட்டது. பெரிய பட்ஜெட், பிரம்மாண்டமான காட்சிகள், எம்.டி.வி., வி.டி.வி. போன்ற சேனல்களில் வரும் பாடல்களுக்கு இணையான பாடல் காட்சிகள், உலகளாவிய ரசனையுடன் ஒத்துப்போகும் இசை, காட்சிகள் மூலம் கதை சொல்லும் திறன், ஒரு படத்துக்குள் உலகச் சுற்றுலாவையே ஏற்பாடு செய்யும் உத்திகள் ஆகியவை அரங்கேறத் தொடங்கின. கதை என்பது முக்கியமல்ல. பார்ப்பவர்களை அசர வைக்க வேண்டும். அவர்களை அலுப்பில்லாமல் உட்காரவைக்க வேண்டும். இதுதான் முக்கியம் என்று ஆனது. இன்றுவரை இந்தப் போக்கு தொடர்கிறது.

மணிரத்னம், ஷங்கர் ஆகிய இருவரையும் இந்தப் போக்கின் இரு வேறு விதமான முன்னோடிகள் என்று குறிப்பிடலாம். இவர்கள் இருவரும் மாறிவரும் காலத்தைத் தனக்கே உரிய

விதத்தில் பிரதிபலித்து வெற்றிபெற்றார்கள். அடிப்படையான பார்வையிலோ தன்மையிலோ பெரிய மாற்றங்களை இவர்கள் ஏற்படுத்தவில்லை என்றாலும் ஒரு படத்தைத் திரையில் வழங்கும் விதத்தைப் பெருமளவில் மாற்றியமைத்தார்கள். மணிரத்னம் தமிழ்ப் படங்களுக்கான இந்தியச் சந்தையை உருவாக்கியதில் முக்கியப் பங்கு வகித்திருக்கிறார். இந்தியா வின் எந்தப் பெரிய நட்சத்திரத்தையும் தங்கள் படங்களில் நடிக்கவைக்க முடியும் என்னும் அளவுக்கு இவர்கள் இருவரும் இந்திய அளவில் புகழ்பெற்றிருக்கிறார்கள்.

மசாலா, ஹீரோவை சூப்பர் மேனாகக் காட்டுவது, பொழுதுபோக்கு என்னும் பெயரால் முட்டாள்தனமான காட்சிகளை அமைப்பது, தர்மத்தின் பெயரால் நாயகன் செய்யும் கொலைகளைச் சமயரீதியான படிமங்களுடன் மகிமைப்படுத்துவது, பாஸிசத் தன்மையுடன் விபரீதமான முறையில் சட்டம் ஒழுங்கையும் பொது வாழ்வில் தூய்மையை யும் தூக்கிப் பிடிப்பது ஆகிய பொதுவான போக்குகளுக்கு மத்தியில் முக்கியமான பிரச்சினைகளை ஓரளவு யதார்த்தமாகக் கையாளும் இயக்குநர்களும் இருக்கிறார்கள். இந்தியில் மதுர் பண்டார்க்கர், சஞ்சய் லீலா பன்சாலி, தமிழில் சசிக்குமார், சுசீந்திரன், அமீர், வசந்த பாலன், பாலாஜி சக்திவேல் என்று சிலரைச் சொல்லலாம். மலையாளத்தில் ஒரு காலத்தில் அரவிந்தன், அடூர் கோபாலகிருஷ்ணன் போன்ற மிகச் சிறந்த இயக்குநர்கள் செயல்பட்டுவந்தார்கள். ஆனால் இப்போது மலையாள சினிமா புதிய திறமைகள், புதுமைகள் ஏதுமின்றித் தரம் இழந்துவருகிறது.

இந்திய சினிமாவின் நூறாண்டுப் பயணத்தில் வேறு சில முக்கியமான அம்சங்களும் உள்ளன. இசை, நகைச்சுவை, திரையைப் பிரகாசிக்கவைக்கும் அழகிகள், ரசிகர்களை உற்சாகப் படுத்தும் நாயகர்கள் ஆகியவற்றை இந்திய சினிமாவின் வலுவான அம்சங்கள் என்று சொல்ல வேண்டும். வளமான இசை மரபு கொண்ட இந்தியாவில் திரை இசை சிறந்து விளங்குவதிலும் புதிது புதிதாக அதில் பல திறமைசாலிகள் வந்தவண்ணம் இருப்பதிலும் ஆச்சரியமில்லை. அதுபோலவே மதுபாலா முதல் ஐஸ்வர்யா ராய்வரையிலும் எண்ணற்ற அழகிகள் ஒவ்வொரு காலகட்டத்திலும் இந்தியத் திரையின் தவிர்க்க முடியாத சக்திகளாகத் திகழ்கிறார்கள். ராஜ் கபூர் முதல் ரஜினிகாந்த்வரை பல நாயகர்கள் ரசிகர்களின் கொண்டாட்டத்திற்குக் காரணமாக அமைந்திருக்கிறார்கள். சினிமாவைப் பொழுதுபோக்கு ஊடகமாகவே பார்க்கும்

இந்தியாவில் இதுபோன்ற அம்சங்கள் மக்களுக்குப் பெரும் கேளிக்கையை வழங்கிவருகின்றன என்பதில் ஐயமில்லை.

இந்திய சினிமாவின் நூறாண்டுப் பயணத்தை ஒட்டு மொத்தமாகப் பார்க்கும்போது அதன் பெரும்பாலான சாதனை கள் எண்ணிக்கை அடிப்படையில் மட்டுமே இருப்பதை உணர முடியும். தரம் என்று பார்க்கும்போது பெரிதாக மெச்சிக்கொள்ளும் தன்மை அதிகம் இல்லை. இந்திய சினிமா உலக சினிமாவுக்குப் பெரிதாக எதுவும் பங்களிக்கவில்லை என்று திரைப்பட விமர்சகரும் இயக்குநருமான அம்ஷன் குமார் குறிப்பிடுகிறார். "சினிமாவில் எத்தனையோ மாற்றங்கள் நிகழ்ந்தன. சினிமாவில் வண்ணம் சேர்ந்தது முதல் முப்பரிமாணத் தொழில்நுட்பம்வரை பல மாற்றங்கள் நிகழ்ந்திருக்கின்றன. இதில் எதுவுமே இந்தியாவின் பங்களிப்பு அல்ல. இந்திய சினிமா மாற்றங்களை இறக்குமதி செய்கிறது. எதையும் தானாகக் கண்டுபிடிக்கவில்லை" என்கிறார் அம்ஷன் குமார். பிரான்ஸில்தான் சினிமா கண்டுபிடிக்கப்பட்டது. ஆனால் ரஷ்யா, அமெரிக்கா, இத்தாலி உள்ளிட்ட பல நாடுகளின் பல மொழிப் படங்கள் சினிமாவுக்குப் பங்களிப்புச் செய்திருக் கின்றன. சினிமாவை வளர்க்க உதவியிருக்கின்றன. அதுபோல இந்திய சினிமா எதையும் செய்யவில்லை என்கிறார்.

இந்திய சினிமாவைக் கொண்டாடுபவர்களால்கூட அம்ஷன் குமாரின் வாதத்தை மறுக்க முடியாது என்பதுதான் உண்மை நிலை. தொழில்நுட்பத்தில் ஹாலிவுட் படங்களுக்குச் சவாலாக இருக்க வேண்டும் என்பதே வணிகப் பட இயக்குநர் களின் குறிக்கோளாக இருக்கிறது. வெளிநாட்டுப் படம் என்றாலே ஹாலிவுட்தான் என்பதே பலரின் புரிந்துணர்வாக இருக்கிறது. ஆனால் தொழில்நுட்பத்தில் ஹாலிவுட்டுடன் போட்டிப்போட நினைக்கும் இந்திய சினிமா கதையம்சத்திலும் திரைக்கதை நேர்த்தியிலும் காட்சி அமைப்பிலும் அதன் அருகில் நெருங்கக்கூட முயற்சிப்பதில்லை. ஹாலிவுட் படங் களை மட்டுமே முன்னோடியாகக் கொள்ளும் இந்திய சினிமா அதையும் அர்த்தபூர்வமாகப் பிரதிபலிக்க முயற்சிப்பதில்லை.

2011இல் வெளியான இன்சப்ஷன் *(Inception)* என்னும் திரைப்படம் மிக வித்தியாசமான கதையம்சத்தைக் கொண்டது. தன் கனவிலிருந்து மற்றொருவரின் கனவுக்குள் புகுந்து அவரது சிந்தனையைத் தனக்குச் சாதகமாக மாற்றிக்கொள்ளும் கலையில் கைதேர்ந்தவனைப் பற்றிய கதை அது. அதுபோன்ற படத்தை இந்திய மொழிகளில் எடுத்தால் யாரும் பார்க்க மாட்டார்கள் என்று திரையுலகத்தினர் சொல்வார்கள். ஆனால்

'இன்சப்ஷன்' இந்தியாவில் பெற்ற வெற்றி இந்த வாதத்தை நீர்த்துப்போக வைத்துவிட்டது. இன்சப்ஷன் போன்ற படங்கள் இந்தியாவில் எடுக்கப்படாததற்கு ரசிகர்கள் காரணமல்ல என்பது தெளிவாகிறது.

பாய்ஸ் டோண்ட் க்ரை என்னும் படம் ஆணாகத் தன்னைக் கற்பனை செய்துகொள்ளும் ஒரு பெண்ணுக்கு ஏற்படும் உளவியல் மற்றும் சூழல் சார்ந்த நெருக்கடிகளைப் பற்றிய படம். மிக நுட்பமாகவும் யதார்த்தமாகவும் இந்தப் பிரச்சினையை அணுகிய இந்தப் படம் வெகுஜன ரசனைக்கான படம்தான். இதுபோன்ற படங்களை இந்திய சினிமாவால் இன்னமும் யோசிக்கக்கூட முடியவில்லை. மிஸஸ் டவுட்ஃபயர் என்னும் படத்தின் ஆதாரமான அம்சத்தைத் தழுவி எடுக்கப் பட்ட அவ்வை சண்முகி சிறந்த பொழுதுபோக்குப் படம் தான். ஆனால் மிஸஸ் டவுட்ஃபயர் படம் வெகுஜன ரசனை என்னும் சட்டகத்துக்குள் நுட்பமான சில உணர்ச்சிகளை அற்புதமாகக் கையாண்டிருந்தது. கணவன் – மனைவிக்கிடையே யான உறவின் நுட்பமான சில அம்சங்களை மிக மெல்லிய குரலில் அழகாகக் கையாண்டது. ஆனால் அவ்வை சண்முகியை உருவாக்கியவர்களால் நகைச்சுவையைத் தாண்டி எதையும் யோசிக்க முடியவில்லை.

அப்படி யோசிக்கக்கூடிய சிலரும் சினிமா இன்று பெற்றுள்ள வணிகப் பரிமாணத்தினால் அதை நெருங்க முடியாதவர்களாக இருக்கிறார்கள். ப்ளாக், சாவரியா, தாரே ஜமீன் பர், பா, பர்ஃபி என்று சில படங்கள் இந்த வகையில் முக்கியமான சில உடைப்புகளை ஏற்படுத்தினாலும் இதிலும் பெரும்பாலான படங்கள் வணிக நிர்ப்பந்தங்களால் நீர்த்துப்போவதைப் பார்க்க முடிகிறது. தவிர, பல படங்கள் வித்தியாசமான படங்கள் என்னும் தோற்றத்தை மட்டுமே கொண்டுள்ளன. சற்றே ஆழமான பார்வையில் இவற்றின் சாயம் வெளுத்துவிடுகிறது.

இந்நிலையில் சில்ட்ரன் ஆஃப் ஹெவன் (ஈரான்), சிட்டி ஆஃப் காட் (பிரேசில்) போன்ற படங்கள் ஏற்படுத்திய தாக்கத்தை எப்போது இந்தியப் படங்கள் ஏற்படுத்தப்போகின்றன என்ற நினைவே ஆயாசத்தைத் தருகிறது.

தொழில்நுட்பரீதியில் இந்திய சினிமா வளர்ந்திருக்கிறது என்றும் ஹாலிவுட் படங்களுக்கு நிகரான படங்கள் இங்கே உருவாகின்றன என்றும் சொல்லப்படுவதையும் அம்ஷன் குமார் மறுக்கிறார். ஹாலிவுட் கலைஞர்களை அழைத்துவந்து

கேலிக்கை மனிதர்கள்

இங்கே வேலை செய்ய வைப்பதால் இந்தியா தொழில்நுட்பத்தில் முன்னேறிவிட்டது என்று சொல்ல முடியாது என்கிறார். "ஒரு குறிப்பிட்ட வகையில் பெரிதாகப் பேசப்படும் இந்தியப் படத்தையும் அதே வகையில் உள்ள ஹாலிவுட் படத்தையும் பாருங்கள், வித்தியாசம் புரியும்" என்கிறார். பிரம்மாண்டம் என்று சொல்லப்படுவதையும் அவர் மறுக்கிறார். "பிரம்மாண்டம் என்பது கதையின் தேவையை ஒட்டி உருவாகும் அம்சமாக இருக்க வேண்டும். டைட்டானிக் போன்ற ஒரு படத்தை எடுக்கும்போது அதன் கதையே அதற்கான பிரம்மாண்டத்தைக் கோருகிறது. 'அவதார்' போன்ற படங்களும் அப்படியே. ஆனால் சாதாரணமான ஒரு கதையை எடுத்துக்கொண்டு பாடல் காட்சியில் மட்டும் பணத்தை வாரி இறைத்து எல்லா வற்றையும் மிகைப்படுத்திக் காட்டுவதெல்லாம் பிரம்மாண்டம் ஆகாது" என்கிறார் அவர்.

நமது உள்ளடக்கத்துக்கு ஏற்ற நமது சினிமா மொழி ஒன்று இங்கே உருவாகவில்லை என்றும் அம்ஷன் குமார் ஆதங்கப்படுகிறார். சத்யஜித் ராய், ரித்விக் கட்டக் போன்ற சில அற்புதமான கலைஞர்கள் இங்கே தோன்றினாலும் வேறு மொழிகளில் ஏற்பட்ட அளவு கலைரீதியான ஆக்கங்கள் இங்கே உருவாகவில்லை என்று வருத்தப்படுகிறார். இங்மாக் பெர்க்மேன், தார்க்கோவ்ஸ்கி முதலான கலைஞர்களை ஒவ்வொரு மொழியிலும் ஏராளமாகக் காண முடிகிறது என்பதைச் சுட்டிக்காட்டுகிறார்.

சமூக மதிப்பீடுகளின் அடிப்படையில் பார்த்தாலும் இந்திய சினிமா பெரிதாகப் பக்குவம் அடைந்துவிடவில்லை. ஒரு பெண் எவ்வளவுதான் திறமைசாலியாக, மகத்தானவளாக இருந்தாலும் அவள் ஆணுக்கு அடங்கிப்போகத்தான் வேண்டும், கற்பும் தாலியும் ஒரு பெண்ணுக்கு உயிரைவிட மேலானவை, சிவப்பு உயர்ந்தது, கருப்பு வெறுக்கப்பட வேண்டியது என்பது போன்ற கற்பிதங்களை வலுப்படுத்தி அதன் மூலம் பயன் பெற்ற பெருமை (!) அனைத்து மொழி வணிகப் படங்களுக்கும் உண்டு. மதம், சாதி ஆகியவற்றால் பிரிந்திருக்கும் இந்தியாவின் ஒற்றுமைக்கு அச்சுறுத்தலாக விளங்கும் மதம், சாதி சார்ந்த கோட்பாடுகளைச் சாடாமல் அவற்றால் விளைந்த வேறுபாடு களை ஊக்குவிக்கும் படங்களும் வணிகம் என்ற பெயரில் வெளியாகியிருக்கின்றன.

'தீவிரவாதிகள் அனைவரும் இஸ்லாமியர்களே,' அண்டை நாடான பாகிஸ்தான் தீவிரவாதிகள் மட்டுமே வாழும் நாடு,

அது இந்தியாவின் எதிரி' – இவை இந்திய வணிகப் படங்கள் தொடர்ந்து முன்னிறுத்தும் பிம்பங்கள்.

இப்படிப்பட்ட குறைகள் இருந்தாலும் இன்று இந்திய சினிமா உலக அரங்கில் ஒரு இடத்தைப் பெற்றுள்ளதை மறுக்க முடியாது. கான் போன்ற திரைப்பட விழாக்களில் இந்திய சினிமா இடம்பெறுகிறது. ஆஸ்கர் விருதுகளையும் இந்திய சினிமா பெற்றுவிட்டது. உலகம் போற்றும் இசைக் கலைஞர்கள் இங்கே இருக்கிறார்கள். இந்திய சினிமாவின் சந்தை விரிவடைந் திருக்கிறது. ஷாருக் கான், ஆமீர் கான், லதா மங்கேஷ்கர், ஏ.ஆர். ரஹ்மான், ரஜினிகாந்த் போன்றவர்கள் உலகம் முழுவதும் பரவலாக அறியப்பட்டிருக்கிறார்கள். ஒரு படம் ஒரே நாளில் சென்னை, ஹைதராபாத், மும்பை, பெங்களூரு, தில்லி, திருவனந்தபுரம் ஆகிய இடங்களில் மட்டுமின்றி நியூ யார்க், வாஷிங்டன், லண்டன், டோக்கியோ போன்ற நகரங்களிலும் வெளியாகிறது. ஐஸ்வர்யா ராய் போன்ற இந்திய நட்சத்திரங்கள் சர்வதேசத் திரைப்பட விழாக்களுக்கு அழைக்கப்படுகிறார்கள். பன்னாட்டு நிறுவனங்கள் இந்திய சினிமாவில் முதலீடு செய்கின்றன.

நூறாண்டு கண்ட இந்திய சினிமா உலக சந்தையில் கால் பதித்திருப்பதை அதன் பெரும் சாதனைகளில் ஒன்றாகச் சொல்லலாம். இதே ஊக்கத்தை உள்ளடக்கத்திலும் கலை அம்சங்களிலும் முற்போக்கான அம்சங்களிலும் காட்டினால் வரும் நூற்றாண்டில் அது உலக அரங்கில் தலைமை ஏற்கும் நிலை உருவாகலாம். அதற்கான படைப்புத் திறன் இங்கே பலரிடம் உள்ளது. வணிக நெருக்கடிகளும் மெனக்கெடலுக்கான முனைப்பின்மையும் சமூக, அரசியல் குறுக்கீடுகளும் அந்தப் படைப்புத் திறன் வெளிப்படத் தடைக்கற்களாக உள்ளன. இதுதான் இந்திய சினிமாவின் பெரிய பிரச்சினை. இதைச் சரிசெய்தால் இந்திய சினிமா உலக அரங்கில் மதிக்கப்படக் கூடிய நிலை உருவாகும்.

காலம் காத்திருக்காது

இந்தக் காட்சியைக் கற்பனை செய்து பாருங்கள். ஒரு வீட்டின் வரவேற்பறையில் பெரிய தொலைக்காட்சித் திரையில் புத்தம் புதிய திரைப்படம் ஒன்று ஓடிக் கொண்டிருக்கிறது. சுமார் 10 முதல் 20 பேர்வரை அதைப் பார்த்துக்கொண்டிருக்கிறார்கள். படம் இன்னமும் திரையரங்கில் வெளியாகவில்லை. அதற்கு இன்னமும் நான்கு மணிநேரம் இருக்கிறது. அதற்குள் படத்தைப் பார்க்கும் இவர்கள் வீட்டு உரிமையாளரிடம் ஆளுக்கு 100 ரூபாய் கொடுக்கிறார்கள்.

70களின் இறுதியிலும் 80களின் தொடக்கத்திலும் ஞாயிற்றுக்கிழமைகளில் பல வீடுகளில் அரங்கேறிய காட்சியின் மாறுபட்ட வடிவம் இது. அப்போதெல்லாம் எல்லா வீடுகளிலும் தொலைக்காட்சி இருக்காது. ஞாயிற்றுக் கிழமைகளில் தொலைக்காட்சியில் ஒளி பரப்பப்படும் படங்களைப் பார்க்கத் தொலைக்காட்சி வைத்திருக்கும் வீடுகளில் கூட்டம் சேரும். சிலர் இந்தக் கூட்டத்தைப் பயன்படுத்தி நாலணா, எட்டணா என்று வசூல் செய்திருக்கிறார்கள்.

விரைவில் வெளியாகவிருக்கும் விஸ்வரூபம் படத்தினை, தொலைக்காட்சி சேனல்களை நேரடியாக வீட்டுக்குக் கொண்டுவரும் (டி.டி.ஹெச்.) சேவையை வழங்கும் நிறுவனங்கள் மூலம் படம் வெளியாகும் தினத்தன்றே ஒளிபரப்புவது என்று அப்படத்தின் தயாரிப்பாளரும் இயக்குநருமான கமல்ஹாஸன் முடிவு செய்திருக்கிறார். தொண்ணூறுகளின் தொடக்கத் திலிருந்தே சீரான வீழ்ச்சியைச் சந்தித்துவரும் திரையரங்க

வசூல் இப்போது தன் பிழைத்திருத்தலுக்காகப் போராடி வருகிறது என்று சொல்லலாம். இந்நிலையில் கமல்ஹாஸன் தன் படத்தை நேரடியாக வீடுகளுக்குக் கொண்டு செல்லும் முடிவு எதிர்ப்பு, ஆதரவு, குழப்பம் எனப் பல விதமான எதிர்வினைகளை ஏற்படுத்தியிருக்கிறது.

கமலின் முடிவு திரையரங்குகளின் வசூலைப் பாதிக்கும் என்று கூறித் திரையரங்க உரிமையாளர்கள் எதிர்க்க, வருமானத் திற்கான புதிய வழிகளை உருவாக்கும் என்று தயாரிப்பாளர் களில் ஒரு பிரிவினர் ஆதரிக்கிறார்கள். ஊடகங்கள் கமலுக்கு ஆதரவு தெரிவித்தாலும் திரையரங்கங்கள் பிடிவாதமாக இருக்கின்றன.

கமல்ஹாஸன் வசூல் மன்னன் என்று பெயர் பெற்றவர் அல்லர். அவரது படங்களிலும் அதிரடி ஆக்ஷன் காட்சிகள் அதிகம் இருக்காது. ஆனால் தேர்ந்தெடுக்கும் கதை, ஏற்கும் பாத்திரங்கள், படத்தைச் சந்தைப்படுத்துதல் ஆகியவற்றில் அவர் மேற்கொள்ளும் பரிசோதனைகள் தமிழ் சினிமாவில் பல சலனங்களையும் தாக்கங்களையும் ஏற்படுத்திவருகின்றன. அபூர்வ சகோதரர்கள், ஆளவந்தான் ஆகிய படங்களில் அவர் மேற்கொண்ட வித்தியாசமான சந்தை முயற்சிகள் தமிழ் சினிமாவின் முன்னோடி முயற்சிகளாக அமைந்தன. அபூர்வ சகோதரர்கள் படம் வெளியானபோது வெளிநாட்டுச் சந்தையை எப்படிப் பயன்படுத்திக்கொள்வது என்பதை அவர் காட்டினார். 'ஆளவந்தா'னில் ஒரே சமயத்தில் நூற்றுக்கணக்கான திரையரங்கங்களில் திரையிடுவதன் மூலம் படம் வெளியான ஓரிரு வாரங்களிலேயே போட்ட பணத்தை எப்படி எடுப்பது என்பதற்கான முன்னுதாரணத்தை ஏற்படுத்தினார். இன்று பலரும் பயன்படுத்தும் முறைகளாக இவை மாறியிருக்கின்றன.

டிவிடி தொழில்நுட்பம் வந்தபோது திரை உலகைச் சேர்ந்த பலர் அது திரை உலகிற்கு அபாயம் என்றார்கள். கமலோ புதிய தொழில்நுட்பத்தை நமக்குச் சாதகமாகப் பயன்படுத்திக்கொள்ள முயல்வோம் என்றார்.

ரெட் ஒன் என்ற புதியவகை ஒளிப்பதிவுக் கருவியைத் தமிழ் சினிமாவுக்கு அறிமுகப்படுத்தியவர் அவர்தான். 'விஸ்வரூபம்' படத்தின் மூலம் ஆரோ 3டி என்ற புதியவகை ஒலிப்பதிவுத் தொழில்நுட்பத்தையும் அறிமுகப்படுத்தி யிருக்கிறார்.

"டி.டி.ஹெச். மூலம் வெளியிடப்படும் படம் தொலைக் காட்சியில் தெரியுமே தவிர தொலைக்காட்சி வைத்திருக்கும்

அனைவரும் இந்தப் படத்தைப் பார்க்கப்போவதில்லை. டி.டி.ஹெச். கருவி வைத்திருக்கும் வசதி படைத்த சிலரை மட்டுமே, படம் இந்த வழியில் சென்றடைய இருக்கிறது. டி.டி.ஹெச்.இல் ஒரே ஒரு காட்சி காட்டப்படும். இதைப் பதிவு செய்ய முடியாது. பிரத்தியேகக் காட்சி முடியும்போது படம் டி.டி.ஹெச். கருவியில் தங்காது. ஒருமுறை இப்படத்தைப் பார்க்க 1000 ரூபாய் கட்டணம். இது தியேட்டர் கட்டணத்தைப் போல் பத்து மடங்கு. எனவே இந்தக் காட்சியை டி.டி.ஹெச். வைத்திருக்கும் அனைவரும் பார்த்துவிடப்போவதில்லை. அவர்களிலும் இவ்வளவு பணம் செலுத்த முடிந்த வசதி படைத்தவர்கள் மட்டுமே பார்க்கப்போகிறார்கள். மேலும், இதன் மூலம் காட்சியை வீட்டில் பார்த்த மகிழ்ச்சி தவிர திரையரங்கில் கிடைக்கும் அனுபவம் கண்டிப்பாய்க் கிடைக்காது. சினிமா அரங்குக்கே செல்ல மறந்த மறுத்த வசதியான கூட்டம் சினிமாவை வீட்டோடு அனுபவிக்க உதவும் ஊடகம் இந்த டி.டி.ஹெச். இப்படி வீட்டோடு தங்கியவர்களையும் சினிமா பக்கம் ஈர்க்கும் முயற்சியே இது” என்று கமல் தன் அறிக்கையில் கூறியிருக்கிறார்.

கமலின் அறிக்கைக்குப் பிறகும் திரையரங்கு உரிமையாளர்கள் சமாதானமடையவில்லை. “இதனால் திரையரங்குகளுக்கு வருபவர்களின் எண்ணிக்கை கணிசமாகக் குறைந்துவிடும், இதனால் திரையரங்கு உரிமையாளர்களின் வியாபாரம் பாதிக்கப்படும். இந்த முயற்சி வெற்றிபெற்றால் இதனை மற்ற தயாரிப்பாளர்களும் பின்பற்றத் தொடங்கிவிடுவார்கள். இதனால் பல திரையரங்குகளை இழுத்து மூட வேண்டிய நிலைமை ஏற்படும்” என்று தமிழ்நாடு திரையரங்கு உரிமையாளர்கள் சங்கம் இந்த முடிவை எதிர்க்கிறது.

ஆனால் கமலுக்குத் தென்னிந்திய திரைப்பட சம்மேளனமும், இயக்குநர்கள் சங்கமும் தயாரிப்பாளர் சங்கமும் ஆதரவு தெரிவித்திருக்கின்றன. ஞாநி போன்ற எழுத்தாளர்களும் தங்கள் ஆதரவைச் சமூக வலைத்தளங்களில் பதிவுசெய்திருக்கிறார்கள்.

கமலின் இந்த முயற்சியால் திரையரங்குக்கு வருபவர்களின் எண்ணிக்கை குறையாது என்றே தோன்றுகிறது. சூப்பர் ஹிட் என்று அறிவிக்கப்பட்ட ஒரு பெரிய பட்ஜெட் படம் மூன்று வாரங்களில் ரூ. 80 கோடி வசூலித்ததாகச் சொல்லப்படுகிறது. சராசரி டிக்கெட் மதிப்பு ரூ. 80 என்றால் படத்தைப் பார்த்தவர்கள் எண்ணிக்கை சுமார் ஒரு கோடி. படத்தை மறு முறை பார்த்திருக்கக்கூடியவர்கள் 20 சதவீதம் பேர்

என்று வைத்துக்கொள்வோம். ஒரு முறை திரையரங்குக்கு வந்து பார்த்தவர்கள் 80 லட்சம் பேர். இது தமிழகத்தின் மக்கள் தொகையில் பத்து சதவீதத்துக்கும் சற்றுக் கூடுதல். மற்ற மாநிலங்களைச் சேர்ந்தவர்கள் மற்றும் அயல்நாடு வாழ் தமிழர்களையும் சேர்ந்துதான் இந்த வசூல் கணக்குச் சொல்லப்படுகிறது. எனவே தமிழகத்தில் இந்தப் படத்தைத் திரையரங்குகளில் பார்த்தவர்கள் எண்ணிக்கை 50 முதல் 60 லட்சம்வரை இருக்கலாம். ஒரு சூப்பர் ஹிட் படத்துக்கே இந்த நிலை என்றால் மற்ற படங்களைப் பற்றிக் கணக்கிட்டுக் கொள்ளலாம்.

ஆனால் மேலும் சில லட்சம் பேராவது படத்தைச் சட்ட விரோதமான வழிகளில் (திருட்டு டிவிடி, உள்ளூர் கேபிள் ஒளிபரப்புகள், இணையதளங்கள்) இந்தப் படத்தைப் பார்த்திருப்பார்கள். படம் வெளியான முதல் வாரத்திலேயே திருட்டு டிவிடிக்களை வெளியிட்டுக் கள்ளச் சந்தையில் வருமானம் ஈட்டுபவர்களைத் தடுக்க முயற்சிக்காமல் தன் படத்துக்கான வியாபாரச் சாத்தியத்தைப் பெருக்கிக்கொள்ள முனையும் தயாரிப்பாளருக்கு முட்டுக்கட்டை இடுவது சரியல்ல என்பதே கமல் தரப்பு வாதம். சட்ட விரோதமாகப் பார்க்கும் பிரிவினர்தான் கமலின் முயற்சியின்பால் ஈர்க்கப்படுவார்கள் என்று வாதிடப்படுகிறது. எனவே, ஒரு படத்தின் வருமானச் சாத்தியங்களை விரிவுபடுத்துவதாகத்தான் இதைப் பார்க்க வேண்டும் என்று கமலை ஆதரிக்கும் தயாரிப்பாளர்கள் கருதுகிறார்கள்.

பெரிய எதிர்பார்ப்பை உடைய பெரிய பட்ஜெட் படங்களுக்குக் கிடைக்கும் இந்த வாய்ப்புச் சிறிய பட்ஜெட் படங்களுக்குக் கிடைக்காது. அந்தப் படங்களை டி.டி.ஹெச். ஆப்பரேட்டர்கள் வெளியிட முன்வர மாட்டார்கள் என்று சிலர் வாதிடுகிறார்கள். வலிமை வாய்ந்த டி.டி.ஹெச். நிறுவனங்கள் புதுப் பட ஒளிபரப்பு விஷயத்தில் ஏகபோக உரிமை பெற வழி இருக்கிறது என்றும் அஞ்சப்படுகிறது. இந்த அச்சங்கள் சாரமற்றவை அல்ல. ஆனால் கவனத்தோடு அணுகினால் தீர்க்கப்பட முடியாதவையும் அல்ல.

திரைப்படத் துறையினர் விரும்பினாலும் விரும்பா விட்டாலும் தொழில்நுட்பத்தின் அபரிமிதமான வளர்ச்சி தமிழ்த் திரையுலகைப் பாதிக்கத்தான் செய்யும். நமக்கான தொழில்நுட்பத்தை உருவாக்கிக்கொள்வதில் அக்கறையோ முனைப்போ அற்ற மக்கள் நாம். தொழுதுண்டு பின்செல்வதே நம் பண்பாடு. புதிய விஷயங்கள் வரும்போது பதற்றம்

ஏற்படுவதற்கான காரணம் இதுதான். கால்குலேட்டர் வந்த போது அதனால் தங்களுக்கு வேலை போய்விடுமோ என்று அஞ்சிய குமாஸ்தாக்கள் இருந்திருக்கிறார்கள். கணிப்பொறிகள் தம்மை வீட்டுக்கு அனுப்பிவிடுமோ என்று பயந்த பணியாளர்களும் உண்டு. இந்தக் கண்டுபிடிப்புகள் வேலைத் திறனையும் வாய்ப்பையும் அதிகரித்திருக்கின்றன என்பதே உண்மை. கமல் எடுத்து வைத்திருக்கும் அடி எதிர்காலத்திற்கான முன்னெடுப்பு. இப்போதே பல டிடிஹெச். சேவை வழங்குநர்கள் அண்மையில் வெளியான படங்களை 50 ரூபாய்க்கு ஒளிபரப்ப முன்வருகின்றன. இந்திப் படங்கள் ஒரே மாதத்தில் இப்படி ஒளிபரப்பப்படுகின்றன. அதைக் கண்டு இந்தித் திரைப்பட உலகம் அதிர்ச்சி அடையவில்லை.

கமல் எடுக்கும் முடிவு அவரது படத்துக்குத் தரக்கூடிய லாபத்தைவிடவும் இந்தத் திட்டம் முறைப்படுத்தப்பட்டு நிலைபெற்றால் மற்றவர்கள் அதனால் அடையக்கூடிய லாபம் அதிகம். திரையரங்குகள் கிடைக்காததால் சிறிய பட்ஜெட் படங்களின் வெளியீடு பல சமயம் தள்ளிப்போகிறது. இது போன்ற சமயங்களில் நேரடித் தொலைக்காட்சி வெளியீடு அருமருந்தாக இருக்கும். ஒரு சில திரையரங்கங்களில் மட்டும் வெளியிட்டுவிட்டுத் தொலைக்காட்சியில் காட்டி லட்சக் கணக்கான மக்களைச் சென்றடையலாம். போட்ட பணத்தையும் எடுத்துக்கொள்ளலாம். மக்களால் அந்தப் படம் ரசிக்கப்பட்டால் அது பேசப்படும். அப்படிப் பேசப்படும் படத்தை எடுக்கும் ஒரு இயக்குநரின் அடுத்த படத்துக்கான சந்தை வாய்ப்பு இயல்பாகவே அதிகரிக்கும்.

இப்போதெல்லாம் படங்களின் திரையரங்க ஆயுள் குறைந்தபட்சம் ஒரு வாரம், அதிகபட்சம் 16 வாரங்கள். 16 வாரங்களைத் தொடும் படங்கள் ஆண்டுக்கு மூன்று, அல்லது நான்குகூட இல்லை. ஆனால் தமிழ்ப் படங்கள் தொலைக் காட்சியில் ஒளிபரப்பப்படுவதற்கு ஓராண்டுக்குமேல் ஆகிறது. இந்திப் படங்களில் இந்த நிலை இல்லை. அங்கே சூப்பர் ஹிட், மெகா ஹிட் படங்கள் திரையரங்கில் வசூலைக் குவித்த சுறுசுறுப்போடு தொலைக்காட்சியிலும் வசூல் வேட்டை நடத்துகின்றன. ஹிட் ஆகாத படங்களும் தொலைக்காட்சியில் உடனடியாகப் பிரவேசித்துத் தங்கள் நஷ்டத்தைக் குறைத்துக் கொள்கின்றன. ஒரு படம் விரைவில் தொலைக்காட்சியில் ஒளிபரப்பாவது அதன் மதிப்பைக் குறைக்கிறது என்னும் தவறான பார்வை தமிழ்த் திரையாளர்களின் பொதுப் புத்தியில் ஊறிப்போயிருக்கிறது. கமல் போன்ற அனுபவசாலிகள் அதை

உடைக்க முயற்சி செய்கிறார்கள். லட்சக்கணக்கான மக்களைச் சென்று சேர எத்தனை வழிகள் உள்ளனவோ அத்தனை வழிகளையும் பயன்படுத்திக்கொள்ள முனைகிறார்கள். கால்குலேட்டரைக் கண்டு பயந்த குமாஸ்தாக்கள் போலத் திரையரங்க உரிமையாளர்கள் இதைக் கண்டு அஞ்சுகிறார்கள். காலம் யாருக்காகவும் காத்திருக்காது. கமல் இந்த முயற்சியைக் கைவிட்டாலும் பண பலமும் அதிகார பலமும் உடைய ஏதேனும் ஒரு நிறுவனம் இதைச் செய்யத்தான் போகிறது. கேபிள், டிடிஹெச். போன்றவை மக்களின் அன்றாட வாழ்வோடு கலந்தவை. ஏற்கெனவே மக்களின் ரத்தத்திலும் நாடி நரம்பு களிலும் ஊறியிருக்கும் சினிமா ஆசையை இவை பயன்படுத்திக் கொள்ளவே செய்யும். இதைப் புரிந்துகொண்டு தகவமைத்துக் கொள்வதே அறிவுடைமை.

தகவமைத்துக்கொள்ளத் தெரியாத எந்த இனமும் பிழைத் திருக்க முடியாது என்பது இயற்கையின் ஈவிரக்கமற்ற விதி.

ஒரு சிக்கலை எப்படி அணுகக் கூடாது?

விஸ்வரூபத்தை முன்வைத்துச் சில பாடங்கள்

புறாக்களின் சிறகடிப்போடு மென்மையாகத் தொடங்கும் படம் திடீரென்று வன்மைக்கு மாறுவது விஸ்வரூபம் படத்தின் தன்மையை உணர்த்தும் குறியீடு என்று சொல்லலாம். பெண்மையின் சாயலுடனும் வசீகரமான நளினத்துடனும் தோற்றம் தரும் நாயகன் ஆக்ரோஷமான ஆண் மகனாக உருமாறுவதும் அதே வகையிலான குறியீடுதான். மென்மையும் நளினமும் பெண்மையும் ரசிக்கவும் போற்றவும் ஆராதிக்கவும் உரியவை; ஆனால் வீறு கொள்ளும் 'ஆண்மை'யும் வன்மையும்தான் இந்த உலகினை எதிர்கொள்வதற்கு ஏற்ற வழி என்று 'விஸ்வரூபம்' சொல்ல முயல்கிறது என்று இந்தப் படிமங்களைக் கட்டுடைக்கலாம்.

புதிய முயற்சிகளில் ஈடுபடுவதற்குப் பேர்போன திரைப்பட ஆளுமையான கமல்ஹாஸனின் அண்மைய முயற்சியான விஸ்வரூபம் படம் எழுப்பியுள்ள சர்ச்சைகளின் போக்கும் இந்தப் படத்தின் குறியீட்டைப் பிரதிபலிப்பதாகவே உள்ளன. தமிழ்த் திரைப்படங்களின் எல்லையை விஸ்தரிக்கக் கூடிய படமாகவும் கமல்ஹாஸனின் ஆகச் சிறந்த படைப்பாகவும் ஊடகங்களால் கட்டியம் கூறப்பட்ட இந்தப் படம் உருவாகிவந்த காலத்திலேயே பல விதமான எதிர்பார்ப்புக்களை ஏற்படுத்தியது. படத்தின் தலைப்பு எழுதப்பட்ட விதம், கமலின் மாறுபட்ட தோற்றங்கள், இசை வெளியீட்டு

விழாவை ஒட்டி எழுந்த பரபரப்புகள், படத்திற்கான பெரும் பொருட்செலவு, உலகளாவிய பயங்கரவாதம் பற்றிய படமாக இருக்கும் என்னும் எதிர்பார்ப்பு, ஹாலிவுட்டில் பிரபலமான இந்தியர் சேகர் கபூரை நடிக்கவைத்திருப்பது என்று பல அம்சங்கள் படம் குறித்த ஆவலைத் தூண்டின. இரண்டு கதாநாயகிகளில் கமல் யாருக்கு முத்தம் கொடுத்திருப்பார் என்ற கேள்விகளும் பயங்கரவாதத்துக்கு இணையான பரபரப்புடன் எழுப்பப்பட்டன. படத்தின் இசை வெளியீட்டுக்கு முன்பாகவே கமல் ஹாலிவுட்டிற்குச் செல்கிறார் என்னும் செய்திகள் வந்தன. ஹாலிவுட்டில் எந்த நடிகைக்கு முத்தம் கொடுக்க ஆசை என்று இசை வெளியீட்டு விழாவில் ஆர்வ மிகுதியால் நடிகர் ஜெயராம் கமலிடம் கேள்வி எழுப்பினார். தமிழ் ஊடகங்களின் பொதுக் குரலாய் ஒலித்த அந்தக் கேள்வியைக் கமல் அலட்சியமாக எதிர்கொண்டார். அங்கிருக்கும் நடிகைகளை எச்சில்படுத்துவதற்காக ஹாலிவுட்டுக்குப் போக வேண்டியதில்லை என்றும் அவர்களுக்கு இதெல்லாம் பெரிய விஷயம் இல்லை என்றும் தலையில் அடித்துக்கொள்ளாமல் அலுத்துக்கொண்டார்.

கமல் உண்மையிலேயே உலக நாயகனாக உருவெடுக்கப் போகிறார் என்ற படிமத்தை உருவாக்க விஸ்வரூப முஸ்தீபுகள் பங்காற்றின என்று சொன்னால் அதில் சற்றும் மிகை இருக்காது. படம் வெளியாகும் சமயத்தில் உலக நாயகன் பரபரப்புச் சற்றே மட்டுப்பட்டது. அதற்குக் காரணம் கமல் வீசிய டி.டி.ஹெச். என்னும் எறிகுண்டு. படம் வெளியாகும் நாளன்றே படத்தைத் தொலைக்காட்சியின் மூலம் திரையிடும் முயற்சி கண்டனங்களையும் பாராட்டுக்களையும் பெற்றுக்கொண்டதில் படம் பற்றிய எதிர்பார்ப்புப் பின்னுக்குத் தள்ளப்பட்டுப் பட வெளியீடு தொடர்பான விவாதம் முன்னுக்கு வந்தது. இதனால் பட வெளியீடு தள்ளிப்போனது. படம் தாமதமாக வெளியாகும் என்று அறிவிக்கப்பட்ட பிறகு முளைத்த சர்ச்சை தான் படத்தின் குறியீட்டுத் தன்மைக்குக் கச்சிதமாகப் பொருந்து கிறது. படம் குறித்த விவாதங்களை முற்றிலும் வேறொரு தளத்துக்குக் கொண்டுசென்ற இந்தச் சர்ச்சை மக்கள் மத்தியிலும் அறிவுஜீவிகள் வட்டாரத்திலும் கொந்தளிப்பை ஏற்படுத்திப் பெரும் கருத்து வேற்றுமைகளை வெளிச்சத்துக்குக் கொண்டு வந்தது.

விஸ்வரூபம் படத்தின் வெள்ளோட்டமும் படத்தின் காட்சிகளைச் சித்திரிக்கும் புகைப்படங்களும் வெளியான போதே படத்தைக் குறித்த ஐயங்கள் எழுப்பப்பட்டன. அராபிய

எழுத்துப் பாணியை நினைவுபடுத்தும் விதத்தில் விஸ்வரூபம் தலைப்பு எழுதப்பட்டது சில கேள்விகளை எழுப்பியது. விஸ்வரூபம் என்னும் வைணவ சமயப் படிமத்துக்கும் அரபு மொழிக்கும் என்ன தொடர்பு என்ற கேள்வி எழுந்தது. உலகளாவிய பயங்கரவாதம் பற்றிப் பேசும் படம் என்று சொல்லப்படும் இந்தப் படம் தங்களை எப்படிச் சித்திரித்திருக் கிறது என்ற ஐயம் இஸ்லாமியர்களுக்கு இயல்பாகவே எழுந்தது. அதற்குப் பதில் அளித்த கமல் ஹாஸன் (இவரே படத்தின் கதாசிரியர் மற்றும் இயக்குநர்), இது இஸ்லாமியர்களைப் பெருமைப்படுத்தும் படம் என்று குறிப்பிட்டார். ஏற்கெனவே துப்பாக்கி என்னும் படம் தங்களைப் புண்படுத்தியதாக உணர்ந்த இஸ்லாமியர்கள் படத்தை வெளியிடும் முன் எங்களுக்குப் போட்டுக் காட்டுங்கள் என்று கமலைக் கேட்டுக் கொண்டார்கள். கண்டிப்பாகப் போட்டுக் காட்டுகிறேன் என்று சொன்ன கமல், படத்தைப் பார்த்த பிறகு என்னைப் பாராட்டுவீர்கள் என்றும் சகோதரனைச் சந்தேகப்பட்டு விட்டோமே என்று வருந்துவீர்கள் என்றும் சொன்னார். வெறும் வருத்தம் தெரிவித்தால் மட்டும் போதாது, பிரியாணி விருந்து தந்தால்தான் விடுவேன் என்று செல்லமாகக் கோபித்துக்கொள்ளவும் செய்தார். அந்த விருந்தை நலிந்த பிரிவினருடன் சேர்ந்து கொண்டாடலாம் என்று கூறித் தன் தயாள குணத்தையும் பறைசாற்றிக்கொண்டார்.

இஸ்லாமிய அமைப்புகளின் பிரதிநிதிகள் படம் பார்த்த பின்பு விருந்து அளிக்கும் மனநிலையில் இல்லை. கசப்பு மருந்து கொடுக்கும் உணர்வுதான் இருந்தது. படம் தங்களைப் புண்படுத்துவதாகத் திட்டவட்டமாக அவர்கள் கூறினார்கள். படத்தில் சில காட்சிகளையும் ஒலிகளையும் நீக்க வேண்டும் என்றும் இல்லையேல் படம் வெளியாகும் திரையரங்கங்களில் ஆர்ப்பாட்டம் நடத்துவோம் என்றும் அறிவித்தார்கள். மாநில அரசிடமும் தங்கள் நிலைப்பாட்டினைத் தெரியப்படுத்தினார்கள். இந்த அறிவிப்பை அடுத்து, சட்டம் ஒழுங்கு பராமரிப்பைக் காரணம் காட்டித் தமிழக அரசு படம் வெளியாக இரண்டு வாரங்கள் தடை விதித்தது. கொதித்தெழுந்த கமலின் ரசிகர்கள் தமிழக அரசையும் இஸ்லாமியப் பிரதிநிதிகளையும் கடுமையாக விமர்சித்தார்கள். இது கருத்துச் சுதந்திரத்துக்கு விடப்பட்ட சவால் என்று சிலர் சொன்னார்கள். தணிக்கைக் குழு அனுமதித்த படத்தை எப்படித் தடை செய்யலாம் என்று சிலர் கேள்வி எழுப்பினார்கள். இந்த முஸ்லீம்களே இப்படித் தான் என்று சிலரும் ஆழ்வார்ப்பேட்டை ஐயங்காரின் இந்துத்துவ அரசியலின் விஷமத்தனமான வெளிப்பாடு என்று

சிலரும் இஸ்லாமியர்களைக் கவர ஜெயலலிதாவின் தந்திரம் என்று சிலரும் பொறுப்போடு படம் எடுக்க வேண்டும் என்று வேறு சிலரும் சொல்ல ஆரம்பித்தார்கள். வரலாறு காணாத விவாதங்களையும் அணி பிரிதல்களையும் ஏற்படுத்திய இந்தப் படம் இணையம் உள்ளிட்ட எல்லா ஊடகங்களிலும் தொடர்ந்து அதிர்வுகளை ஏற்படுத்திவருகிறது.

இத்தகைய வாதப் பிரதிவாதங்களில் பெரும்பாலான கருத்துக்கள் ஏற்கெனவே பொது வெளிகளில் ஒலித்துவருபவை தாம். கருத்துச் சுதந்திரம், படைப்பாளியின் பொறுப்புணர்வு, ஒரு தரப்பினரைப் புண்படுத்துதல், எதிர்ப்பவர்களின் வழி முறைகள், தணிக்கைக் குழுவினரின் பொறுப்பு, திரைப்படங்கள் விஷயத்தில் அரசின் அதிகார எல்லைகள், ஊடகங்களின் பங்கு எனப் பல கோணங்கள் அலசப்பட்டன. இவற்றில் ஒரு சில கருத்துக்கள் கவனத்தை ஈர்க்கும் வகையில் உள்ளன. பதற்றத்தை ஏற்படுத்தக்கூடிய, அல்லது உணர்வுகளைத் தூண்டக் கூடிய விஷயங்களைக் கையாளும்போது இருக்க வேண்டிய பொறுப்புணர்வைப் பற்றிய வாதங்கள் முக்கியமானவை. இத்தகைய எதிர்ப்புக்களால் இதுபோன்ற விஷயங்களைக் கையாள்வதில் படைப்பாளிகளுக்கு இனித் தயக்கம் ஏற்படும் என்னும் கருத்தும் முன்வைக்கப்பட்டது. முஸ்லீம்களை நல்ல விதமாகச் சித்திரிக்கும் படங்களைக் குறிப்பிட்ட சிலர், முஸ்லீம்கள் தங்களுக்கு உவப்பிலாத விஷயங்களை இவ்வளவு கடுமையாக எதிர்த்தால் இனி அதுபோன்ற சாதகமான சித்திரிப்புக்களும் குறைந்துவிடும் என்றும் எச்சரிக்கை செய்தார்கள்.

உணர்வுகள் புண்படும் என்பதற்காக ஒரு விஷயத்தைப் பேசாமல் இருக்க முடியாது என்பது போலவே பேசும்போது கவனமாகப் பேச வேண்டும் என்பதும் முக்கியம். பேச வேண்டிய விதத்தில் பேசினால் எதைப் பற்றி வேண்டுமானாலும் பேசலாம். கறாரான சமூக விமர்சனங்களை முன்வைத்துள்ள பலர் மாற்றுக் கருத்து உள்ளவர்களாலும் மதிக்கப்படுவதுண்டு. அதற்குக் காரணம் விமர்சிக்கும் விதமும் அதற்குப் பின்னால் உள்ள அக்கறையும் நியாய உணர்வும்தான். விவேகானந்தர், காந்தி, பாரதியார், பெரியார் என்று பலர் சமூகத்தின் மீது கடுமையான விமர்சனங்களை முன்வைத்தாலும் அவர்கள் பரவலாக மதிக்கப்படுவதன் காரணம் இதுதான்.

விஸ்வரூபம் படத்தில் வெளிப்படும் விமர்சனப் பார்வை எப்படி இருக்கிறது? நேர்மையுடனும் சமநிலை பிறழாமலும் இருக்கிறதா? பொறுப்புணர்வுடன் முன்வைக்கப்பட்டிருக்கிறதா?

ஆப்கானிஸ்தானில் அமெரிக்கப் படைகள் நடத்தும் தாக்குதலுக்குப் பதிலடியாகத் தாலிபான்கள் நியூ யார்க் நகரில் அணு குண்டு வீசத் திட்டமிடுகிறார்கள். வெவ்வேறு வேடங்களில் அமெரிக்காவிலும் ஆப்கானிலும் செயல்படும் கதாநாயகன் அந்தச் சதியை முறியடிப்பதுதான் 'விஸ்வரூப'த்தின் கதை. இது தாலிபான்களின் பயங்கரவாதத்தைப் பற்றிப் பேசும் படம், ஒட்டுமொத்த முஸ்லீம்களைப் பற்றியது அல்ல என்று கமல் ஆதரவாளர்கள் கூறுகிறார்கள். தாலிபான்களைப் பற்றிப் பேசும் இடத்தில் முஸ்லீம்களைக் காட்டாமல் சீக்கியர் களையா காட்ட முடியும் என்றும் புத்திசாலித்தனமாகச் சிலர் கேள்வி எழுப்புகிறார்கள்.

தாலிபான்கள் முஸ்லீம்கள் என்பதை யாரும் கண்டு பிடித்துச் சொல்ல வேண்டியதில்லை. தாலிபான்கள் தீவிர மத நம்பிக்கை உள்ள முஸ்லீம்களாக இருப்பதையும் அமெரிக்கா வுடனான மோதலில் அவர்கள் நேரடி யுத்தத்தில் மட்டுமின்றி மறைமுக யுத்தத்திலும் ஈடுபடுவதைச் சொல்லும் விஸ்வரூபம், அவர்களது தீவிரப் போக்குக்குத் தூபம் போட்டு வளர்த்த அமெரிக்காவின் ஏகாதிபத்திய அரசியல் பற்றி முழுமையான மௌனம் சாதிக்கிறது. நவீன அம்சங்களை முற்றாக மறுதலிக்கும் தாலிபான்களின் வாழ்க்கை முறை, சிறுவர்களை மனித வெடி குண்டாக மாற்றும் போர் முறை, துரோகிகளைத் தண்டிப்பதில் உள்ள ஈவிரக்கமற்ற தன்மை, போரை மதக் கடமையாக நினைத்துச் செய்யும் நம்பிக்கை ஆகியவற்றைக் காட்டும் படம், ரஷ்யாவின் மீதான பகைமையை முன்னிட்டு ஆப்கானிஸ்தானில் ஆயுதம் தாங்கிய போராளிக் குழுக்களை ஊட்டி வளர்த்த அமெரிக்காவின் விபரீத அதிகாரப் போட்டி யைப் பற்றிச் சொல்லவில்லை. நியூ யார்க் நகரம் மீது அணு குண்டு வீசத் திட்டமிடும் தாலிபான்களின் சதித்திட்டம் பற்றி நீட்டி முழக்கும் படம் அமெரிக்கா ஆப்கான் மீது நடத்தும் தாக்குதலின் வீரியத்தை அடக்கி வாசிக்கிறது. நாட்டோ படைகள் குழந்தைகளையும் பெண்களையும் கொல்வதில்லை என்று அவர்களது நன்னடத்தைக்குச் சான்றிதழும் வழங்குகிறது.

இந்திய உளவு அமைப்பான 'ரா' உளவாளி எதற்காக ஆப்கானுக்கு மாறு வேடத்தில் அனுப்பப்படுகிறார்? ஆப்கானில் அமெரிக்காவுக்கு எதிராக நடக்கும் சதியைக் கண்டுபிடிக்க வேண்டிய கடமை 'ரா'விடம் ஏன் வருகிறது? கமல் எடுக்கும் விஸ்வரூபத்திற்காக 'ரா' சி.ஐ.ஏ.வின் துணை அமைப்பாக மாறிவிட்டதா? அமெரிக்காவைக் காப்பாற்றுவதற்காக பயங்கர வாதி முதல் பெண்மையின் சாயல் கொண்ட நடனக் கலைஞர்

வரை பல வேடங்களைத் தரிக்கும் நாயகன் இஸ்லாமிய பயங்கரவாதத்திலிருந்து அமெரிக்காவைக் காப்பாற்றுவதற்காகத் தான் விஸ்வரூபம் எடுக்கிறானா? இந்தச் சித்திரிப்புகளில் உள்ள புனைவு சார்ந்த அபத்தங்கள் இருக்கட்டும்; இவற்றில் உள்ள ஒற்றைப் பரிமாணச் சித்திரிப்புப் படைப்பூக்கத்துக்கு மட்டுமின்றி, சிக்கலான விஷயத்தைக் கையாள்வதற்குத் தேவைப்படும் பொறுப்புணர்வுக்கும் எதிரானது அல்லவா? பயங்கரவாதம் என்னும் பிரச்சினையை அதன் பன்முகத் தன்மையோடு அலச எந்த முயற்சியும் செய்யாத படம் எதிர்ப்பைச் சம்பாதிப்பதில் என்ன ஆச்சரியம் இருக்கிறது? உணர்வுகள் சார்ந்த விஷயத்தை இவ்வளவு அஜாக்கிரதையாகக் கையாண்டால் பிரச்சினை வராமல் என்ன செய்யும்?

படம் ஒட்டுமொத்தமாக முஸ்லீம்களுக்கு எதிராகப் பேசவில்லை. முஸ்லீம்கள் எல்லோரும் பயங்கரவாதிகள் என்று சொல்லவில்லை. ஆனால் எல்லாப் பயங்கரவாதிகளும் முஸ்லீம்கள் என்னும் பிம்பத்துக்கு வலுச் சேர்க்கிறது. முஸ்லீம் கள் பற்றி அமெரிக்க ஏகாதிபத்தியப் பார்வை கட்டமைக்கும் பிம்பத்துக்கு வலுச் சேர்க்கிறது. மாறுபட்ட வடிவில் வெளிப் படும் அமெரிக்க பயங்கரவாதத்தைப் பற்றி மௌனம் சாதிக் கிறது. இந்த அணுகுமுறை முஸ்லீம்களை அவதூறு செய்பவர் களுக்கு உகந்த அணுகுமுறை என்பதால் இந்தப் படம் முஸ்லீம் அவதூறுகளுக்குத் தூபம் போடத்தான் செய்கிறது. அமெரிக்கப் பார்வையில் முஸ்லீம்களை அணுகுகிறது. இது ஹாலிவுட்டுக்குச் செல்லும் கனவுக்கு உதவலாம். மத நல்லிணக்கம் காண உதவாது.

படத்தைப் பார்த்தால் முஸ்லீம்கள் தன்னைப் பாராட்டு வார்கள் என்று கமல் மார்தட்டிக்கொண்டதுதான் இதை யெல்லாம்விடப் பெரிய சிக்கல். தேசபக்த முஸ்லீம்கள் இந்தப் படத்தைப் பார்த்தால் பெருமைப்படுவார்கள் என்றார் கமல். அதாவது, அமெரிக்காவைக் காப்பாற்ற இந்தப் படத்தின் நாயகனான முஸ்லீம் எடுக்கும் முயற்சிகள் முஸ்லீம்களை மகிழ்விக்கும். இந்த நாயகனைப் போன்ற முஸ்லீம்கள்தான் உலகில் முஸ்லீம்கள் மீதுள்ள அவப்பெயரைப் போக்குவார்கள். எனவே இந்த நாயகனை (அதாவது கமலின் பார்வையில் 'நல்ல' முஸ்லீமை) முஸ்லீம்கள் முன்னுதாரணமாகக் கொள்ள வேண்டும். அதுவே தேசபக்த முஸ்லீம்களின் கடமை. இதுதான் கமல் விடுக்கும் செய்தி.

தமிழில் பராசக்தி முதல் பல்வேறு படங்களில் சமூக விமர்சனங்கள் முன்வைக்கப்பட்டு விவாதத்துக்குள்ளாகியிருக்

கின்றன. பாரதிராஜாவின் வேதம் புதிது படத்தில் பல்லக்கு களில் அமர்ந்து செல்லும் சாமியார்கள் விமர்சிக்கப்படு கிறார்கள். பெயருடன் ஜாதிப் பெயரைச் சேர்த்துக்கொள்ளும் பழக்கம் விமர்சிக்கப்படுகிறது. சில படங்களில் இட ஒதுக்கீடு முதலான கோட்பாடுகளும் விமர்சனத்துக்கு உள்ளாகியிருக் கின்றன. ஜாதிக் கட்டமைப்பைப் பல படங்கள் கண்டித்திருக் கின்றன. இவையெல்லாம் எதிர்ப்பையும் சந்தித்தன. ஆனால் இந்த விமர்சனங்களுக்கு ஆதரவாகவும் சமூகத்தில் வலுவான குரல்கள் எழுந்து விவாதங்கள் நடந்தன. கமல்ஹாஸனின் ஹே ராம் படமும் பல தரப்புகளிடமிருந்தும் எதிர்ப்பைச் சம்பாதித்தது. ஆனால் அந்தப் படத்தில் பல தரப்புகளின் குரல்கள் எதிரொலித்தன. விஸ்வரூபத்திலோ ஒற்றைக் குரல் மட்டுமே கேட்கிறது. விவாதத்துக்கு இடம் தராத பாரபட்ச மான முடிவுகளையும் கற்பிதங்களையும் படம் தன்னகத்தே கொண்டிருக்கிறது. பிரச்சினையின் பன்முகப் பரிமாணங்களைப் பார்க்க மறுக்கிறது. இது சிக்கலான பிரச்சினையைக் கையாள்வதற்கான நெறிமுறைகளை மீறும் செயல். ஆகவே இது கண்டிக்கத்தக்க படம். சிக்கலான பிரச்சினையைக் கையாள விரும்புபவர்களை அச்சுறுத்தும் கசப்பான முன்னுதாரணமாக இது அமையாது. மாறாக, எப்படி ஒரு பிரச்சினையைக் கையாளக் கூடாது என்பதற்கான முன்னுதாரணமாக அமைந் திருக்கிறது. எனவே இந்தப் படத்துக்கு எழுந்த எதிர்ப்பு படைப்புக்களில் கூர்மையான விமர்சனங்களை முன்வைப்பவர் களை அதைரியப்படுத்தும் என்று சொல்ல எந்த முகாந்திரமும் இல்லை.

முஸ்லீம்களுக்குப் படத்தைப் போட்டுக்காட்டிய கமல் அவர்கள் எதிர்ப்பைக் கண்டு அதிர்ச்சி அடைந்தது அவரது பேட்டிகளில் தெரிந்தது. தன் படைப்பைத் தான் விரும்பும் விதத்திலேயே எல்லோரும் பார்ப்பார்கள் என்று ஒரு படைப்பாளி எப்படி நினைக்கலாம்? எதிர்ப்பு, தடை ஆகிய வற்றுக்குப் பிறகு தமிழ்நாட்டில் மதச்சார்பின்மை இல்லை என்று சொல்லும் அளவுக்கு அவர் போய்விட்டார். இப்படிப் பட்ட தமிழ்நாட்டில் வசிக்கத் தனக்கு விருப்பம் இல்லை என்றார். அதாவது, அவர் படைப்பை எதிர்த்தால் அது மதச் சார்பு. ஆதரித்தால் மதச்சர்பின்மை. ஒரு சில மாற்றங் களுக்குப் பிறகு படம் வெளியிடப்பட்டது. படமும் வெற்றி பெற்றுவிட்டது. கமலும் தமிழ்நாட்டிலேயே தங்கிவிட்டார். தமிழகத்தில் மீண்டும் மதச் சார்பின்மை துளிர்த்துவிட்டது.

படத்தை எதிர்த்த முஸ்லீம் அமைப்புகளுக்கு ஒரு வார்த்தை: எதிர்ப்பின் தன்மை அந்த எதிர்ப்புக்கான நியாயங்

களை உணர்த்துவதாக இருக்க வேண்டும். படத்தை வெளியிட்டால் சட்டம் ஒழுங்கு பிரச்சினை ஏற்பட்டிருக்கும் என்று ஒரு மாநில முதல்வர் கூறுவது எதிர்த்தவர்களின் வழிமுறைகள் மீதான பகிரங்கமான, கடுமையான விமர்சனம் என்பதைப் புரிந்துகொள்ள வேண்டும். கமல் மீதும் கமலை ஆதரிப்பவர்கள் மீதும் மிகவும் தரக்குறைவான சொற்கள், தாக்குதல்களைப் பிரயோகித்ததன் மூலம் எதிர்ப்பாளர்கள் தங்கள் தரப்பு நியாயத்தைப் பொதுமக்கள் உணர்வதற்கான சூழலைக் குலைத்துவிட்டார்கள். படத்தை வெளியிட விட மாட்டோம் என்று சொன்னதற்குப் பதில் உச்ச நீதிமன்றத்திற்குச் சென்று தணிக்கைக் குழுவின் மீது வழக்குத் தொடுத்திருக்க வேண்டும். கமலையும் தணிக்கைக் குழுவினரையும் நீதிமன்றத்தில் இஸ்லாமியர்களின் கேள்விகளுக்குப் பதில் சொல்ல வேண்டிய நிர்ப்பந்தத்திற்கு உள்ளாக்கியிருக்க வேண்டும். அதை விடுத்து வன்முறை உள்ளிட்ட விரும்பத்தகாத முறைகளில் எதிர்ப்பை வெளிப்படுத்தியது முஸ்லீம்கள் மீது பொதுப் புத்தியில் கட்டமைக்கப்பட்டிருக்கும் எதிர்மறையான படிமங்களுக்கு வலுச் சேர்த்திருக்கிறது. பொதுவாகத் திரைப்பட ரசிகர்களையும் குறிப்பாகக் கமல் ரசிகர்களையும் இஸ்லாமியர்கள் மீது கோபம் கொள்ளச் செய்தது படத்திற்கான எதிர்ப்பு அல்ல, எதிர்ப்பின் வழிமுறைகள்தான் என்பதை இஸ்லாமிய அமைப்புகள் யோசிப்பது நல்லது.

ஆளுமைகள்: சந்தானம்

ஒற்றைப் பரிமாணத்தின் வீச்சு

கலைத் துறையில் கோலோச்சுவதில் இரண்டு வகைகள் உள்ளன. ஒன்று தன் அபாரமான திறமையால் பலரது பாராட்டுகளைப் பெற்றுப் புகழுடன் இருத்தல். இன்னொன்று வெற்றியால் முதலிடம் பெறுதல். இரண்டும் சேர்ந்து ஒரே நபரிடத்தில் இருப்பது அரிதானது.

நகைச்சுவை நடிகர் சந்தானம் இன்று நகைச்சுவை நடிகர்களில் முதலிடத்தில் இருக்கிறார் என்பதில் சந்தேகம் இல்லை. மிகப் பெரிய நட்சத்திரம் முதல் புத்தம் புதிய நாயக நடிகர்வரை எல்லோருமே சந்தானம் தன் படத்தில் இருப்பதை விரும்புகிறார்கள். பட வியாபாரத்திற்கான குறைந்தபட்ச உத்தரவாதத்தைச் சந்தானத்தின் இருப்பு உறுதிசெய்துவிடுவதால் தயாரிப்பாளர்களும் சந்தானத்தின் தேதிகளுக்காகத் துண்டு போட்டுக் காத்திருக்கிறார்கள். திரையிலும் விளம்பரங்களிலும் கிட்டத்தட்ட நாயகனுக்கு இணையான இடம் இவருக்குக் கிடைக்கிறது. கடந்த ஆண்டில் 12 படங்களில் இவர் நடித்துள்ளார். அவற்றில் நான்கு படங்கள் வெற்றிப் படங்கள். மீதிப் படங்கள் சுமாராக ஓடியதற்குச் சந்தானமும் ஒரு காரணம். இந்த முதலிடம் பிரத்யேகமான திறமையுடன் கூடிய வெற்றியின் சித்திரமா அல்லது கலையும் மேகங்களின் தாற்காலிகத் தோற்றமா?

சந்தானம் இன்று பெற்றிருக்கும் இடம் அலாதி யானது. அவர் நடிக்கும் படத்தில் பிற நகைச்சுவை நடிகர்கள் இருந்தாலும் அவருக்கே பிரதான இடம்

வழங்கப்படுகிறது. மற்றவர்களை மண்டையில் தட்டும் பாத்திரம் அவருக்கே கிடைக்கிறது. இந்தச் செல்வாக்கைச் சந்தானம் தெளிவாக உணர்ந்தும் இருக்கிறார். பெரிய நட்சத்திர அந்தஸ்து உள்ள நாயகர்கள் படங்களில் நடிக்கும்போது நான் 'அவருடன்' நடிக்கிறேன் என்று சொல்லும் சந்தானம், பிற படங்களில் நடிக்கும்போது அவர் 'என்னுடன்' நடிக்கிறார் என்று சொல்கிறார். சற்றே ஆணவமான வெளிப்பாடாகத் தெரிந்தாலும் இன்றைய தமிழ் சினிமாவில் இதுதான் யதார்த்தம்.

திரை உலகில் ஒவ்வொரு காலகட்டத்தில் ஒவ்வொரு நகைச்சுவை நடிகர் கோலோச்சுவதுண்டு. அந்தக் காலகட்டத்தில் வரும் எல்லாப் படங்களிலும் அவரே இருப்பது போன்ற பிரமை ஏற்படும் அளவுக்கு அவரது ஆதிக்கம் இருக்கும். சந்தானத்துக்கு இப்போது அப்படிப்பட்ட காலகட்டம். அவர் சென்ற ஆண்டு நடித்த படங்களின் எண்ணிக்கைக்குச் சமமாக கஞ்சா கருப்பும் சென்ற ஆண்டில் நடித்திருக்கிறார். ஆனால் அவர் இருக்கும் இடத்தைத் தேட வேண்டியுள்ளது. சந்தானத் துடன் சேர்ந்து நடிக்கும் படங்களில் அவரிடம் இவர் அடி வாங்க வேண்டியிருக்கிறது. அதே நிலைதான் வேறு பலருக்கும். காரணம், இது சந்தானத்தின் காலம்.

இந்த வெற்றிக்கு என்ன காரணம்? சந்தானம் கலைவாண ரைப் போலச் சிந்தனையைக் கிளறும் நகைச்சுவையை அறிந்தவர் அல்ல. நாகேஷைப் போன்ற பன்முகக் கலைஞர் அல்ல. சந்திரபாபுவைப் போன்ற கற்பனை வளமோ அற்புத மான உடல் மொழியோ, குரல் ஜாலங்களோ கொண்டவர் அல்ல. வாழ்க்கையை வித்தியாசமான கோணத்தில் பார்ப்பதால் உருவாகும் அங்கதச் சுவையை நாகேஷ் போன்ற கலைஞர் களிடத்தில் பார்க்க முடியும். சந்தானம் அந்த வகையைச் சேர்ந்தவர் அல்ல. அத்தகைய ஆழமான நகைச்சுவையே இன்று இல்லை என்றுகூடச் சொல்லலாம். பதிலடி கொடுத்து எதிராளியை மட்டம் தட்டும் கூர்மைதான் சந்தானத்தின் பலம். எதற்கெடுத்தாலும் இடக்காகப் பேசுவது, போட்டு வாங்குவது, அப்பாவித்தனத்தின் தலையில் குட்டுவது ஆகியவையே அவரது பாணியின் அம்சங்கள்.

எண்பதுகளில் நகைச்சுவை அரங்கின் மையத்தில் இருந்த கவுண்டமணியோடு சந்தானத்தை ஒப்பிடுவதில் நியாயம் இருக்கிறது. "நடக்கறது நடந்துபோச்சு" என்று யாராவது வருத்தமாகப் பேசும்போது, "அப்ப நடக்காதது ஆட்டோல போச்சா?" என்று பட்டென்று மண்டையில் தட்டும் பாணி

கவுண்டமணியினுடையது. எதைச் சொன்னாலும் எகத்தாள மாகப் பதிலடி கொடுப்பது இந்தப் பாணியின் தன்மை. கிராமப்புறம், சிறு நகரங்கள் ஆகியவற்றின் பண்பாட்டுத் தளங்களில் கவுண்டமணி செய்த இதே காரியத்தைச் சந்தானம் நகர்ப்புறப் பின்னணியில் செய்கிறார். நகரம் சார்ந்த படிமங்கள், நகர்ப்புற மொழி, சொலவடைகள், நகரத்து உடல் மொழி ஆகியவை அவருக்குக் கை கொடுக்கின்றன. இது மிகவும் வசதியான ஒரு பாணி. இதற்கென்று காட்சிகளையோ பிரத்யேகமான நிகழ்வுகளையோ உருவாக்க வேண்டாம். இடக்குத்தனமான உரையாடல்களாலேயே காட்சியை வளர்த்துக்கொண்டு போகலாம். அன்றாட யதார்த்த வாழ்வில் பல இடங்களில் நடக்கும் அரட்டைக் கச்சேரிகளில் இதுபோன்ற உரையாடல்களைச் சகஜமாகக் கேட்க முடியும். அவற்றை மெருகேற்றித் திரை மொழியாக்குவதே சந்தானத்தின் பலம்.

ஆனால் கவுண்டமணி இதை மட்டுமே நம்பியிருக்க வில்லை. பல்வேறு சூழல்களை உருவாக்கி அதற்குள் நின்று சிரிக்க வைத்திருக்கிறார். வாழைப்பழ நகைச்சுவை அதில் ஒன்று. பல படங்களில் இதுபோன்ற சூழல்களைக் காண முடியும். பத்தாண்டுகளுக்கு மேலாகத் தமிழ் நகைச்சுவை அரங்கை ஆக்கிரமித்த வடிவேலுவும் எண்ணற்ற பிரத்யேகமான சூழல்களை உருவாக்கியிருக்கிறார். அதுபோன்ற சூழல்களைச் சந்தானம் அதிகம் உருவாக்குவதில்லை. அதிரடி பதிலடியையே அவர் பெரிதும் நம்புகிறார். வேலை வாய்ப்புக்காக நாயகன் யோசிக்கும்போது “நீ சினிமால நடிக்க முடியுமான்னு பாரேன்” என்று சந்தானம் யோசனை சொல்கிறார். “விஜய், சூர்யா, விக்ரம், சிம்பு, தனுஷ் … அங்க ஹெவி காம்படிஷன் மச்சி” என்கிறார் நாயகன். “அவங்களுக்குள்ளதான காம்படிஷன்? உனக்கு என்ன வந்தது?” என்கிறார் சந்தானம். ‘பாஸ் என்கிற பாஸ்கரன்’ படம் முழுவதும் இதுபோன்ற கலாய்ப்புகள் நிறைய இருக்கும். ஒரு விதத்தில் இந்தக் கலாய்ப்புதான் சந்தானம் என்றுகூடச் சொல்லிவிடலாம்.

இதுவும் கவுண்டரின் பாணிதான். ரஜினிகாந்த் போன்ற நட்சத்திரத்தையே கலாய்ப்பவர் அவர். கவுண்டமணியைப் போலவே பெண்களைக் கிண்டலடிப்பது, கறுப்பாக இருப்பவர் களைப் பரிகசிப்பது ஆகியவற்றில் சந்தானத்துக்கு எந்தத் தயக்கமும் இல்லை. ஆபாசமாகப் பேசுவதிலும் இவர் சளைத்தவரல்ல.

கவுண்டரோடு சந்தானம் வேறுபடும் இடம் முக்கிய மானது. என்னதான் அதிரடியாகப் பேசினாலும் பல சமயம்

கவுண்டரின் மூக்கு உடையும். குறிப்பாகச் செந்திலுடன் இணைந்து நடிக்கும் படங்களில் இறுதி வெற்றி செந்திலுக்குத் தான். வித விதமாகச் செந்திலை மட்டம் தட்டும் கவுண்டமணி கடைசியில் மண்ணைக் கவ்வுவார். அப்பாவி போல இருந்து கொண்டு கடைசியில் வெற்றிக்கொடி நாட்டுவார் செந்தில். டாம் அண்ட் ஜெர்ரி சண்டைகளைத் தமிழ் மண்ணுக்கேற்ப வடிமைத்துத் தந்தது கவுண்டமணி – செந்தில் இணையரின் பங்களிப்பு. சந்தானம் மூக்குடைபடும் தருணங்கள் குறைவாக வும் பிறரை மட்டம் தட்டும் தருணங்கள் அதிகமாகவும் இருக்கும். சில சமயம் நாயகர்களும் இதிலிருந்து தப்ப முடியாது. ஆதிக்கம் என்பதே சந்தானத்தின் அடையாளம். பெரும்பாலும் வாய் வீச்சின் மூலமாகவே இது சாத்தியமாகிறது.

வாய் வீச்சின் வழியே நிலை நிறுத்தப்படும் மேலாதிக்கம் என்பதைச் சந்தானத்தின் அடையாளமாகச் சொல்லலாம். சூழல்களை உருவாக்குவது, கிளைக் கதைகளை யோசிப்பது ஆகியவை சந்தானத்தின் களம் அல்ல. இது கவுண்டமணி, வடிவேலு போன்றவர்களிடமிருந்து அவரை வேறுபடுத்துகிறது. ஆனால் இதுவே அவரை ஒப்பீட்டளவில் பலவீனமானவராகவும் ஆக்குகிறது. பதிலடிகள் எவ்வளவு கூர்மையாக இருந்தாலும் அவை மனதில் தங்காது. தருணங்களும் நிகழ்வுகளும் தங்கும். நினைத்து நினைத்துச் சிரிக்க வைக்கும். படைப்பூக்கத்தோடு உருவாக்கப்படும் அங்கதச் சூழல்கள் வாழ்க்கையை வித்தியாச மான கோணத்தில் அணுகுவதற்கும் நம் புரிந்துகொள்ளலை ஆழப்படுத்துவதற்கும் பயன்படும். கவுண்டமணியின் வாழைப் பழச் சிக்கல், வடிவேலுவின் ஸ்னேக் பாபு கதையாடல் போன்றவை இத்தகைய வலுவைக் கொண்டவை. இவை உருவான காலம், சூழல் ஆகியவற்றைத் தாண்டி நம்மோடு பயணிக்கக்கூடியவை. சந்தானத்திற்குக் கைகூடாத அம்சம் இது.

வடிவேலுவோடு ஒப்பிடுகையில் சந்தானத்தின் இன்னொரு பலவீனமும் பளிச்சிடுகிறது. வடிவேலு உருவாக்கும் பாத்திரங் களும் தருணங்களும் மறக்க முடியாதவை. அவரிடமிருந்து வெளிப்படும் சொல்லாடல்கள் தமிழர்களின் சமகால மொழி யின் ஒரு பகுதியாகவே மாறிவிட்டன. 'இன்னுமா இந்த உலகம் என்னய நம்புது?', 'நானாத்தான் நாறிட்டேனா?', 'மறுபடியும் முதல்லேந்தா?', 'பில்டிங் ஸ்ட்ராங்கு, பேஸ்மன்ட் வீக்கு', 'நாங்களும் ரவுடிதான்' என்பன போன்ற சொல் லாடல்கள் வாழ்வின் பல்வேறு தருணங்களுக்குப் பொருந்தும் படிமங்களாகப் பரிமளிக்கின்றன. இதுபோன்ற சொல்லாடல் களையோ போக்கிரி, கிரி, வின்னர், மருதமலை, நகரம்

போன்ற படங்களில் வருவது போன்ற பாத்திரங்களையோ சந்தானம் இன்னமும் உருவாக்கவில்லை. சந்தானத்தின் திரை பிம்பத்தில் ஒற்றைப் பரிமாணம் கொண்ட ஒற்றை அடையாளம் மட்டுமே தெரிகிறது.

இதைச் சந்தானத்தின் பலவீனம் என்று சொன்னால், இதை வைத்தே அபாரமான வெற்றி பெற்றதை அவருடைய சாதனை என்று சொல்ல வேண்டும். இந்தப் பாணியின் வரையறைகளைத் தாண்டி இதை வெற்றிக்கான சூத்திரமாக்கும் அளவுக்கு இதன் வலிமையைத் திறமையாகப் பயன்படுத்தி வெற்றி பெற்றிருக்கிறார் சந்தானம்.

வேறு சில அம்சங்களும் சந்தானத்துக்குச் சாதகமாக இருக்கின்றன. படத்தில் பல நகைச்சுவை நடிகர்கள் இருந்தாலும் சந்தானம் பளிச்சென்று தனித்துத் தெரிகிறார். அவரது தோற்றமும் தடாலடியான மொழியும் இதற்குக் கைகொடுக்கின்றன. அவரது தோற்றம் சில சமயம் கதாநாயகர்களை மங்க வைக்கும் அளவுக்குப் பொலிவுடன் இருக்கிறது. நகர்ப்புற மொழியையும் படிமங்களையும் பயன்படுத்துவது பிறரிடமிருந்து இவரைத் தனித்துக் காட்டுகிறது.

வளமான நகைச்சுவை மரபு கொண்ட தமிழ்த் திரையுலகின் வரலாற்றில் சந்தானம் தனி இடம் பெறுவாரா? இப்போது அவர் பெற்றிருக்கும் வெற்றியை வைத்து இந்தக் கேள்விக்குப் பதில் காண இயலாது. இந்த வெற்றியின் மூலம் கிடைத்திருக்கும் இடத்தை அவர் எப்படி நிலைநிறுத்திக் கொள்ளப்போகிறார் என்பதிலேயே இதற்கான விடை இருக்கிறது. இதுவரையில் நாம் பார்த்த சந்தானம்தான் அவரது மொத்தமான பங்களிப்பு என்றால் காலம் அவரை விரைவில் மறதியின் இருளுக்குள் தள்ளிவிடும். காரணம், அவரது நகைச்சுவை உடனடி அங்கத வகையைச் சார்ந்தது. கேட்ட உடன் சிரிப்பு வரும். சட்டென்று மறந்துவிடும் பாணி இது.

இந்த ஒற்றைப் பரிமாணத்தை விரிவுபடுத்துவதில்தான் தமிழ்த் திரை வரலாற்றில் சந்தானத்தின் ஆளுமை நிரந்தர இடம் பெறுவதற்கான வழி இருக்கிறது.

சூது கவ்வும்

கட்டுடையும் பிம்பங்கள்

பிம்பங்களால் கட்டமைக்கப்பட்டது வெகுஜனத் தமிழ் சினிமா. கதாநாயகன், கதாநாயகி, வில்லன், வில்லி, கோமாளிகள், துணைப் பாத்திரங்கள் ஆகிய வற்றுக்கென்று ஆகிவந்த பிம்பங்கள் இருக்கின்றன. எம்.ஜி.ஆர். காலத்து வீர நாயகன் பிம்பம் ரஜினியின் வருகைக்குப் பிறகு குணரீதியான மாற்றம் பெற்றாலும் தருமத்தின் காவலன் என்னும் அடிப்படைப் பண்பில் மாற்றம் ஏற்படவில்லை. தர்மத்திற்காகப் போராடும் நாயகனை எதிர்க்கும் வில்லன் பிம்பம் பல மாற்றங் களுக்கு உட்பட்டாலும் 'கெட்டவன், அழிக்க / அடக்கப் பட வேண்டியவன்' என்னும் அடிப்படைத் தன்மையில் மாற்றம் பெறவில்லை. கதாநாயகிகள், 'கவர்ச்சிப் பாவை'கள் ஆகிய பிம்பங்களுக்கும் இதைப் பொருத்திப் பார்க்கலாம். பிம்பங்களில் அடையாளப்பூர்வமான மாற்றங்கள் ஏற்படுகின்றன. அவை வேறு பிம்பங்களாக மாறுகின்றன. ஆனால் பிம்பங்களே அற்ற நிலை உருவாகி விடுவதில்லை. நலன் குமாரசாமியின் சூது கவ்வும் திரைப்படம் பலவிதமான பிம்பங்களையும் அனாயாச மாகக் கட்டுடைப்புச் செய்திருக்கிறது. கட்டுடைந்த பிம்பங்கள் உருமாறி வேறு பிம்பங்களாக உறைந்துவிட வில்லை என்பது மேலும் முக்கியமானது.

கதாநாயகன், கதாநாயகி, வில்லன், நாயகனின் / நாயகியின் நண்பர்கள், வில்லனின் அடியாட்கள், நகைச் சுவைப் பாத்திரங்கள், குணசித்திரப் பாத்திரங்கள் என்று யாருமே இந்தப் படத்தில் கிடையாது. இதில் வருபவர்கள்

அனைவரும் பாத்திரங்கள்; எல்லாப் பாத்திரங்களுமே ஒரு விதத்தில் கோமாளிகள். பெரும் முஸ்தீபுகளுடன் அறிமுகப் படுத்தப்படும். 'கொலைகார' காவல் அதிகாரி, சுத்தமான அரசியல்வாதி உட்பட எல்லாருமே கோமாளிகளாக இருக் கிறார்கள் அல்லது ஆக்கப்படுகிறார்கள்.

பிம்பங்களை உருவாக்குவதன் மூலம் அதிகார மையங் களைக் கட்டமைப்பது நவீனத்துவத்தின் இயல்பு என்றால் மையங்களைக் கட்டுடைப்பதன் மூலம் அதிகாரங்களைக் கேள்விக்குட்படுத்துவது பின் நவீனத்துவத்தின் இயங்கு முறை. ஆகி வந்த பிம்பங்களைக் கட்டுடைப்பதன் மூலம் 'சூது கவ்வும்' திரைப்படம் பின் நவீனத்துவத்தின் கதையாடலைக் கைக்கொள்கிறது என்று சொல்லலாம். குறிப்பிட்ட ஒரு பாத்திரம் அல்லது சூத்ரதாரியின் பார்வையில் கதையைச் சொல்லாமல் கதை நோக்குக் கோணங்களையும் மாற்றியபடி இருக்கும் பாங்கிலும் பின் நவீனத்துவக் கதையாடல் வெளிப் படுகிறது.

எம்.ஜி.ஆர். பாணி நாயக பிம்பம் ரஜினியின் வரவுக்குப் பிறகு மேலோட்டமான அளவில் மாறியது. 'நல்லவன் வாழ்வான்', 'தருமம் தலைகாக்கும்', 'தர்மம் காக்கப் போராடு பவனே நாயகன்' ஆகிய பிம்பங்கள் மாறுபட்ட வடிவில் கட்டமைக்கப்பட்டன. எது தருமம் என்றே புரிந்துகொள்ள முடியாத ஒரு சூழலின் சிக்கல்களைப் புறக்கணித்து அதைக் கறுப்பு வெள்ளையாகச் சித்திரித்து, தர்மத்தைத் தட்டையாக வரையறுப்பதன் மூலம் நாயக–வில்ல பிம்பங்களுக்கான தர்க்கங்கள் கட்டமைக்கப்படுகின்றன. இந்தக் கட்டமைப்பின் அடிப்படையை அசைக்கிறது 'சூது கவ்வும்'. நல்லவர்கள், கெட்டவர்கள், நல்லது, கெட்டது ஆகிய வரையறைகளின் போதாமையை அம்பலப்படுத்துவதன் மூலம் இதைச் செய்கிறது.

படத்தில் வரும் நேர்மையான அரசியல்வாதியின் பாத்திரம் மூலம் இதை விளங்கிக்கொள்ளலாம். தனக்கு லஞ்சம் தர முன்வருபவருக்கு வலை விரித்து அம்பலப்படுத்தி விளம்பரம் தேடிக்கொள்கிறார் அமைச்சர். நேர்மை, எளிமை என்று பேசும் இவர் வீட்டில் மனைவி, மகன் ஆகியோரின் கண்ணோட்டங்களைச் சிறிதும் புரிந்துகொள்ளத் திராணி அற்றவராக இருக்கிறார். மகனைக் கடத்தியவர்களின் மிரட் டலுக்குப் பணிய மறுக்கும் அமைச்சர் கடத்தியவர்களைச் சட்ட விரோதமாகச் சுட்டுக் கொல்ல ஏற்பாடு செய்கிறார். தான் நல்லவன் என்று காட்டிக்கொள்ளத் துடிக்கும் அவர்

அந்த நற்பெயக்குச் சிறு களங்கம் வரும் என்றாலும் எக்கச்சக்கமாகப் பதற்றப்படுகிறார். மடியில் கனம் இல்லாதவரின் நிதானம் அவரிடம் காணப்படவில்லை. கூடவே இருக்கும் பையனின் போக்குப் புரியவில்லை. மனைவியை அடிப்பதிலும் தயக்கமில்லை. தன் தரப்பின் நியாயத்தை நிலைநாட்டும் திறமையும் இல்லை. கடைசியில் பதவியைப் பறிகொடுத்து விட்டுப் புலம்பும் ஏமாளித்தனமே இவருக்குச் சாத்தியப் படுகிறது. நல்லவர் என்ற பிம்பத்தின் வரையறைகளைக் கலைத்துப் போடும் விதத்தில் நல்லதனம் என்பதன் சமகாலப் பெறுமானத்தின் குழப்பங்களை வெளிப்படுத்துகிறார் குமாரசாமி.

குற்றவாளிகள் எனக் கருதப்படுபவர்களைச் சுட்டுத் தள்ளுவதுதான் வாழ்வின் லட்சியம் என்னும் முடிவுடன் வாழ்ந்துவரும் காவல்துறை அதிகாரியை மனநிலை பிறழ்ந்தவராகவும் விசித்திரமான போக்குகள் கொண்டவராகவும் சித்திரிப்பது இயக்குநரை வித்தியாசமான படைப்பாளியாக அடையாளம் காட்டுகிறது. பொதுவாகத் தமிழ் சினிமாவில் ஆராதிக்கப்படும் பாத்திரம் இது. குற்றவாளிகள் எனக் கருதப்படுவோர் மீது இந்தப் பாத்திரம் உமிழும் வெறுப்பை அப்பட்டமாகப் பதிவு செய்யும் இயக்குநர், திறமையான இந்த அதிகாரியை நான்கு கற்றுக்குட்டிகள் அலைக்கழிப்பதாகக் காட்டுவதன் மூலம் வழமையான பிம்பத்தைக் கலைக்கிறார். கடைசியில் பிட்டத்தில் சுட்டுக்கொள்ளும் விபத்தைக் கட்டமைப்பதன் மூலம் வேட்டைக்காரனைக் கோமாளியாக்கி ஓரங்கட்டுகிறார். வலுவான அதிகார மையம் உடைந்து சிதறும் நீர்க்குமிழியாக உருமாறும் தருணம் இது.

கதாநாயகியின் சித்திரிப்பும் முக்கியமானது. தமிழ் சினிமாவில் விளிம்பு நிலைப் பாத்திரங்கள் முக்கிய இடம் பெறுவது புதிதல்ல. ஆனால் அத்தகைய பாத்திரங்களுக்கு மேட்டுக்குடித் தன்மைகள் நிறைந்த பெண்கள் மிக எளிதாகக் கிடைத்துவிடுவார்கள். யதார்த்தத்திற்குச் சிறிதும் தொடர்பற்ற இந்த அம்சம் பெரும்பாலான படங்களில் இடம்பெறுகிறது. இந்தப் படத்திலும் அடித்தட்டு வாழ்க்கையைச் சேர்ந்த ஒருவனுக்கு வழக்கமான கதாநாயகி அம்சங்கள் கொண்ட ஒரு பெண் கிடைக்கிறாள். எப்போதும் அவன் கூடவே இருக்கிறாள். 'என்னைக் கல்யாணம் பண்ணிக்கோ மாமா' என்று கொஞ்சுகிறாள். அவன் சொல்வதையெல்லாம் கேட்கிறாள். அவன் செயல்களுக்குத் துணை நிற்கிறாள். ஆனால் இவை எல்லாம் நடப்பது கற்பனையில். ஆண் பாத்திரத்தின் கற்பனையில். இப்படிப்பட்ட வாழ்வைக் கொண்டுள்ள ஒருவனுக்கு இப்படிப்பட்ட ஒரு பெண் கனவில்

தான் கிடைப்பாள் என்ற யதார்த்தத்தைக் கலை நயத்துடன் சித்திரிக்கும் இடம் இது.

பாத்திரங்களை வடிவமைப்பதிலும் வசனங்களிலும் குமாரசாமியின் நுட்பங்கள் கவனிக்கத்தக்கவை. அலாரம் வைத்து எழுந்து தண்ணி அடிப்பவன், நயன்தாராவுக்குக் கோவில் கட்டியதற்காக அடித்துத் துரத்தப்பட்டவன் ஆகிய பாத்திரங்கள் தரும் அனுபவங்கள் சுவாரஸ்யமானவை என்பதோடு, பொதுப்புத்தியின் கற்பனைக்கு அப்பாற்பட்ட வாழ்நிலைகளைப் பிரதிபலிப்பவை. தவறு என்று தெரிந்தும் ஜாகுவார் வண்டியை ஓட்டிச் செல்பவனுக்கு வேலை போகும் காட்சியில் பாதுகாப்பு உணர்வை வெற்றிகொள்ளும் ஆசையின் ஆதிக்கம் வெளிப்படுகிறது. ஒரு பெண் விரிக்கும் பாலியல் வலையில் மாட்டிக்கொள்வதால் வேலை இழக்கும் மென் பொருள் துறை ஊழியன் சித்திரிப்பில் இன்றைய சூழலின் முரண் நகை வெளிப்படுகிறது. அலாரம் வைத்துத் தண்ணி அடிக்கும் இளைஞன் ஏன் வேலைக்குப் போக வேண்டாம் என்பதற்குக் கூறும் காரணங்களும் 'தேதிய மாத்தி விக்கறான், அதை (செய்தித்தாள்) நான் எதுக்கு வாங்கணும்?' என்பன போன்ற வசனங்களும் ஒரு படைப்பாளி வாழ்வைத் தனக்கே உரிய கோணத்தில் பார்ப்பதால் வெளிப்படும் அவதானிப்புகள்.

அபத்த வகைக் கதையாடல் இந்தப் படத்தின் மற்றொரு சிறப்பு. கடத்தலில் ஈடுபடும் நால்வரும் ஒன்றிணைவது, அவர்கள் போகும் திட்டம், அதை அவர்கள் செயல்படுத்தும் விதம், அவர்களுக்குக் கிடைக்கும் வெற்றி, தோல்விகள் ஆகிய அனைத்துமே அபத்த வகைக் கதையாடலாக முன் வைக்கப் படுகின்றன. திட்டங்கள், திறமைகள் ஆகியவற்றுக்கும் வெற்றி தோல்விகள், வாய்ப்புகள் ஆகியவற்றுக்கும் இடையே உள்ள உறவு பெரும்பாலும் அபத்தமானதாவே இருப்பதுதான் யதார்த்தம். அந்த அபத்தத்தை அதன் தளத்திலேயே சித்திரிக்கிறது குமாரசாமியின் கதையாடல். படம் முடியும் விதம் யத்தனங் களின் வியர்த்தத்தையும் அர்த்தத்தின் அர்த்தமின்மையையும் காட்டுவதன் மூலம் படைப்பின் 'நோக்கம்', 'செய்தி' ஆகிய வழமையான கருத்தாக்கங்களையும் கலைத்துப் போடுகிறது.

ஆகிவந்த பிம்பங்களை அபத்த வகைக் கதையாடலினூடே கட்டுடைப்புச் செய்திருக்கும் 'சூது கவ்வும்' தமிழ் சினிமாவின் முக்கியமான சலனங்களில் ஒன்று எனச் சொல்லலாம்.

பிளவுகளை அதிகரிக்கும் பிம்பங்கள்

தமிழ் சினிமா எதைச் சாதிக்கிறதோ இல்லையோ அடிக்கடி சர்ச்சைகளைக் கிளப்பிவிடுகிறது. அண்மையில் வெளியான 'குட்டிப் புலி' என்னும் படத்தை ஒட்டி எழுந்துள்ள சர்ச்சை தமிழ்ச் சமூகத்தின் சாதிப் பார்வைகள், படிநிலைகள் குறித்த கேள்விகளை எழுப்புகிறது.

சாதி சார்ந்த பார்வையை வெளிப்படையாகக் காட்டிக்கொள்ளும் போக்குத் தமிழ் சினிமாவில் அதிகரித்துவருகிறது. தற்போதைய சாதிச் சித்திரிப்புகள் மக்களின் பண்பாட்டுச் சித்திரிப்பு என்னும் போர்வையுடன் தம்மை வெளிப்படுத்திக்கொள்கின்றன. மக்கள் பண்பாட்டைச் சித்திரிக்கும்போது மக்களின் சாதி, சமய நம்பிக்கைகள் வெளிப்பட்டே தீரும் என்பதில் ஐயமில்லை. ஆனால் இவை சித்திரிக்கப்படும் விதத்தைப் பார்க்கும்போது பண்பாட்டுக் கூறுகளின் ஒரு பகுதியாக இவை சித்திரிக்கப்படுகின்றனவா அல்லது சாதி அடையாளங்கள் மட்டுமே பண்பாட்டுக் கூறுகளாக முன்னிறுத்தப்படுகின்றனவா என்னும் கேள்வி எழுகிறது. தவிர, சாதி சார்ந்த சித்திரிப்பு என்பதற்கும் சாதிப் பெருமையின் பிரதிபலிப்புக்கும் இடையே உள்ள வித்தியாசம் உணர முடியாத அளவுக்கு நுட்பமானதல்ல. 'குட்டிப் புலி'யும் இதன் கதாநாயகன் சசிக்குமார் இதற்கு முன்பு நடித்த 'சுந்தர பாண்டியன்' படமும் இவ்விஷயத்தில் விவாதத்துக்கு உட்படுத்த வேண்டியவையாக உள்ளன.

இந்த இரு படங்களின் காட்சிகள் மற்றும் வசனங்களினூடே முன்வைக்கப்படும் சில பிம்பங்களில் சாதி

அரசியல் இருக்கிறது என்று சொல்ல இடமிருக்கிறது. ஒரு குறிப்பிட்ட சாதி அல்லது இனம் வீரம் செறிந்தது, சண்டைக்கு அஞ்சாதது, தன் இனத்தின் மானத்தை, குறிப்பாகப் பெண்களின் மானத்தைக் காக்க, எந்த எல்லைக்கும் போகத் தயங்காதது. இந்த இனத்தவர்கள் அடிப்படையில் மிகவும் நல்லவர்கள். வெள்ளந்தியானவர்கள். ஆனால் இனமானம் சார்ந்தோ தற்பெருமை சார்ந்தோ ஏதேனும் விரோதம் வந்தால் மதம் பிடித்த யானையாக மாறிவிடுவார்கள். யோசிக்காமல் அரிவாளைத் தூக்கிவிடுவார்கள். இவர்கள் படிப்பறிவு அதிகம் அற்றவர்கள். இன்னமும் பழம்பெருமையின் மோகத்தில் வாழ்ந்துகொண்டிருப்பவர்கள்.

இந்தப் படங்களைப் பார்க்கையில் பார்வையாளரின் மனதில் எழக்கூடிய பிம்பங்கள் இவை. இந்தச் சித்திரங்கள் பார்வையாளரின் கற்பனைகள் என்று இப்படங்களை உருவாக்கியவர்களோ அவர்கள் சார்பாகப் பேசுபவர்களோ சொல்லக்கூடும். இந்த இரு படங்களின் முதல் காட்சிகளை ஒரு முறை நினைவுகூர்ந்தால் இந்த பிம்பங்களை அகவயமான பார்வைகள் என்று ஒதுக்கிவிட முடியாது என்பது புரிந்துவிடும்.

இரு படங்களுமே கொடூரமான கொலைகளுடன் தொடங்குகின்றன. இரண்டு கொலைகளுமே பெயர் குறிப்பிடப் படாத, ஆனால் எல்லோருக்கும் புரியும்படியான ஒரு சாதிப் பிரிவின் தன்மானத்தைப் 'பறைசாற்றுபவை'. பின் குரல் மூலமாகவும் பாத்திரங்களின் குரல் மூலமாகவும் இந்தக் கொலைகள் சாதியின் மானத்தைக் காப்பாற்றுவதற்காக என மிகத் தெளிவாகக் குறிப்பிடப்படுகிறது. குட்டிப் புலி படம் ஒரு படி மேலே போய் மானம் காக்கக் கொலை செய்வதுடன் மாட்டிக்கொண்டால் உயிரைப் பலி கொடுத்து மானத்தைக் காக்கும் 'வீரத்தை'ச் சித்திரிக்கிறது. அப்படிப் பலியானவர் அந்தப் பிரிவினரின் மன அரங்கில் தெய்வத்தின் நிலைக்கு உயர்த்தப்படுவதையும் படம் காட்டுகிறது.

மேலே சொன்ன பிம்பங்களும் சாதி மானம் காப்பதற்கான வீர, தியாகச் சித்திரிப்புக்களும் கதைக் களம் சார்ந்த யதார்த் தத்தின் பிரதிபலிப்பாக எடுத்துக்கொள்ளப்பட முடியும் என்றால் இவற்றில் குறைகாண எதுவும் இருக்காது. ஆனால் யதார்த்தச் சித்திரிப்புக்கான தன்மையை மீறிப் படைப்பாளியின் குரலாகவும் படைப்புச் சமநிலை பிறழ்ந்த சித்திரிப்புக்களாகவும் இவை வெளிப்படுவதால் இவற்றைக் கேள்விக்கு உட்படுத்த வேண்டியிருக்கிறது. இக்காட்சிகள் வடிவமைக்கப்பட்டு வெளிப் படுத்தப்படும் விதம் வெறும் சித்திரிப்பு என்னும் எல்லையைத் தாண்டிச் செல்கின்றன. பின்னணிக் குரல் விடுக்கும் சேதியும் பாத்திரங்கள் சார்ந்து கட்டி எழுப்பப்படும் பிம்பங்களும்

படைப்பாளியின் பார்வையாகவே இவற்றைப் புரிந்து கொள்ளும் நிர்ப்பந்தத்தை ஏற்படுத்துகின்றன. படைப்பாளியின் பார்வை அல்ல என்பதை ஒரு வாதத்துக்காக ஏற்றுக் கொண்டாலும் இவற்றைப் பார்ப்பவர்களின் மனங்களில் இவை எழுப்பும் சலனங்கள் பரப்புரைகளின் தாக்கத்தை ஒத்தவையாகவே இருக்கின்றன. அவற்றின் சித்திரிப்புக்களின் தன்மை அத்தகையதாக உள்ளது.

ஒவ்வொரு இனக் குழுவும் தனது வரலாறு, பண்பாடு, வாழ்க்கை முறை ஆகியவை குறித்துப் பெருமிதம் கொண் டிருப்பது இயல்புதான். பிற பிரிவினரின் பார்வையில் எதிர்மறையாகத் தெரியும் கூறுகளும் அந்த இனக் குழுவினரின் பார்வையில் வேறு மாதிரியாகத் தோற்றம் கொள்வதற்கான வாய்ப்பும் இருக்கத்தான் செய்கிறது. ஒவ்வொரு இனக்குழுவின் பண்பாட்டுக் கூறுகளையும் வெளியிலிருந்து பார்க்கும் பார்வையை விடுத்து உள்ளிருந்து பார்க்கும் பார்வையை வளர்த்துக்கொள்வது அக்குழுவைப் பற்றிய பொதுவான பார்வையில் தேவையான சலனங்களை ஏற்படுத்தக்கூடியது என்பதில் சந்தேகமில்லை. ஆனால் ஒரு இனக்குழுவை நெருக்கமாக அணுகியோ அதன் உள்ளிருந்து நோக்கும் நிலையிலோ பார்க்கும் பார்வையின் விளைவான சித்திரிப்பு என்பது வேறு, அந்தக் குழுவின் சில அம்சங்களைத் தட்டை யாகச் சித்திரித்து அவற்றைப் பெருமிதச் சின்னங்களாகக் காட்டுவது வேறு. சுந்தர பாண்டியனும் 'குட்டிப் புலி'யும் இத்தகைய சித்திரிப்புக்களை முன்வைக்கின்றன. சாதியின் பெயரால் கடுமையான ஏற்றத்தாழ்வுகளும் இழிவுகளும் கொடும் வன்முறைகளும் நிலவும் நம் சமூகத்தில் சாதிப் பெருமை பேசுவதில் அடிப்படையிலேயே பிரச்சினை உள்ளது என்பதால் இந்தச் சித்திரிப்பு அபாயகரமானது.

நவீனத்துவப் பார்வை பழமை சார்ந்த எல்லா அம்சங் களையும் விமர்சனக் கண்ணோட்டத்துடன் அணுகுவதில் பல உண்மைகள் புலப்பட்டாலும் பல நுட்பங்கள் மறைக்கப் படுகின்றன. நவீனத்துவம் பழமையை வெளியிலிருந்து பார்ப்பதில் பல சிக்கல்கள் இருக்கின்றன. இந்தப் பார்வை பண்பாட்டுக் கூறுகளின் உள் சிக்கல்களையும் உள்ளார்ந்த வலிமைகளையும் கணக்கில் எடுத்துக்கொள்வதில்லை. நுட்பங் களின் மெல்லிய கோடுகளை அழித்துப் பொதுமைப்படுத்தி வகைப்படுத்தும் முனைப்பு நவீனத்துவப் பார்வையில் உள்ளது. சாதி அல்லது இனக் குழுப் பண்பாட்டை விமர்சனபூர்வமாக அணுகத் தூண்டும் நவீனத்துவப் பார்வையின் போதாமையை உணர்பவர்கள் சிலர் அந்த அணுகுமுறையை விரிவுபடுத் துவதற்குப் பதிலாகப் பழமையைத் தூக்கிப் பிடிக்கிறார்கள்.

கேளிக்கை மனிதர்கள்

இத்தகு செயலுக்கு நவீனத்துவ, பின்நவீனத்துவ அணுகுமுறைகளும் பயன்படுகின்றன. படைப்பில் பிம்பங்கள் கட்டமைக்கப்படும் விதமும் அவை புரிந்துகொள்ளப்படும் விதமும் தீவிர ஆய்வுக்குட்படுத்தப்பட வேண்டியவை. ஆனால் உள் சிக்கல்களைப் பற்றிப் பேசுவது வேறு, பழம்பெருமையைத் தூக்கிப் பிடிப்பது வேறு.

இதுபோன்ற பிம்பங்கள் முன்னிறுத்தும் செய்திகள் குறிப்பிட்ட பிரிவினரை இழிவுபடுத்துவதாகவும் அவர்களது மாற்றங்களைக் கணக்கில் எடுத்துக்கொள்ளாததாகவும் உள்ளன என்பதையும் கவனிக்க வேண்டும். பரிசீலனைக்கு உட்படுத்தப்படாத பழம்பெருமையும் பழமையை அப்படியே பேண வேண்டும் என்னும் உள்ளக் கிடக்கையும் இவற்றின் அடிநாதமாக ஒலிக்கின்றன. குறிப்பிட்ட சாதி குறித்த விமர்சனக் கணைகளை எதிர்கொள்ள அச்சாதி குறித்த பழம்பெருமை சார் பிம்பங்களைக் கேடயமாகப் பிடிப்பதில் எந்தப் பலனும் இல்லை. இது அப்பிரிவினர் காலத்துக்கு ஏற்ப மாறுவதை விரும்பாத அல்லது அனுமதிக்காத அணுகுமுறை. ஏற்பட்டுள்ள மாற்றங்களைக் கணக்கில் எடுத்துக்கொள்ளாத அணுகுமுறையும்கூட. வாழ்வியல் மற்றும் பண்பாட்டுச் சித்திரிப்பு என்னும் பெயரால் மாற்றங்களுக்கு எதிரான குரலும் இந்தப் படங்களில் உரக்க ஒலிக்கிறது.

சமூகப் படிநிலையின் கீழ்த்தட்டுக்களில் இருப்பவர்களை அச்சுறுத்தும் செய்திகளும் இந்த பிம்பங்களில் உள்ளன. சாதிப் பெருமிதம் சார்ந்த பிம்பங்களால் பிறருக்கு என்ன பிரச்சினை என்று கேட்பவர்கள் அந்தப் பிம்பங்கள் குறிப்பிட்ட பிரிவினரின் சாதி உணர்வையும் பெருமித உணர்வையும் தூண்டிவிடுவதைக் கவனிக்க மறுக்கிறார்கள். இந்த உணர்வுகள் பிறர் மீதான ஒவ்வாமையை அதிகரிக்கச் செய்து நடைமுறை வாழ்வில் சமூக உறவுகளில் மேலும் சிக்கல்களையும் பிளவுகளையும் ஏற்படுத்திவிடுவதையும் கவனிக்கத் தவறுகிறார்கள். ‘பிறர்’ குறித்த பார்வையில் மாற்றம் கொண்டுவருவதே சமூக இணக்கத்துக்கும் ஒருங்கிணைந்த வளர்ச்சிக்கும் வழிவகுக்கும். மாறாக, ‘தான்’, ‘பிறர்’ என்பன போன்ற பிரிவுகளை வலுப்படுத்தி அகலமாக்குவதால் பிளவுகளும் பரஸ்பர வெறுப்பும் கூடுவதைத் தவிர்க்க இயலாது. சாதிப் பெருமிதம் சார்ந்த பாடல்களும் வசனங்களும் குறிப்பிட்ட பிரிவினருக்கு உத்வேகத்தையும் பிறர் மீதான வெறுப்பையும் தூண்டுவதுடன் பிறர் மனங்களில் அச்சத்தையும் தோற்றுவிக்கின்றன என்பதற்கான உதாரண நிகழ்வுகள் ஊடகங்களில் பதிவாகியிருக்கின்றன. பெருமிதம் பேசுவதில் தவறில்லை என்பவர்கள் இதையும் கணக்கில் எடுத்துக்கொள்ள வேண்டும்.

நிகழ்த்துகலை

பெண்ணொளி

ஒரு குரல்கூட எழவில்லையே...

ரோகிணியின் நேர்த்தியான உடல்மொழியுடனும் பொருத்தமான குரல் பாவங்களுடனும் நிகழ்த்தப்பட்ட பெண்ணொளி நிகழ்வு, பன்முக ஊடகங்களின் துணையோடு பார்வைகளோடு உரையாட முனைகிறது. பாரதியின் 'பாஞ்சாலி சபதம்' என்னும் பிரதியை அடிப்படையாகக் கொண்டு பாஞ்சாலியின் துயரை, வாழ்நிலையை அணுகும் ப்ரஸன்னா ராமஸ்வாமியின் பிரதி, பாரதியைத் தன் பாணியில் நகல் செய்வதாக அல்லாமல் அந்தப் பிரதியினூடே சமகாலப் பார்வை யுடனும் வெவ்வேறு பிரதிகளின் துணையுடனும் பயணம் செய்கிறது.

ஃபேஷன் தொலைக்காட்சியில் இடையறாமல் ஓடும் காட்சிப் படிமங்களிலிருந்து தொடங்குகிறது ப்ரஸன்னாவின் பிரதி. வரையறுக்கப்பட்ட அழகு களுடனும் சருமங்களுடனும் பவனிவரும் பெண்கள் தங்கள் உடல்களை முன்வைத்துப் பண்டங்களைச் சந்தைப்படுத்தும் முயற்சியில் ஈடுபடுகின்றனர். பண்டங் களை விற்பதற்கான தளமாக விளங்கும் விளம்பர உலகிற்குப் பயன்படும் பெண்களின் உடல்கள் தாமே

பண்டங்களாகி நிற்பதை அவற்றின் பயன்பாட்டின் வீச்சை உற்று நோக்குகையில் உணர முடியும். திரையில் காட்சிப் படிமங்கள் மறையும் தருணத்தில் மேடையில் தோன்றும் ரோகிணி பெண்ணுடலே சந்தைப் பண்டமாக மாறும் போக்கைப் பற்றிய சில கேள்விகளுடன் தன் உரை யாடலைத் தொடங்குகிறார்.

பெண் உடலைக் காட்சிப் பொருளாக மாற்றுவது என்னும் பிரச்சினை குறித்து ரோகிணியின் கேள்விகள் கிளை பிரிகின்றன. மாட்சிமை பொருந்திய மன்னர்களும் மகத்தான வீரர்களும் நீதிமான்களும் நிரம்பிய சபையில் திரௌபதியின் உடல் காட்சிப்படுத்தப்பட்ட காவிய நிகழ்வை நோக்கிப் பயணிக் கிறது ப்ரஸன்னாவின் பிரதி. இந்திரப் பிரஸ்தத்திலிருந்து பாண்டவர்கள் திரௌபதியுடன் கிளம்புவதிலிருந்தே இந்தப் பயணமும் தொடங்குகிறது. சூரிய அஸ்தமனக் காட்சியைத் தன் கவிதை வரிகளில் காட்சிப்படுத்துகிறார் பாரதியார். அதன் கவித்துவத்தில் லயிக்கும் ப்ரஸன்னாவின் பிரதி, அந்த லயத்திலிருந்து சற்றே மீண்டு ஒரு கேள்வியை எழுப்புகிறது. பார்த்தன் பாஞ்சாலிக்குக் கண்டு சொல்வது போல ஏன் இந்தக் காட்சியைப் பாரதியார் அமைக்கிறார்? பாஞ்சாலிக்குப் பார்க்கத் தெரியாதா? பாரதியின் பாஞ்சாலிக்குக்கூடத் தன்னிச்சையாக இயற்கையைப் பார்க்கவும் ரசிக்கவும் முடியாதா? அதையும் ஒரு ஆண்தான் காட்டித்தர வேண்டுமா?

வியாச பாரதத்தில் பெண்ணிய நிலைப்பாடு குறித்த கேள்விகளை எழுப்பக்கூடிய பல இடங்களில் அம்பையின் அலைக்கழிப்பும் பாஞ்சாலியின் துகில் பறிப்பும் முக்கிய மானவை. அதிலும் பாரதப் போரைத் தீர்மானிக்கும் மையக் காரணியாக அமைந்த பாஞ்சாலியின் அவமானம் பாரத சமுதாயம் பெண்நிலை சார்ந்து எத்தகைய மதிப்பீடுகளை வைத்திருந்தது என்பது பற்றிய பல விதமான தகவல்களைப் பொதிந்து வைத்திருக்கிறது. தன்னைத் தோற்ற பின் என்னைப் பணயமாக வைக்கும் உரிமை தருமனுக்கு இல்லை என்னும் எதிர்ப்புக் குரல் ஒருபுறமும் ஒருவன் தன் தாரத்தை விற்றிடலாம் தானமெனத் தந்திடலாம்; முற்றிலும் அடிமைமுறை அன்றி வேறில்லை என்னும் குரல் ஒருபுறமும் ஒலிக்கும் இடம் இது. இதுவே இன்றைய சாத்திரம் என்று வரையறுக்கும் பிதாமகனை, பேயரசு செய்தால் பிணம் தின்னும் சாத்திரங்கள் என்று வாயடைக்கச் செய்யும் பெண்ணின் குரல் ஓங்கி ஒலிக்கும் இடமும் இதுதான். கடைசியில் பெண்ணுடலைக் காட்சிப் பண்டமாக்கும் ஆண்மையின் அதிகார வக்கிரம்

அரங்கேறும் இடம். நீதிமான்களும் கணவர்களும் மகான்களும் கண்மூடியிருந்தபோது கடவுளைத் தஞ்சமடைவதைத் தவிர வேறு வழியில்லாத நிலைக்கு ஒரு பெண் தள்ளப்பட்ட தருணம். பெண்ணுக்கு எதிராய் இத்தனை சக்திகள் திரண்ட போதிலும் கடைசியில் அவளுக்கு நேர்ந்த அவமானத்தைத் துடைப்பதற்காகவே மாபெரும் போர் நிகழ்த்தப்பட்டதையும் சேர்த்துப் பார்க்கும்போது வியாசரின் பிரதி பிரதிபலிக்கக் கூடிய காலம், பெண்ணை எப்படிப் பார்த்திருக்கக்கூடும் என்பது பற்றிய முக்கியமான செய்திகள் நமக்குக் கிடைக்கின்றன.

பாறையாய் இறுகிய மௌனங்களிடையே அரங்கேறும் பாஞ்சாலியின் அவமானத்தையும் ரௌத்திரத்தையும் ஒட்டிப் பயணிக்கும் ப்ரஸன்னாவின் பிரதி பாஞ்சாலியின் வேதனை யைச் சமகாலப் பரப்பிற்குக் கொண்டுவந்தது இன்றைக்கான கேள்விகளை எழுப்புகிறது. நெட்டை மரங்களென நின்று புலம்புதல் கலியுகத்திலும் நடப்பதுதான். கேட்க ஒருவர்கூட வரவில்லையே, ஒரு குரல்கூட எழவில்லையே என்று பரிதவிக்கும் பாஞ்சாலியின் துயரம் யுகங்கள் கடந்து வந்து ரோகிணியின் வாயிலாக வெளிப்படும்போது அது பாஞ்சாலியின் துயரம் மட்டுமல்ல என்பது தெளிவாகிறது. ப்ரஸன்னாவின் பிரதி இன்னும் ஒரு படி மேலே சென்று மொழிசார் இனத்தின் அவலமாக இதைக் கண்டு பரிதவிக்கிறது. ரோகிணியின் உடல் மொழியும் கேட்பவரை உலுக்கும் குரல் பாவங்களும் நாரத கான சபையின் மேடையை ஒரு கண நேரத்திற்கு இனப் படுகொலை நடக்கும் களமாக உணரச் செய்தது. இந்த நிகழ்வின் மிக முக்கியமான தருணம் என்று சொல்ல வேண்டும். கையறு நிலை. கேட்பாரற்ற, ஆதரவற்ற கையறு நிலை. இதுதான் பிரச்சினை. இதுதான் பாஞ்சாலியின் பிரச்சினை. இதுதான் இனக் கலவரங்களில் உயிரையும் மானத்தையும் இழப்பவர்களின் பிரச்சினை. இனப் படு கொலைக்கு ஆளாகும் லட்சக்கணக்கான மக்களின் பிரச்சினை. பாஞ்சாலிக்கு ஆதரவாகப் பீமனின் ரௌத்திரமும் பீஷ்மனின் அனுதாபமும் வெளிபடுகின்றன. ஆனால் சமகாலக் கொடுமை களில் அந்த அளவுக்குக்கூட உரியவர்களிடமிருந்து குரல் எழுவதில்லை என்பதையும் ப்ரஸன்னாவின் பிரதி அழுத்தமாகப் பதிவு செய்கிறது.

பாஞ்சாலியை முன்னிட்டு இந்தக் கேள்வியைப் எழுப்பும் ப்ரஸன்னா, பல்வேறு பிரதிகளைத் தன் பிரதியினூடே ஊடாடச் செய்வதன் மூலம் இந்தக் கேள்வியின் வீரியத்தை அதிகரிக்கச்செய்கிறார். காடு பற்றி எரியும்போது தன் அலகில்

ஒரு துளி நீரைச் சுமந்துவந்து நெருப்பை அணைக்க முயலும் கிளியைப் பாகவதத்திலிருந்து அழைத்துவந்து பாஞ்சாலியுடன் பேசவைக்கிறார். சுகுமாரன் முதலிய சமகாலக் கவிஞர்களுடன் தன்னுடைய சொந்த வரிகளையும் கலந்து பாஞ்சாலி சபதத்தின் சமகாலத் தன்மையைக் கூட்டுகிறார்.

பிரதியும் அது எழுப்பும் கேள்விகளும் ஒருபுறம் இருக்க, நடனம், பாடல், கவிதை வாசிப்பு, நடிப்பு எனப் பல்வேறு கலை வடிவங்களின் வாயிலாக ஒரு நிகழ்வு அரங்கேறும்போது அது பன்முக அனுபவத்தைச் சாத்தியப்படுத்துகிறது. அந்த வகையில், ரோகிணியின் நேர்த்தியான உடல் மொழியும் உணர்ச்சிகளின் பிரவாகமாய் வெளிப்பட்ட அவரது வாய் மொழியும் சுஷாந்தின் அற்புதமான குரலும் பிரதியைச் செழுமைப்படுத்திய வரிகளும் பார்வையாளர்களின் அனுபவப் பரப்பை விசாலமாக்கின. அவமானத்தின் வலியையும் கண்ணன் செய்த உதவியைக் கண்டு உருகும் மனநிலையையும் பீமனின் ரௌத்திரத்தையும் ரோகிணி வெளிப்படுத்திய விதம் அற்புதம். இந்த நிகழ்வின் ஆதாரமான செய்தி என்ன என்கிற ஒற்றைப்படைத் தன்மை கொண்ட கேள்விகளை அர்த்தமற்றதாக்கும் அம்சங்கள் இவை. இத்தகைய பன்முக அம்சங்கள் நிறைந்த நிகழ்வு இயல்பாகவே ஒற்றைச் செய்தியை மறுத்துப் பன்முக அனுபவத்தைச் சாத்தியப்படுத்தும். பெண்ணொளி பார்வையாளருக்குச் சாத்தியப்படுத்துவதும் இதைத்தான்.

பெண்ணியம் முதல் இன அழித்தொழிப்பு அரசியல்வரை பல விஷயங்களைத் தொட்டுச் செல்லும் பிரதியின் பயணம் கடைசியில் அரசியல் சார்ந்த தளத்தில் முடியாமல் பாரதியின் கவித்துவ அழகில் தன்னைக் கரைத்துக்கொண்டது மனதைத் தொட்டது. கவிதையின் வசீகரம் நிகழ்த்தும் ஜாலத்தை உணரச் செய்யும் தருணம் இது.

சென்னை சங்கமம்

சாதனைகளும் போதாமைகளும்

இல்லாமைகளைப் பற்றிய புலம்பல்கள் சதா ஒலித்துக்கொண்டிருக்கும் தமிழ்ச் சூழலில் மாற்றத்தை முன்னெடுக்கும் முயற்சிகள் எதிர்கொள்ளப்படும் விதம் விசித்திரமானது. எதை இல்லை இல்லை என்று சொல்லிக் கொண்டிருக்கிறார்களோ அது கண் எதிரில் வந்து நின்றாலும் தெரியாத அளவுக்கு அரற்றலை ஒரு தவம் போல நிகழ்த்திக்கொண்டிருக்கும் விசித்திரப் பிறவிகள் நிறைந்த சூழல் நம்முடையது. பிப்ரவரி 20–25 தேதிகளில் சென்னையில் நடத்தப்பட்ட சென்னை சங்கமம் நிகழ்வையும் அதற்கான எதிர்வினைகளையும் பார்க்கும் போது இந்த விசித்திரம் துலக்கமாகத் தெரிகிறது.

தமிழ்க் கலை வடிவங்களுக்குப் புத்துயிரூட்டி அவற்றின் மீதான மக்களின் கவனத்தைப் புதுப்பிக்கும் நோக்கத்துடன் நடத்தப்பட்ட சென்னை சங்கமம், இயல், இசை, நாடகம் ஆகிய துறைகள் சார்ந்த கலைகளைச் சென்னையில் பெரும் திரளான மக்கள் முன்னிலையில் நிகழ்த்தியது. ஆண்டுதோறும் பொங்கல் திருவிழாவை ஒட்டி இந்நிகழ்வை நடத்தப்போவதாக இதைத் திட்ட மிட்டு ஒருங்கிணைத்த தமிழ் மையம் அறிவித்திருக்கிறது.

பெருநகரங்களில் இதுபோன்ற கலைச் சங்கம நிகழ்வுகள் நடப்பது புதிதல்ல. பெங்களூரில் பெங்களூர் ஹப்ப என்னும் பெயரில் இது போன்ற கலை நிகழ்வுகள் ஆண்டுதோறும் நடைபெறுகின்றன. அப்னா உத்ஸவ் என்னும் பெயரில் மத்திய அரசு நடத்தும் கலை விழாக் களின் பிரதான நோக்கமும் இதுதான். இயந்திர

மயமாகிவரும் நகர வாழ்வில் கலை முதலிய நுட்பமான விஷயங்களுக்கான ஆர்வமும் நேரமும் வெளியும் சுருங்கிவரும் நிலையில் இது போன்ற முயற்சிகள் காலத்தின் தேவைகளா கின்றன. வசதிகளும் பதற்றங்களும் நிரம்பிய பெருநகரத்து வாழ்வில் கலைகளுக்கான இடத்தைத் தொலைக்காட்சியின் பிம்பங்களும் திரைப்படங்களும் பிடித்துக்கொண்டிருக்கின்றன. கல்வித் துறையிலும் கலைக்கும் மொழிக்குமான இடம் குறைந்து தொழில்நுட்பத்திற்கான இடம் அதிகரித்துவருகிறது. இந்நிலையில் கலைகளுக்கும் பெருநகரத்து மக்களுக்கும் இடையேயான உறவில் சில சாதகமான சலனங்களை ஏற்படுத்து வதில் இது போன்ற சங்கமங்களின் பங்களிப்பு முக்கியமானதும் பொருள்மிகுந்ததுமாக அமையும்.

சென்னை நகரில் ஆண்டுதோறும் நடைபெறும் இசை விழாவைத் தவிரப் பல்வேறு கலை நிகழ்வுகள் சிறிய அளவில் அவ்வப்போது நடந்துவருகின்றன. திட்டமிட்டபடி ஆண்டு தோறும் சென்னை சங்கமம் நடத்தப்பட்டால் அது மார்கழி இசைவிழாவைப் போலவே பெரியதொரு கலை விழாவாக மலரும். கலை விழாக்களும் கொண்டாட்டங்களும் பொருள் சார்ந்த வாழ்வின் அழுத்தத்திலிருந்து தனி மனிதர்களைச் சற்றேனும் விடுவித்து, வாழ்வுக்கும் மனிதர்களுக்கும் இடை யிலான உறவைப் புதுப்பிக்கும் வல்லமை படைத்தவை. மதம் சார்ந்த கொண்டாட்டங்களே அதிகம் நிகழும் ஒரு சூழலில் மதம் தவிர்த்த, மத எல்லைகளைத் தாண்டிய பொதுவான வெளியில் கலைகளை மையமாகக் கொண்டு இந்தக் கொண்டாட்டம் நடப்பதையும் நாம் கவனத்தில் கொள்ள வேண்டும். இந்த வகையில் நிகழும் மிக அரிய முயற்சிகளில் ஒன்றாக இது அமைந்திருப்பதையும் சற்று யோசித்துப் பார்த்தால் உணர முடியும்.

○

அக்கறையோடும் செறிவோடும் முன்வைக்கப்படும் விமர்சனங்கள் ஒரு செயல்பாட்டை வலுப்படுத்தவே முடியும். ஒரு செயல்பாட்டில் இருப்பவற்றைக் காட்டிலும் இல்லாத வற்றைப் பற்றியே அதிகம் பேசும் பழக்கம் கொண்ட தமிழ்ச் சூழல் வழக்கம் போலத் தனது ஆகிவந்த விமர்சனங் களுடனேயே சென்னை சங்கமத்தை அணுகுகிறது. பெரும் பாலான விமர்சனங்கள், இந்த நிகழ்வை நடத்தியதில் முன்னணி யில் நின்ற கனிமொழியையே இலக்காகக் கொண்டிருக்கின்றன. தமிழ்ச் சுற்றுலா வளர்ச்சித் துறை, பொது நூலகத் துறை ஆகிய அரசுத் துறைகளின் ஆதரவோடு தமிழ் மையம் என்ற

அமைப்பு இந்த நிகழ்வை நடத்தியிருக்கிறது. கனிமொழி தமிழ் மையத்துடன் இணைந்து பணிபுரிபவர். அரசுத் துறைகளின் ஆதரவும் கனிமொழியின் முனைப்பும் முதல்வர் உள்ளிட்ட அமைச்சர்களின் ஈடுபாடும் விமர்சனங்களை ஈர்ப்பதில் வியப்பேதும் இல்லை. அதிகார துஷ்பிரயோகம், நிதி முறைகேடு போன்றவைகளில் தொடங்கி, தமிழ் மையம் அமைப்பின் பொறுப்பாளர் அருட் தந்தை ஜகத் கஸ்பார் எல்.டி.டி.ஈ. ஆதரவாளர் என்பதுவரை பலவிதமான குற்றச் சாட்டுகள் சுமத்தப்படுகின்றன.

அரசு ஒரு காரியத்தில் ஈடுபடும்போதும் அது வெற்றிகரமாக நடக்கும்போதும் இது போன்ற குற்றச்சாட்டுகள் எழுவது தவிர்க்க முடியாதது. அரசின் சகலவிதமான செயல்பாடுகளிலும் நீக்கமற நிறைந்திருக்கும் பொதுவான நோய்க்கூறுகள் அதன் பண்பாட்டுத் தளத்திலான செயல்பாடுகளிலும் பிரதிபலிக்கும் என்பதைச் சொல்ல ஒருவர் அரசியல் ஆய்வாளராக இருக்க வேண்டிய அவசியம் இல்லை. இது போன்ற விமர்சனங்கள் ஆதாரபூர்வமாக முன்வைக்கப்படுவதும் சம்பந்தப்பட்டவர்கள் அதற்குப் பதிலளிப்பதும் அத்தியாவசியமானவை. ஆனால், விமர்சனம் என்பது குறைகாண்பதில் அடையும் திருப்தியாக முடங்கிவிடக் கூடாது. கலைத் துறையில் ஆக்கபூர்வமான சலனங்களை ஏற்படுத்துவதற்காகச் சகல மட்டங்களிலும் முயற்சிகள் நடைபெற வேண்டும் என்று கோரிவரும் ஆளுமைகள் இந்தத் திசைவழியில் யாரேனும் ஒரு அடி எடுத்து வைத்தாலும் முதலில் அதைப் பாராட்ட முன்வருவதே அவர்களது அக்கறைகளுக்குப் பொருத்தமான எதிர்வினையாக இருக்கும். நூற்றுக்கணக்கான கலைஞர்கள் பல்வேறு மையங்களில் தங்கள் கலைகளை நிகழ்த்திக்காட்டியதையும் பெருந் திரளான மக்கள் அவற்றைக் கண்டு மகிழ்ந்ததையும் எண்ணிக் குறைந்தபட்ச திருப்தியும் சந்தோஷமும் ஏற்படாத அறிவுஜீவி களின் கலை சார்ந்த அக்கறைகள் பற்றி நாம் எத்தகைய முடிவுக்கு வர முடியும்?

குறை சொல்பவர்கள் அரசின் பங்கேற்புக் குறித்து அதிகம் பேசுகிறார்கள். புரவலர்கள் இல்லாமல் கலைகள் வளர முடியாது. அரசோ வர்த்தக நிறுவனங்களோ பொது நல அமைப்புகளோ பணம் படைத்த தனி நபர்களோ உதவாமல் பொது அரங்கில் எந்தச் செயல்பாடும் எப்போதும் சாத்திய மில்லை. கலைகளை வளர்க்க அரசு முயற்சி எடுக்க வேண்டும் என்று ஒருபுறம் கோருபவர்கள் அரசு முன்வரும்போது அதைக் குறியீட்டு அளவிலான வெற்றி என்பதற்காகவேனும் பாராட்ட வேண்டும். அரசோடு நெருக்கமாக இருப்பவர்களுக்கு

இந்த ஆதரவு எளிதில் கிடைப்பதை எண்ணிப் பொருமுவதை விட, இது போன்ற ஆதரவை மற்றவர்களுக்கும் நீட்டிக்கும்படி கோருவதும் அதற்காகப் போராடுவதும் கலை ரீதியில் ஆக்க பூர்வமான செயல்பாடுகளாக இருக்கும்.

○

பெரிதாக ஒரு காரியம் நடக்கும்போது, அதன் குறைகளை மட்டும் பார்த்துக்கொண்டிருக்காமல் விருப்பு வெறுப்பற்ற, சமநிலையான விமர்சனத்தை முன்வைப்பதே சூழலின் வளர்ச்சிக்கு ஆற்றக்கூடிய பங்காக அமையும். ஒட்டுமொத்த மதிப்பீடு என்ற முறையில் சென்னை சங்கமத்தின் வெற்றி களையும் போதாமைகளையும் கோட்பாட்டளவிலும் நடைமுறை சார்ந்தும் இங்குத் தொகுத்துப் பார்ப்பது பொருத்தமாக இருக்கும்.

சென்னை சங்கமத்தில் நிகழ்த்தப்பட்ட பெரும்பாலான கலைகள் சமய நம்பிக்கைகளோடும் நடைமுறைகளோடும் தவிர்க்க முடியாத உறவு கொண்டவை. உதாரணமாக, காவடி யாட்டத்திற்கும் முருகன் வழிபாட்டிற்கும் இடையே உள்ள தொடர்பு. இதுபோலவே திரௌபதை அம்மன் வழிபாட்டை யும் பாரதக் கூத்தையும் பிரித்துப் பார்க்க முடியாது. இதே வரிசையில் கரகாட்டம், ஒயிலாட்டம் எனச் சொல்லிக் கொண்டே போகலாம்.

பின்னணிகளிலிருந்து பிரித்தெடுத்து இந்தக் கலைகளைக் கண்காட்சிப் பண்டங்களாக மாற்றுவது பண்பாட்டு ரீதியிலும் அழகியல் நோக்கிலும் எந்த அளவு பொருத்தமானதாக இருக்கும் என்பது ஒரு முக்கியமான கேள்வி. பெரும்பாலான நாட்டார் கலை வடிவங்களில் கலைஞர்களின் மனத்தோய்வு, அந்தக் கலை வடிவத்தின் ஆதாரமான ஒரு நம்பிக்கையை அல்லது நடைமுறையைச் சார்ந்திருக்கிறது. அந்த நம்பிக்கை யிலிருந்தும் நடைமுறையிலிருந்தும் அந்தக் கலையைப் பிரித்து எடுத்துவிட்டால் கலைஞர்களின் மனத்தோய்வு எதைத் தன் ஆதாரமாகக் கொள்ளும்? உள்ளார்ந்து நின்று அவரை ஊக்குவிக்கும் உணர்வை எதைவைத்துப் பதிலீடு செய்வீர்கள்? கலை வெளிப்பாடு என்பது உடல்சார் பயிற்சி மட்டும் அல்லவே.

சென்னை சங்கமத்தில் தமது கலைகளை நிகழ்த்திய சில குழுவினர் இந்துக் கடவுள்களுக்குப் பதில் இயேசு பிரானைத் துதிக்கும் பாடல்களுடன் தமது மரபுக் கலைகளை நிகழ்த்தினர். இது சமயரீதியில் கலைஞர்களிடையே நிகழ்ந்துள்ள மாற்றத்தைப் பிரதிபலிக்கிறது. கலைகளில் 'சமய நீக்கம்' செய்வது

வேறு; ஒரு சமயத்தை இன்னொரு சமயத்தால் பதிலீடு செய்வது என்பது வேறு. இதில் சென்னை சங்கமத்தின் பார்வை என்ன?

சமயப் பின்னணி மட்டுமின்றிச் சமூகம் மற்றும் தொழில் சார்ந்த பின்னணியும் நாட்டார் கலைகளுக்கு இருக்கிறது. வேளாண் சமூகங்களில் இக்கலைகளுக்கு முக்கியமான இடம் இன்றளவும் உள்ளது என்கிறார் பல ஆண்டுகளாக நவீன நாடகத் துறையில் செயல்பட்டுவரும் ப்ரஸன்னா ராமஸ்வாமி. யாரேனும் சிலரிடம் அல்லது சில அமைப்புகளிடம் நிதி உதவி பெறாமல் எந்த நிகழ்வும் சாத்தியமில்லை என்பதால் சென்னை சங்கமத்தில் புழங்கிய நிதியைப் பற்றிக் கேள்வி எழுப்புவதில் அர்த்தமில்லை என்று சொல்லும் அவர், கலையைப் பற்றிய அக்கறைகள்தான் முதன்மையானவை என்கிறார். கலைகளை அவற்றின் பின்னணிகளிலிருந்து பிரித்துப் பார்ப்பதோ பின்னணிகளைப் பற்றிக் கவலைப்படாமல் இக்கலைகளை ஊக்குவிக்க முயல்வதோ கலை வடிவங்களின் முழுமைக்கு நியாயம் செய்வதாக ஆகாது என்பது அவர் கருத்து.

நகர்ப்புற மக்களுக்கு மரபுக் கலை வடிவங்களை எடுத்துச் செல்வது என்ற உரிமைகோரலே ஆட்சேபத்திற்கு உரியது என்பது ப்ரஸன்னாவின் பார்வை. நகர்ப்புற மக்கள் என்றால் யார் என அவர் கேள்வி எழுப்புகிறார். நகர்ப்புறத்தில் இருக்கும் பல்வேறு மக்களிடையே ஏற்கனவே மரபுக் கலை வடிவங்கள் புழக்கத்தில் இருக்கின்றன என்றும் ஆடி, மார்கழி போன்ற மாதங்களில் அவற்றைப் பார்க்கலாம் என்றும் சொல்கிறார். சென்னைக்கு வெளியே புழக்கத்தில் இருக்கும் கலைகளை, அவை வாழ்ந்துவரும் இடங்களிலேயே அவற்றின் பின்னணி களோடு வளர்த்தெடுப்பதற்கான முயற்சிகளை மேற்கொள்வதே கலைகளை வளர்க்க உதவும் என்கிறார் ப்ரஸன்னா. அதற்கான உள்கட்டமைப்பு வசதிகளையும் கலைஞர்களின் வாழ்வாதாரங் களையும் மேம்படுத்துதல் முதலான பல செயல்பாடுகளை இதற்காக மேற்கொள்ள வேண்டும் என்கிறார் அவர். மாறாக, நகரை நோக்கி, நகர்ப்புற மக்களை நாடி, எடுத்துவரப்படும் கலைகள் தமது ஆதாரமான அடையாளங்களை இழந்து நகர மக்களின் நுகர்வுக்கான பண்டங்களாக மாறிவிடும் என்பது அவரது கருத்து. “இது சென்னை சங்கமம் குறித்த விமர்சனம் மட்டுமல்ல. நமது மரபுக் கலைகளைக் காட்சிப் பொருள்களாக வெளிநாடுகளுக்கு எடுத்துச் சென்றபோதும், அப்னா உத்ஸவ் போன்ற நிகழ்வுகளை ஒட்டியும் இதே போன்ற விமர்சனங்களை நான் முன் வைத்திருக்கிறேன்” என்கிறார் ப்ரஸன்னா.

கேளிக்கை மனிதர்கள் 167

மரபு சார் கலைகளை மீட்டுருவாக்கம் செய்வது குறித்துப் பேசும்போது ஒரு சில கலைகள் சாதி அமைப்புடன் அழுத்தமாகப் பிணைந்திருப்பதையும் கவனிக்க வேண்டும். குறிப்பிட்ட ஒரு கலையைப் பேணும் அல்லது நிகழ்த்தும் பொறுப்பு ஒரு குறிப்பிட்ட சாதிக்கு என்று ஒதுக்கப்பட்டுள்ளதைப் பார்க்கிறோம். சாதி அடுக்கின் கீழ்த் தட்டுக்களில் உள்ள பிரிவினைப் பொறுத்தவரை இந்தப் 'பொறுப்பு' சாதியமைப்பின் களங்கமாகவே அவர்கள்மீது படிந்துள்ளது. கூத்தாடிகள் என்னும் பிரிவினர் 'பேணி'வரும் ஆட்டக் கலையை இதற்கு உதாரணமாகச் சொல்லலாம். இதுபோன்ற கலைகளை மீட்டுருவாக்கம் செய்வது சாதியமைப்பைக் காப்பாற்றும் முயற்சியாகவும் உருப்பெறும் அபாயம் உள்ளது. குறிப்பிட்ட சாதியோடு அடையாளம் காணப்படும் ஒரு கலையைப் பயிலவும் அதைத் தமது வாழ்க்கையோடு இணைத்துக் கொள்ளவும் பிற சாதியினர் முன்வருவார்களா? அதிலும் அந்தக் கலை 'கீழ்ச்சாதி'யோடு அடையாளப்படுத்தப் பட்டிருக்கும்போது இது எப்படிச் சாத்தியமாகும்? சென்னை சங்கமம் அமைப்பாளர்கள் மட்டுமின்றி, மரபுக் கலைகளை மீட்டுருவாக்கம் செய்வது குறித்துப் பேசிவரும் அனைவரும் எதிர்கொள்ள வேண்டிய கேள்வி இது.

இயந்திரமயமான பெருநகர்ப்புற வாழ்வில் கலைரீதியான சலனங்களை ஏற்படுத்துவது அவசியம்தான். ஆனால் மரபுக் கலைகளை மீட்டுருவாக்கம் செய்வதற்கு நகர்ப்புற மக்களிடையே அவற்றுக்கான ஆதரவைப் பெருக்க வேண்டும் என்னும் அணுகுமுறை தன்னளவிலேயே பலவீனமானது. தப்பாட்டத்தையும் ஒயிலாட்டத்தையும் பார்த்துத் தென் சென்னையின் நடுத்தர வர்க்கப் பிரதிநிதிகள் பிரமிப்பதன் மூலம் அக்கலைகள் வளர்ந்துவிடமாட்டா. இவர்களது கவனத்தை இவற்றின்பால் திருப்புவது முக்கியம்தான். ஆனால், இவர்களது அங்கீகாரம் மட்டுமே இந்தக் கலைகளை வளர்க்க உதவாது. நகரின் கேளிக்கையின் ஒரு பகுதியாக இது அவர்கள் பார்வையில் உருமாறுவதற்கு அதிக நாட்கள் ஆகாது.

கர்நாடக இசையைச் சபாக்களின் மேடைகளிலிருந்தும் கோவில் சன்னதிகளிலிருந்தும் நகர்த்தி, பூங்காக்களிலும் கடற்கரைகளிலும் கொண்டுவந்தது புதுமைதான். இதுவரை இது போன்ற இசை நிகழ்வுகளை நேரில் பார்த்திராத பலர் அனுபவிக்க வாய்ப்புக் கிடைத்தது என்பது உண்மைதான். ஆனால், ஏற்கெனவே சபாக்கள் நிறைந்த தென் சென்னைப் பகுதியிலேயே கர்நாடக இசை நிகழ்வுகள் நடந்தன. சென்னை

நகரில் ஏற்கெனவே நிலைபெற்றிருக்கும் சாதி மற்றும் வர்க்கப் பிரிவுகளை ஓரளவு கணக்கில் எடுத்துக்கொண்டே நிகழ்ச்சிகள் திட்டமிடப்பட்டிருப்பதாக எண்ண இடமிருக்கிறது. இது போன்ற சங்கமங்கள் நிலைபெற்ற சாதி-வர்க்க வரைபடத்தைக் கலைத்துப்போடுவதாகத்தானே இருக்க வேண்டும்?

பெருமளவில் தமிழ்க் கலைகளை முன்னிறுத்தி நடத்தப் பட்ட இந்த நிகழ்வுகளுக்கான விளம்பரங்களைத் தமிழ் இதழ்களில் அதிகம் காண முடியவில்லை. கலை இலக்கியத் துறைகளில் பல ஆண்டுகளாகச் செயல்பட்டுவரும் பல அமைப்புகளுக்கும் இதழ்களுக்கும் சிறப்பு அழைப்பு எதுவும் இல்லை. நிகழ்வுகளில் பங்கு பெற்ற கலைகள், கலைஞர்கள், எழுத்தாளர்கள் ஆகியோரைத் தேர்வு செய்யுமுன் உரிய ஆலோசனைகள் நடத்தப்பட்டதாகத் தெரியவில்லை. இந்தத் துறைகளில் பல ஆண்டுகளாக இயங்கிவரும் ஆளுமைகள் கலந்தாலோசிக்கப்பட்டதாகவும் தெரியவில்லை. தமிழ்ச் சங்கமம் நிகழ்ச்சி நிரலைப் பார்க்கும்போது இது அப்பட்டமாகத் தெரிகிறது. தேர்வுகளுக்கு அடிப்படையான அளவுகோல்களை யும் வெளிப்படையாக முன்வைப்பது ஜனநாயகபூர்வமான ஒரு கடமை. இது போன்ற போதாமைகள் தவிர்த்திருக்கப்படக் கூடியவை என்பது மட்டுமல்ல. சென்னை சங்கமத்தின் அறிவிக்கப்பட்ட நோக்கங்களுக்கு முரணானவை.

○

ஒட்டுமொத்தமாகப் பார்க்கையில் 'மிகை நாடி மிக்க கொளல்' என்ற வகையில் சென்னை சங்கமத்தை வரவேற்கலாம். அதே சமயம் அதன் போதாமைகளும் அலட்சியப்படுத்தக் கூடியவை அல்ல. கலைகளுக்கும் மக்களுக்கும் இடையேயான உறவைச் செழுமைப்படுத்தக்கூடிய எந்த நிகழ்வும் முக்கியமானது என்பதால் சென்னை சங்கமம் அதன் குறைபாடுகளை மீறி முக்கியத்துவம் பெறுவது இயல்பானதே. குறைகளை மட்டும் மையப்படுத்துபவர்கள் நிறைந்த ஒரு சூழலில் நம்பிக்கையோடு இயங்குவது எளிதல்ல. விமர்சனங்களை ஆக்கபூர்வமாக எதிர்கொள்வதும் அப்படியே. அரிதான இந்தப் பண்புகள் சென்னை சங்கமம் அமைப்பாளர்களுக்கு இருக்கின்றனவா என்பது தெரிய அடுத்த ஆண்டுவரை காத்திருக்க வேண்டும்.

குதிரை முட்டை

கட்டுக்கோப்பும் கட்டுடைப்பும்

மரபு சார்ந்த கதைகளை மேடையேற்றும்போது சில வசதிகளும் சவால்களும் உள்ளன. அழுத்தமான கதை ஒன்று கை வசம் இருப்பது வசதி. அதன் பாத்திரங் களும் புனைவம்சங்களும் மக்களுக்கு ஏற்கனவே அறிமுகம் ஆனவை என்பதால் பார்வையாளர்களுட னான தொடர்பு எடுத்த எடுப்பிலேயே சாத்தியப்பட்டு விடுகிறது. அறிமுகமான ஒரு கதையை அலுப்பில்லாமல் சொல்வது இதிலுள்ள சவால். புதிய பரிமாணங்களுடன் சொல்வது கூடுதலான சவால். நிகழ் நாடக மையம் அரங்கேற்றிய குதிரை முட்டை நாடகத்தை மேற்படி வசதிகள் சவால்கள் ஆகியவற்றின் அடிப்படையில் அணுகும் முயற்சியே இந்தக் குறிப்பு.

பீர்பால் கதைகள், மரியாதை ராமன் கதைகள், தெனாலி ராமன் கதைகள் என்னும் வரிசையில் வீரமா முனிவர் எழுதிய பரமார்த்த குரு கதைகளையும் சேர்க்க லாம். இந்திய மரபில் உன்னதமானதொரு பீடத்தில் வைத்துப் போற்றப்படும் ஒரு பிம்பத்தைப் பகடி செய்யும் இந்தப் பிரதி, ஆகிவந்த மரபுகளை இதன் மூலம் கட்டுடைப்புச் செய்ய முனைகிறது என்று சொல்லலாம். அதே சமயம் குரு – சிஷ்யன் உறவு குறித்த இந்தியப் பார்வையைப் பெருமளவில் அடியொற்றியே வீரமா முனிவர் தனது கதையின் குரு – சிஷ்ய உறவைக் கட்டுடைத்திருக்கிறார் என்பதையும் கவனிக்க வேண்டும். அதாவது, குரு என்னும் பிம்பத்தை அசைத்துப் பார்த்த

அரவிந்தன்

இந்த ஜெர்மானியர், சிஷ்யர்களுக்கான பிம்பத்தை அப்படியே விட்டுவிட்டார். குருவுக்கு ஏற்ற சீடர்கள் என்னும் கருத்தை வலுப்படுத்தும் விதமாக, அப்பாவியும் முட்டாளுமான குருவைப் போலவே சிஷ்யர்களையும் படைத்திருந்தார் வீரமாமுனிவர். அவர்களை மிகப் பணிவான சீடர்களாகவும் படைத்து மரபை ஒட்டி நின்றார். என்றாலும் குருவை முட்டாளாக்கியதன் மூலம் மரபிலிருந்து விலகிய பார்வையை வீரமாமுனிவர் வெளிப்படுத்தியிருக்கிறார் என்பது முக்கிய மானது. அது எள்ளல் நிரம்பிய விமர்சனமா அல்லது எளிய பகடியா என்பது தனி விவாதத்துக்குரிய விஷயம்.

நிகழின் நாடகத்துக்கு வருவோம். முட்டாள்தனமாகச் செயல்படும் தலைவனைக் குறிப்பிடும் அடைமொழியாகவே ஆகிவிட்ட பரமார்த்த குரு என்னும் படிமத்தை நாடகம் வலுவாகவும் சிறப்பாகவும் பிரதிபலிக்கிறது. நாடக, திரைப்பட நடிகரான ஷண்முகராஜாவின் இயக்கத்தில் உருவான இந்த நாடகப் பிரதி, மூலக் கதைக்கு நியாயம் செய்யும் நேர்த்தியோடு உருவாக்கப்பட்டிருக்கிறது. பரமார்த்த குரு – சிஷ்யர்கள் கதைகள் சிலவற்றை எடுத்துக் கோர்வையான நாடகப் பிரதியாக ஆக்கியிருப்பது பார்வையாளர்களின் கவனத்தை நாடகத்தின் மீது ஈர்க்க உதவியிருக்கிறது. பரமார்த்த குரு கதைகளின் அங்கதச் சுவையை நாடகம் முழுவதிலும் இழையச் செய்திருப்பது நாடகம் பார்ப்பதைச் சுவையான அனுபவ மாக்குகிறது.

எந்த நாடகப் பிரதியும் நடிகர்கள் மூலமாகவும் மேடையைப் பயன்படுத்தும் பாங்கிலுமே வெளிப்பட இயலும். ஷண்முகராஜா இரண்டையும் சரியாகவே பயன்படுத்திக் கொண்டிருக்கிறார். சரியான நடிகர்களைத் தேர்வு செய்து பிரதியின் வெளிப்பாட்டு ஊடகங்களாக அவர்களை மாற்று வதில் அவரது அனுபவமும் உழைப்பும் தெரிகிறது. மேடை ஏறியவர்களில் சிலர் முன் அனுபவம் அற்றவர்கள் என்பதை வைத்துப் பார்க்கும்போது இதைத் தெளிவாக உணர முடியும். கதாபாத்திரத்துக்கு ஏற்ற நடிகர்களைத் தேர்வு செய்திருப் பதுடன் நடிகர்களுக்கு ஏற்பப் பாத்திரங்களையும் வடிவமைத் திருக்கிறார் என்று சொல்லலாம். குறிப்பாகப் பரமார்த்த குருவாக நடித்திருக்கும் நெய்தல் கிருஷ்ணன் விஷயத்தில் இதைத் துல்லியமாக உணர முடிகிறது. கிருஷ்ணனின் கனத்த சரீரத்தையும் சற்றே கீச்சென்று ஒலிக்கும் சாரீரத்தையும் பிரதியைச் செழுமைப்படுத்துவதற்குக் கச்சிதமாகப் பயன் படுத்திக்கொண்டிருக்கிறார் ஷண்முகராஜா.

திரையில் அல்லது நாடக அரங்கில் பருத்த உடல் என்பது பல சந்தர்ப்பங்களில் பார்வையாளர்களிடையே சிரிப்பை வரவழைக்கக்கூடியது. ஒவ்வொரு சந்தர்ப்பத்திலும் முட்டாளடிக்கப்படும் பரமார்த்த குருவின் அப்பாவித்தனம் அவரை எள்ளி நகையாடுவதற்குப் பதில் ஐயோ பாவம் என்ற உணர்வுடன் முறுவலை வரவழைக்கக்கூடியது. பரமார்த்த குருவானவர் என்ன நினைக்கிறாரோ அதையே சொல்கிறார், அதையே செய்கிறார். இது அப்பாவித்தனத்தின் முக்கியமான அம்சம். இந்த அப்பாவித்தனம் கிருஷ்ணனின் உடல் முழுவதும் நிரம்பி வழிகிறது. குரலிலும் முகபாவங்களிலும் தெறிக்கிறது. பருத்த உடலைப் போட்டுக்கொண்டு ஓடுவதும் குதிப்பதும் ஸ்தம்பித்து நிற்பதும் பாத்திரத்துக்கும் நடிகருக்குமிடையேயான இடைவெளி அற்றுப்போனதன் அடையாளங்களாய் வெளிப் படுகின்றன. முகத்தில் வெளிப்படும் குதூகலமும் அச்சமும் ஆச்சரியமும் ஆதங்கமும் பரமார்த்த குருவின் ஆளுமை குறித்த நமது மனப்பதிவுக்கு நெருக்கமாக உள்ளன. அவர் குரலின் பாவங்கள் குருவின் படிமத்தை முழுமை செய்கின்றன. தன் முதல் நாடகத்திலேயே இத்தனை தேர்ச்சியைக் காட்டி யிருக்கும் கிருஷ்ணனும் அவரைத் தேர்ந்தெடுத்துப் பயிற்சி அளித்த 'நிகழ்' நாடகக் குழுவினரும் பாராட்டுக்குரியவர்கள்.

பிற நடிகர்களுக்குத் தனித்துச் சொல்லக்கூடிய அளவு பெரிய பங்கு இல்லை என்றாலும் எல்லாருமே குறைவைக்காமல் நடித்திருக்கிறார்கள். குறிப்பாக அவர்கள் உடல் மொழி கச்சிதம். அப்பாவித்தனமும் அறிவீனமும் நிரம்பி வழியும் குருவிடத்தில் விசுவாசமான சீடர்களாக இருப்பது என்றால் அவர்கள் எவ்வளவு அப்பாவிகளாகவும் அறிவீனர்களாகவும் இருக்க வேண்டும்? அத்தகைய ஆளுமைகளின் அடையாளங் களைச் சீடர்களின் குரல்களும் உடல்மொழிகளும் நம் கண்முன் நிறுத்துகின்றன. பிரதியும் நடிகர்களும் பரஸ்பரம் வலுப்படுத்திக்கொள்ளும் தன்மை இங்கே வெளிப்படுகிறது.

அகலமான மேடையின் முழு வஸ்தீரணத்தையும் இயக்குநர் நன்கு பயன்படுத்திக்கொண்டிருக்கிறார். மேடையின் வெவ்வேறு இடங்களில் அமைக்கப்பட்டுள்ள உபகரணங்கள், ஒளி, நிழல், ஒலியமைப்பு ஆகியவை பிரதியுடன் இயைந்து அதன் மேடையாக்கத்தை வெற்றிகரமானதாக ஆக்குகின்றன. பாத்திரங்களின் பயணங்களை நிஜம் போலவே உணரச் செய்யும் விதத்தில் மேடையின் நீள அகலங்களும் ஆழமும் பயன்படுத்தப்பட்டுள்ளன. மேடை நாடகத்தின் பல்வேறு நுணுக்கங்களை உணர்ந்தவர்களின் உழைப்பில்லாமல் இது சாத்தியப்பட்டிருக்க முடியாது.

நன்கு அறிமுகமான கதையை நேர்த்தியான நாடகப் பிரதியாக மாற்றி அதை மேடையில் சிறப்பாக வெளிப்படுத்துவதன் சவால்களை எதிர்கொண்டு நிறைவாகவே செய்திருக்கிறார் ஷண்முகராஜா. ஆனால் மக்கள் மனதில் இடம்பெற்றுள்ள மரபுவழிப்பட்ட கதைகளை மேடையாக்குவதில் சமகால உணர்வும் பிரதிபலிக்கும்போது நாடகப் பிரதி மூலத்தினின்றும் வேறுபட்டு மூலத்தில் இல்லாத சில வலிமைகளைக் கொண்டிருக்கும் கலை மனம் மூலக் கதையைச் சமகாலப் பிரக்ஞையுடன் எதிர்கொள்ளும்போது மூலத்தில் சாத்தியப்படாத அல்லது அதுவரை இல்லாத பரிமாணங்கள் வெளிப்படும். கலைப் பிரக்ஞையின் இந்த ரசவாதம் குதிரை முட்டையில் வெளிப்படவில்லை என்பதை முக்கியமான குறையாகச் சொல்லலாம். மரபு வழிப்பட்ட பிரதிகளை மேடையேற்றும்போது அது படைப்பாளியின் கலைப் பிரக்ஞையில் உருமாற்றம் பெற்றிருப்பது பிரதியின் பெறுமானத்தையும் அது ஏற்படுத்தக்கூடிய தாக்கத்தையும் கணிசமாகக் கூட்டும். இந்த மாற்றத்துக்கு உட்படாத பிரதி, தட்டையானதாகவும் அக்கணத்துக்கான கேளிக்கைக்கான ஊடகமாகவும் மாறிவிடக்கூடும். குதிரை முட்டை நாடகம் இந்த விபத்துக்கு ஆளாகாமலிருப்பதைத் தடுப்பது அது மேடை ஏற்றப்பட்ட விதம்தான். மேடையாக்கத்தில் அதாவது நிகழ்த்துதலில் செலுத்திய அக்கறையும் உழைப்பும் கலை நேர்த்தியும் பிரதி உருவாக்கத்தின் பலவீனத்தைத் தாண்டிப் பார்வையாளர்களைக் கவர்கின்றன. மரபு சார்ந்த படிமம் ஒன்றைக் கட்டுடைத்த வீரமாமுனிவரின் பிரதியை எந்தக் கட்டுடைப்பும் இல்லாமல் பிரதிபலித்திருக்கும் குதிரை முட்டை நாடகப் பிரதி அளிக்கும் ஏமாற்றத்தை சமனப்படுத்துவது மேடையில் அது நிகழ்த்தும் ஜாலம்தான். எழுதப்பட்ட இலக்கியப் பிரதி வாசிப்பவரின் மூலம் புது வடிவம் எடுப்பதைப் போலவே நாடகப் பிரதி நடிகர்கள் மூலமாகவும் மேடையைப் பயன்படுத்தும் விதம் மூலமாகவும் புது வடிவம் எடுக்கும் என்பதைக் குதிரை முட்டை காட்டுகிறது.

ஆசிரியரின் பிற காலச்சுவடு வெளியீடுகள்

தாமரை இலைமீது ததும்பும் சொற்கள்
(கட்டுரைகள்)
ரூ. 175

நெகிழும் வரையறைகள் விரியும் எல்லைகள்
படைப்புகள், படைப்பாளிகள், போக்குகள்
(கட்டுரைகள்)
ரூ. 225

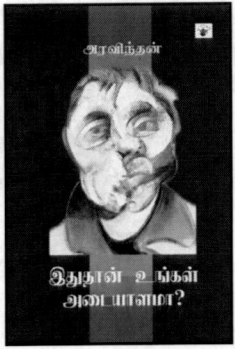

இதுதான் உங்கள் அடையாளமா?
(திரைக் கட்டுரைகள்)
ரூ. 140

கனவின் யதார்த்தப் புத்தகம்
இலக்கியம் மற்றும் பிற
(கட்டுரைகள்)
ரூ. 125

ஒரு சொல் கேளீர்
தமிழைப் பிழையின்றி
எழுதுவதற்கான தேடல்
(கட்டுரைகள்)
ரூ. 225

பொன்னகரம்
(நாவல்)
ரூ. 230

பயணம்
(நாவல்)
ரூ. 490

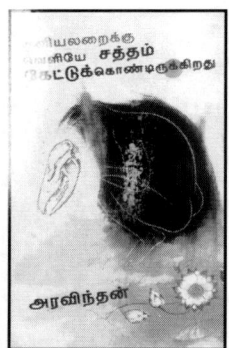

குளியலறைக்கு வெளியே
சத்தம் கேட்டுக்கொண்டிருக்கிறது
(சிறுகதைகள்)
ரூ. 160

கடைசியாக ஒரு முறை
(சிறுகதைகள்)
ரூ. 150